'THE TIME QUINTET' या पंचकडीतील तिसरे पुस्तक

'A SWIFTLY TILTING PLANET' या इंग्रजी पुस्तकाचा अनुवाद

वेगाने कलणारा ग्रह

मॅडेलिन लेन्गल

अनुवाद

मुग्धा गोखले

मेहता पब्लिशिंग हाऊस

Email : production@mehtapublishinghouse.com
Website : www.mehtapublishinghouse.com

A SWIFTLY TILTING PLANET by MADELEINE L'ENGLE

Translated into Marathi Language by Mugdha Gokhale

वेगाने कलणारा ग्रह / अनुवादित कादंबरी

अनुवाद : मुग्धा गोखले
Email : author@mehtapublishinghouse.com

मराठी अनुवादाचे व प्रकाशनाचे हक्क : मेहता पब्लिशिंग हाऊस, पुणे.

प्रकाशक : सुनील अनिल मेहता, मेहता पब्लिशिंग हाऊस,
१९४१, सदाशिव पेठ, माडीवाले कॉलनी, पुणे - ३०.

मुद्रक : ट्रिनिटी अ‍ॅकॅडमी फॉर कॉर्पोरेट ट्रेनिंग लिमिटेड, सर्व्हे नं. २६/५,
नऱ्हे इंडस्ट्रिअल एरिया, झील कॉलेज रोड, नऱ्हे, पुणे - ४१.

मुखपृष्ठ : चंद्रमोहन कुलकर्णी

प्रथमावृत्ती : एप्रिल, २०२१

किंमत : ₹ ३००

P Book ISBN 9789353175474
E Book ISBN 9789353175481
E Books available on : play.google.com/store/books
www.amazon.in
books.apple.com

बसलेल्या तिच्या सासूबाईंकडे पाहत म्हणाली. त्या शेकोटीतल्या आगीकडे एकटक पाहत बसल्या होत्या. मेगला अजूनही, सौ. ओ'कीफ म्हणजे तिच्या सासूबाई, असंच वाटत होतं. "मी ठीक आहे रे...अगदी छान आहे," तिनं उत्तर दिलं.

डॉक्टर होऊ घातलेल्या डेनीसनं आपला स्टेथोस्कोप काढला, त्याला फार अभिमान वाटायचा त्याचा. त्यानं तो स्टेथोस्कोप मेगच्या वाढलेल्या पोटावर टेकवला. पोटातल्या बाळाच्या हृदयाचे ठोके ऐकून खुशीनं म्हणाला, "हं...खरंच छान आहेस हं तू."

ती हसली, आणि तिनं खोलीच्या दुसऱ्या टोकाला बसलेल्या, तिच्या सगळ्यात लहान भावाकडे नजर टाकली. चार्ल्स वॉलेस आणि तिचे बाबा टेसरॅक्टची प्रतिकृती बनवण्यात गढून गेले होते. सगळं लक्ष एकवटून, चौरसाच्या प्रत्येक बाजूवर चौरस बनवून, आणि त्या घनाकृतीच्या प्रत्येक बाजूवर पुन्हा चौरस बनवण्यात अगदी मग्न झाले होते ते : समय, किंवा काल या मितीची रचना. स्टीलच्या तारा, छोटेछोटे पोलादी गोळे, आणि ल्युसाईट हे पारदर्शी प्लॅस्टिक वापरून गुंतागुंतीची, तरीही सुंदर रचना केली होती. त्यातले काही भाग गोल गोल फिरत होते, तर काही लंबकासारखे झोके घेत होते.

चार्ल्स वॉलेस आता पंधरा वर्षांचा झाला होता, तरीही वयाच्या मानानं तो लहानखुराच दिसत असे. एखाद्या अनोळखी व्यक्तीला तो बारा वर्षांपेक्षा जास्त मोठा वाटला नसता. त्याच्या बाबांनी प्रतिकृतीमधल्या एका लहानशा दांडीची जागा बदलली. ते पाहत असलेल्या चार्ल्सच्या फिकट निळसर डोळ्यांत अतिशय प्रगल्भ आणि बुद्धिमान भाव दिसत होते. तो दिवसभर गप्पच होता, असं तिच्या मनात आलं. एरवीही तो फारसं बोलतच नसे, पण आजच्या या आभार मानण्याच्या दिवशी त्याचं असं चुपचाप राहणं, त्याच्या नेहमीच्या अबोल स्वभावापेक्षा जरा वेगळंच होतं. घराभोवती वादळ घोंगावत होतं, त्यामुळे छपरावरची कौलं थडथडायला लागली.

मेगच्या सासूबाईही गप्पच होत्या, पण त्यात काही फारसं नवल नव्हतं. त्यांनी आजच्या आभार मानण्याच्या प्रसंगी, त्यांच्या घरी रात्रीच्या जेवणासाठी येण्याचं मान्य केलं, हेच फार मोठं आश्चर्य होतं. सौ. ओ'कीफ, सौ. मरींपेक्षा अगदी काही वर्षांनीच मोठ्या होत्या, पण त्या मात्र म्हाताऱ्या दिसू लागल्या होत्या. त्यांचे बरेचसे दात पडले होते, केस पिवळट आणि विस्कटलेले दिसत होते, आणि एखाद्या बोथट चाकूनं कसेबसे कापल्यासारखे वेडेवाकडेही दिसत होते. त्यांच्या चेहऱ्यावर सतत वैतागलेले भाव असायचे. आयुष्यात खूप त्रास सोसावा लागला होता त्यांना, नियतीनं जराही दयामाया दाखवली नव्हती. त्या एकूणच सगळ्या जगावर, आणि विशेषत: मरी कुटुंबीयांवर चिडलेल्या होत्या.

१

या दैवाधीन संकटसमयी

ईशान्येकडून जोरदार पाऊस येत असला, तरी मरींच्या घरचं स्वयंपाकघर छान प्रकाशमय आणि उबदार होतं. खिडक्यांचे पडदे ओढून घेतलेले होते. मेग मरी ओ'कीफनं जेवणाच्या टेबलावर तजेलदार पिवळ्या, तपकिरी आणि फिक्कट सोनेरी रंगांच्या शेवंतीची सुंदर पुष्परचना केली होती. त्यामुळे खोली आणखीनच उजळल्यासारखी वाटत होती. ओव्हनमध्ये भाजल्या जात असलेल्या टर्कीचा खमंग सुवास दरवळत होता. तिची आई स्टोव्हपाशी उभी राहून, टर्की पक्ष्याच्या शरीरातील खाण्यायोग्य अवयवांच्या (उदा. यकृत, हृदय, मानेकडील भाग इ.) मांसाचा रस्सा ढवळत होती.

हे असं आभार-प्रदर्शन करण्यासाठी घरी येणं, आपल्या कुटुंबीयांना भेटणं, त्यांच्याशी गप्पागोष्टी करत, त्यांचं एकूणात कसं-काय चाललंय हे जाणून घेणं... हे सगळं किती छान वाटतं... तिच्या मनात आलं. तिचे जुळे भाऊ, सँडी आणि डेनीस, आपापल्या महाविद्यालयांतून घरी आले होते. सँडी कायद्याचा अभ्यास करत होता, तर डेनीस वैद्यकशास्त्र शिकत होता. मेगचा नवरा, म्हणजेच कॅल्विन, एका परिषदेसाठी लंडनला गेला होता. कॅल्विनबद्दल आणि त्या परिषदेबद्दल जाणून घ्यायला, ते दोघे उत्सुक झाले होते. त्या परिषदेत, 'पृष्ठवंशीय प्राण्यांची रोगप्रतिकार-संस्था' या विषयावर कॅल्विन एक प्रबंध सादर करणार होता. कदाचित आत्ता, अगदी या क्षणी, तो प्रबंध सादर करत असण्याची शक्यता होती.

''ही त्याच्यासाठी फार सन्मानाची गोष्ट आहे, हो ना गं?'' सँडी म्हणाला.

''हो. खूपच मोठा सन्मान आहे हा.''

''आणि तुमचं काय हो, सौ. ओ'कीफ?'' तिच्याकडे हसून बघत डेनीस म्हणाला, ''तुला असं सौ. ओ'कीफ म्हणायला अजूनही कसंतरीच वाटतंय.''

''हो रे, मलाही विचित्रच वाटतं,'' मेग शेकोटीजवळच्या झुलत्या खुर्चीत

अनुक्रमणिका

हॅल वर्सेलसाठी...

कॅल्विन लंडनला गेलेला असताना त्या जेवणाचं आमंत्रण स्वीकारतील, असं कुणालाही वाटलं नव्हतं. कॅल्विनच्या कुटुंबातल्या कुणीही मरी कुटुंबानं पुढे केलेला मैत्रीचा हात स्वीकारला नव्हता. कॅल्विन त्याच्या कुटुंबीयांपेक्षा खूपच वेगळा होता, आणि त्यानं हे मेगला त्यांच्या पहिल्या भेटीतच सांगितलं होतं. त्याच्या आनुवंशिक घटकांमध्ये, म्हणजेच जीन्समध्ये, अचानक बदल झाल्यामुळे तो त्याच्या कुटुंबीयांपेक्षा अगदी पूर्णपणे वेगळा, अतिशय बुद्धिमान होता. त्याला जेव्हा एम.डी. पीएच.डी. ही पदवी मिळाली, तेव्हा त्याच्या कुटुंबीयांना, जणू तो आपल्या वैऱ्याला जाऊन मिळाल्यासारखं वाटलं होतं. सौ. ओ'कीफ यांचं, सौ. मरींबद्दलचं मतही इतर खेडवळ लोकांसारखंच होतं. त्यांचं अगदी ठाम मत होतं, सौ. मरींनी जरी दोन वेळा पीएच.डी. ही पदवी मिळवली असली, तरी त्या पदव्यांसाठी घेतलेले कष्ट, किंवा स्वयंपाकघराला लागून असलेल्या प्रयोगशाळेत वेगवेगळे प्रयोग करणं, हे सगळं म्हणजे खरंखुरं काम नव्हेच मुळी! त्या लोकांना सौ. मरींचं काम म्हणजे नुसतेच रिकामटेकडे उद्योग वाटायचे. त्या आता चांगल्या नामवंत झालेल्या होत्या, त्यामुळे उघडपणे फारसं कुणी बोलत नसे. तरी पण, घर सांभाळणं, स्वच्छ ठेवणं, किंवा फारतर एखाद्या कारखान्यात, ऑफिसमध्ये नऊ ते पाच नोकरी करणं, हेच एखाद्या बाईचं खरंखुरं काम असतं, असाच सगळ्यांचा समज होता.

'...माझा नवरा ह्या असल्या बाईचा मुलगा कसा काय असू शकतो?' मेगच्या मनात शेकडो वेळा हा विचार येत असे, तसा तो आत्ताही आला. तिला कॅल्विनचं मनमोकळं हसू आणि चेहऱ्यावरचे सावध, धोरणी भाव आठवले. '...आई म्हणते की, सौ. ओ'कीफ दिसतात तशा नाहीयेत, आणखीही बरंच काही दडलंय त्यांच्या व्यक्तिमत्त्वात. मला मात्र ते अजून लक्षात आलं नाहीये. मला इतकंच कळलंय की, त्यांना मी किंवा माझ्या कुटुंबातलं कोणीच आवडत नाही. मग आज जेवायला का आल्या असतील त्या...काहीच कळत नाहीये. आल्या नसत्या तर बरं झालं असतं,' मेगच्या मनात विचार सुरूच होते.

पूर्वीप्रमाणेच तिच्या जुळ्या भावांनी, टेबलावर मांडामांड करायचं काम आपणहून स्वत:कडे घेतलं होतं. हातात मूठभर काटे धरून, हसत हसत आईकडे नजर टाकून सँडी म्हणाला, "खरं म्हणजे आपली आई, एवढं आभारप्रदर्शनाचं जेवणच फक्त स्वयंपाकघरात बनवते..."

"... हे एवढंच जेवण प्रयोगशाळेतल्या बन्सेन बर्नरवर शिजत नाही." डेनीसनं वाक्य पूर्ण केलं.

आईच्या खांद्यावर लाडानं थोपटत सँडी म्हणाला, "म्हणजे आम्ही तुला नावं ठेवत नाहीये हं, आई."

“हो ना, आणि तसं केल्यामुळेच तर आईला थेट नोबेल पारितोषिक मिळालं की. आई, आम्हाला तुझा खरंच खूप अभिमान वाटतो गं. हां...आता, तू आणि बाबा, तुम्हा दोघांमुळे आम्हाला आमची शैक्षणिक कामगिरी उंचवावी लागली म्हणा!”

“आमचा शैक्षणिक दर्जा वाढवावा लागला.” सँडी म्हणाला. त्यानं स्वयंपाकघरातल्या कपाटातून जेवायच्या बशा बाहेर काढल्या, त्या मोजल्या आणि एका मोठ्या काचेच्या ताटाजवळ ठेवल्या. त्या ताटात खमंग टर्की ठेवण्यात येणार होता.

...माझं घर, मेगच्या मनात सुखद भावना निर्माण झाली. तिच्या आई-बाबांकडे, भावंडांकडे तिनं कृतज्ञ होऊन मायेनं पाहिलं. ह्या सगळ्यांनी तिच्या पौगंडावस्थेतील कटकटी सहन केल्या होत्या. तिला अजूनही आपण फार मोठ्या झालोय, असं वाटतच नव्हतं. तिला तर वाटायचं, जणू अगदी आत्ताआत्तापर्यंत तर ती दातांना पट्ट्या बसवलेली, नाकावरून सतत घसरणारा चष्मा सावरणारी, उंदरासारख्या तपकिरी रंगाच्या, विस्कटलेल्या केसांची लहान मुलगी होती. ती तिच्या आईसारखी सुंदर आणि आत्मविश्वासू बाई कधीही बनणार नाही, असा ठाम विश्वास होता तिला, आणि त्याचं तिला वाईटही वाटायचं. आता मोठी झाल्यानंतरही, तिची स्वत:बद्दलची कल्पना त्या किशोरावस्थेतल्या मेगपेक्षा फारशी वेगळी नव्हती. खरं तर आता ती एक आकर्षक तरुणी बनली होती. दातांच्या पट्ट्यांची गरज उरली नसल्यामुळे, आता त्या पट्ट्या नव्हत्या. चष्म्याऐवजी ती कॉन्टॅक्ट लेन्सेस वापरू लागली होती, आणि तिचे पिंगट केस, आईसारखे गडद तपकिरी रंगाचे नसले, तरी छानपैकी दाट आणि चमकदार झाले होते. तिनं ते केस, चेहऱ्यावरून हलकेच मागे घेऊन, तिच्या निमुळत्या मानेवर बांधले होते. ती जेव्हा आरशात स्वत:कडे त्रयस्थपणे पाहायची, तेव्हा ती सुंदर दिसतीये हे तिला कळायचं, पण तिला ते अजूनही सवयीचं होत नव्हतं. आईदेखील या अशाच अवस्थेतून गेली होती, हे मान्य करणं तिच्यासाठी फार कठीण होतं.

‘मी जशी बदललीय, तसा शारीरिक बदल चार्ल्स वॉलेसमध्येही होईल का?’ तिच्या मनात आलं. त्याचा बाह्य, शारीरिक विकास धीम्या गतीनंच होत होता. त्याची अचानक एकदम वेगानं वाढ होईल, असं आई-बाबांचं मत होतं.

तिला तिच्या जुळ्या भावांपेक्षा, किंवा आई-बाबांपेक्षा, चार्ल्सची खूप आठवण येत असे. सगळ्यात मोठं मूल, आणि शेंडेफळ अशी जोडगोळी होती त्यांची, आणि त्या दोघांचं अगदी खास मेतकूट होतं. त्यांच्यात खूप घट्ट भावबंध होते. चार्ल्सला तर मेगच्या मनात, तिच्या विश्वात, काय चाललंय हे अंत:प्रेरणेनं आपोआप कळायचं. काही समस्या निर्माण झाल्यास त्याला ते लगेच कळायचं,

आणि तो तिच्या मदतीसाठी, तिला मानसिक आधार देण्यासाठी सदैव तिच्यासोबत असायचा. ह्या आभारप्रदर्शनाच्या दिवसांत चार्ल्ससोबत आपल्या घरी राहणं, तिला फार आवडत होतं. तिच्या आई-बाबांचं हे घर अजूनही तशीच आपुलकी वाटावी असं होतं. ती आणि कॅल्विन अनेकदा शनिवार-रविवारी तिथे येऊन राहत असत. ते दोघे कॅल्विनच्या दवाखान्याजवळ, सगळ्या सुखसोयी असलेल्या एका लहानशा सदनिकेत राहायचे. त्या इमारतीवर 'पाळीव प्राण्यांना मज्जाव' अशी पाटी होती, आणि एकूणातच लहान मुलंही नकोशी असावीत, असंच तिथलं वातावरणही होतं. त्यांना आता लवकरच स्वत:चं घर घेण्याची इच्छा होती. आत्ता मात्र ती आभारप्रदर्शनासाठी घरी आली होती, सगळे कुटुंबीय एकत्र आले होते, त्या सगळ्यांच्या प्रेमात न्हाऊन निघायला छान वाटत होतं. लग्न झाल्यापासून ती कॅल्विनला सोडून कधीच एकटी राहिली नव्हती. सगळ्यांसोबत घरी असल्यामुळे तिला एकटेपणा जाणवत नव्हता.

"मला फोर्टिनब्रासची आठवण येतीये," ती एकदम म्हणाली.

आई स्टोव्हपासून वळून तिला म्हणाली, "हो गं...कुत्रा नसला की घर सुनंसुनं वाटतं. पण फोर्ट बऱ्यापैकी म्हातारा होऊन मगच वारला."

"आई, दुसरा कुत्रा का नाही आणत तू?"

"हो, कधीतरी ते करायचं आहेच. चांगला योग्य कुत्रा आला नाही अजून."

"अगं, तू जाऊन शोधणार नाहीस का?"

श्री. मरीनी टेसरॅक्टच्या प्रतिकृतीतलं लक्ष काढून तिच्याकडे पाहिलं, ते म्हणाले, "साधारणपणे, आपले कुत्रे स्वत:हून आपल्याकडे येतात. जर तसं झालं नाही, तर मग बघू, करू काहीतरी."

आईनं सुचवलं, "मेग, मी गोड पदार्थ म्हणून प्लमचं पुडिंग करणार आहे (आलूबुखार या फळाचा मऊ, केकसारखा पदार्थ). तू त्याच्याबरोबर खायला लोणी-साखरेचा सॉस बनवतेस का?"

"हो, करते की" मेगनं फ्रीज उघडून साधारण पाव किलो लोणी बाहेर काढलं.

फोनची घंटी वाजली.

"मी बघते" ती म्हणाली. एका वाडग्यात लोणी ठेवून ती फोनपाशी गेली. "बाबा, तुमच्यासाठी आलाय फोन. व्हाईट हाउसमधून आलेला वाटतोय."

श्री. मरींनी तातडीनं फोन घेतला. "हॅलो, मि. प्रेसिडेंट," ते हसत म्हणाले. काही वेळानं त्यांच्या चेहऱ्यावरचं हसू पुसलं गेलं आणि त्याऐवजी वेगळेच भाव उमटले... 'कसले? शून्यत्वाचे...' तिच्या मनात आलं.

जुळ्या भावांच्या गप्पा थांबल्या. ढवळणं थांबवून, पातेल्यावर लाकडी डाव

तसाच टेकवून आई स्तब्ध उभी राहिली. सौ. ओ'कीफ त्रासिक चेहऱ्यानं, शेकोटीतल्या आगीकडे एकटक बघत तशाच बसून राहिल्या. चार्ल्स टेसरॅक्टच्या प्रतिकृतीवर लक्ष केंद्रित करत होता.

'...बाबा नुसतंच ऐकतायत, ...राष्ट्राध्यक्षच फक्त बोलतायत' मेगच्या मनात आलं.

भीती, काळजी वाटून ती थरथरली. अगदी एका मिनिटापूर्वी ही खोली गप्पागोष्टींनी गजबजली होती, आणि एकदम सगळे गप्प झाले, त्यांच्या हालचालीही थांबल्या. बाबांकडे तिचं लक्ष एकवटलं होतं, पण ते फोन कानाला लावून नुसतेच ऐकत होते. त्यांचा चेहरा गंभीर झाला, हसू मावळलं, आणि त्याऐवजी कठोर भाव दिसू लागले. खिडकीवर पावसाचे जोरदार सपकारे बसत होते. ...खरं तर आता या दिवसांत बर्फ पडायला हवा, हवामानाचं काहीतरी बिघडलंय...नक्कीच काहीतरी बिघाड झालाय, ती विचार करत होती.

श्री. मरी काही न बोलता, फक्त ऐकत होते. त्यांचं मौन जणू सगळ्या खोलीभर पसरलं. ओव्हनमध्ये भाजल्या जात असलेल्या टर्कीच्या मांसावर जरासा रस आणि तूप घालण्यासाठी, सँडीनं ओव्हनचं दार उघडलं होतं. टर्कीत भरलेल्या सारणातलं चमचाभर सारण, हळूच पळवायचा विचारही होता त्याचा. तो बाबांकडे बघत, तसाच अर्धवट वाकून, स्तब्ध उभा राहिला. सौ. मरी स्टोव्हजवळून किंचित वळल्या आणि त्यांनी एक हात केसांवरून फिरवला. आता त्यांच्या केसांत कानशिलांपाशी चंदेरी झाक जाणवू लागली होती. लोणी फेटण्यासाठी रवी बाहेर काढायला मेगनं ड्रॉवर उघडला होता, हातात रवी तशीच घट्ट धरून ती उभी होती.

'व्हाईट हाउस'मधून राष्ट्राध्यक्षांचा फोन येणं, हे श्री. मरींसाठी नेहमीचंच होतं. गेली अनेक वर्षं भौतिकशास्त्र, अंतराळ-प्रवास या विषयांबद्दल राष्ट्राध्यक्ष नेहमीच त्यांचा सल्ला घेत असत. आत्तापर्यंत अनेकदा गंभीर, त्रासदायक विषयांवर त्यांचं संभाषण होत असे; पण हे मात्र काही वेगळंच होतं. त्यामुळेच ही उबदार खोली थंड, जराशी अंधारी वाटायला लागलीये, असं मेगला वाटलं.

''हो, हो, मि. प्रेसिडेंट, मला समजतंय,'' शेवटी एकदाचे बोलले श्री. मरी. 'फोन केल्याबद्दल आभारी आहे', असं बोलून, फोन खूप जड असल्यागत, त्यांनी तो अगदी सावकाश खाली ठेवला.

डेनीस हातात जेवायचे काटे, चमचे, सुऱ्या तसेच धरून उभा होता. त्यानं विचारलं, ''काय म्हणाले ते?''

बाबांनी काही न बोलता, नुसतीच मान हलवली.

सँडी ओव्हनचं दार बंद करत म्हणाला, ''बाबा, सांगा ना.''

मेग ओरडली, ''बाबा, अहो, काहीतरी झालंय, हे कळतंय आम्हाला. तुम्ही सांगायलाच हवं हं...प्लीज हो, बाबा.''

थंड आणि खोल गेलेल्या आवाजात ते म्हणाले, ''युद्ध.''

नकळत आपले हात पोटाभोवती लपेटत मेगनं विचारलं, ''म्हणजे...म्हणजे अणुयुद्ध?''

सगळे एकत्र गोळा झाले. सौ. मरींनी कॅल्विनच्या आईला त्यांच्यात सामील करून घेण्यासाठी हात पुढे केला, पण त्यांनी डोळे मिटून घेतले आणि दूरच राहिल्या.

''मॅड डॉग ब्रॅन्झिलो वाटतं?'' मेगनं विचारलं.

''हो नं. राष्ट्राध्यक्षांना वाटतंय, की ब्रॅन्झिलो त्याची धमकी खरी करून दाखवणार. मग आपल्यालाही आपली क्षेपणास्त्ररोधक अस्त्रं वापरावी लागतील, दुसरा पर्यायच नाहीये आपल्याकडे.''

''एवढ्या लहानशा देशाकडे क्षेपणास्त्रं कशी आहेत?'' सँडीनं विचारलं.

''अरे, व्हेसप्युजिया साधारण इस्त्राईलएवढा देश आहे, लहान नाहीये, आणि ब्रॅन्झिलोला चांगले ताकदवान मित्र आहेत की.''

''तो खरंच त्याची धमकी प्रत्यक्षात आणेल का हो?''

श्री. मरींनी होकार दिला.

''काही धोक्याचा इशारा मिळाला आहे का?'' सँडीनं विचारलं.

''हो. ही दुःखद घटना थांबवण्यासाठी आपल्याकडे चोवीस तास आहेत, असं राष्ट्राध्यक्ष म्हणाले. आत्तापर्यंत, मी त्यांना इतकं निराश होऊन बोलताना कधीही ऐकलं नव्हतं. ते सहजासहजी हार मानत नाहीत रे.''

मेगचा चेहरा पांढराफटक पडला. ती म्हणाली, ''म्हणजेच सर्वनाश...जगाचा अंत... संपून जाणार सगळं.'' तिनं चार्ल्सकडे पाहिलं, तो मात्र सौ. ओ'कीफ यांच्यासारखाच, आपल्याच तंद्रीत असल्यागत दिसत होता. नेहमीच तिच्यासोबत असणारा चार्ल्स आता मात्र तिच्याकडे लक्षही देत नव्हता. कॅल्विन समुद्रापार गेलेला होता. अत्यंत भीती वाटून तिनं बाबांकडे पाहिलं.

त्यांनी तिचं बोलणं नाकारलं नाही.

शेकोटीजवळ बसलेल्या म्हाताऱ्या सौ. ओ'कीफनं डोळे उघडून, तुच्छतेनं आपले पातळ ओठ मुरडले, आणि म्हणाल्या, ''हे काय चाललंय? अमेरिकेचा राष्ट्राध्यक्ष इथे तुम्हाला कशाला फोन करील? माझी थट्टा करताय काय?'' त्या बोलल्या खरं असं, पण त्यांच्या डोळ्यांत भीती दाटून आलेली स्पष्ट दिसत होती.

''थट्टा नाही सौ. ओ'कीफ, अहो, 'व्हाईट हाउस'मधून यांना नेहमीच फोन

येतो, बऱ्याच वर्षांपासून राष्ट्राध्यक्ष त्यांचा सल्ला घेतात.''

श्री. मरींकडे साशंक नजर टाकून सौ. ओ'कीफ म्हणाल्या, ''ते राजकारणी आहेत, हे मला माहीतच नव्हतं.''

''नाही, ते राजकारणाशी संबंधित नाहीयेत. ते भौतिकशास्त्रज्ञ आहेत. आपल्या राष्ट्राध्यक्षांना विश्वासू व्यक्तीकडून शास्त्रीय माहिती हवी असते, आणि ती माहिती अशा व्यक्तीकडून हवी असते की, ज्यांचे कसलेही छुपे हितसंबंध त्यात गुंतलेले नाहीयेत. म्हणजे, आपल्या प्रकल्पांसाठी आर्थिक मदतीची अपेक्षा न करणारे, किंवा राजकीय पदांची इच्छा नसलेले...अशा व्यक्तींकडून त्यांना योग्य ती माहिती हवी असते. त्यांचे आपल्या नव्या राष्ट्राध्यक्षांशी चांगले जवळचे संबंध निर्माण झालेत,'' सौ. मरींनी रस्सा ढवळत सांगितलं, आणि मग आर्जवानं श्री. मरींपुढे हात पसरत म्हणाल्या, ''अहो, का पण? कशाला? सगळ्यांनाच माहितीये की अणुयुद्धात कोणाचाच विजय होत नाही, तरीही?''

टेसरॅक्टमधून लक्ष काढून मान वर करत, चार्ल्स म्हणाला, ''तो मॅड डॉग ब्रॅन्झिलो आहे नं, त्याचं 'एल रॅबियोसो' असं टोपणनाव आहे.''

''ज्या माणसानं, रानटीपणे रक्तपात घडवून लोकशाही प्रशासन उलथून टाकलं, त्याच्यासाठी 'एल रॅबियोसो' हे नाव अगदीच योग्य आहे. खरोखर वेडाच आहे तो. त्याला अजिबात भल्याबुऱ्याची, किंवा कसलीही चाड नाहीये.''

डेनीस कडवटपणे म्हणाला, ''व्हेसप्युजियामधला एक वेडा माणूस एक बटन दाबेल आणि त्यामुळे सगळी संस्कृती, समाज सगळं काही उद्ध्वस्त होईल. आई-बाबांनी घेतलेली एवढी सगळी मेहनत अणुस्फोटाच्या धुराच्या ढगात विरून जाईल. आपले राष्ट्राध्यक्ष त्याला समजावून त्याचं डोकं ठिकाणावर का आणत नाहीत?''

सँडीनं शेकोटीत लाकडाचा एक नवा ओंडका सरकवला, जणू त्या प्रकाशापासून, उबेपासून जराशी आशा मिळणार होती.

डेनीस बोलतच होता, ''जर त्या ब्रॅन्झिलोनं क्षेपणास्त्रं पाठवली ना, तर संपूर्ण मानवजात उद्ध्वस्त होऊ शकेल...''

सँडी रागारागानं कपाळाला आठ्या घालत म्हणाला, ''...तितकंसं वाईट नसेल ते...''

''...समजा, जरी डोंगराळ भागातले किंवा वाळवंटात राहणारे अगदी तुरळक लोक जिवंत राहिले, तरीही अणुस्फोटाचा सगळ्या ग्रहावर एवढा मोठा परिणाम होईल की, त्यांच्या मुलांमध्ये आनुवंशिक बदल होऊ शकतील. खरंच, आपले राष्ट्राध्यक्ष त्याला हे सगळं का समजावत नाहीत? ही अशी किंमत मोजून, कोणालाही युद्ध नकोसंच वाटेल.''

"ते प्रयत्न करतच नाहीत असं नाहीये रे," श्री. मरी बोलू लागले, "पण तो एल रॅबियोसो म्हणजे अगदी आपलं नाव सार्थ करणारा आहे. त्याच्या मते, जर तो मरणार असेल, तर तो सगळ्या मानवजातीला सोबत घेऊन मरेल."

"हं...आणि म्हणून ते लोक व्हेसप्युजियामधून क्षेपणास्त्रं सोडतील, आणि मग आपण पण प्रत्युत्तर म्हणून आपली क्षेपणास्त्रं पाठवू, आणि हे सगळं कशासाठी?" सँडीचा आवाज रागानं चिरकला.

"एल रॅबियोसोच्या मते, ही त्यानं आपल्याला दिलेली शिक्षा आहे, किंवा सूड घेतोय तो. जगातील ऊर्जेची जी संसाधने आहेत, त्यातली बरीचशी पाश्चिमात्य देशांनी अतिवापर करून संपवत आणली आहेत, आणि त्याबद्दल आपल्याला शिक्षा मिळायलाच हवी, असं त्याचं म्हणणं आहे. तेल आणि कोळशाचा प्रचंड अभाव, अपरिमित वृक्षतोड, झाडांची पानं ओरबाडून घेणं, पर्यावरणाचा ऱ्हास, या सगळ्यासाठी आपणच जबाबदार आहोत. आता त्याची किंमत तो आपल्याला अशा प्रकारे मोजायला लावणार आहे." श्री. मरींनी सांगितलं.

"हो, हा आरोप मान्यच आहे, पण जर तो अशा प्रकारे आपल्याला किंमत मोजायला लावणार असेल, तर व्हेसप्युजियालादेखील अशीच फार मोठी किंमत मोजावी लागेल की?" सँडी म्हणाला.

सौ. ओ'कीफनं आपले सुरकुतलेले हात शेकोटीतल्या आगीपुढे पसरले आणि त्या पुटपुटल्या, "ह्या दैवाधीन संकटसमयी तारा येथे..."

मेगनं प्रश्नार्थक मुद्रेनं तिच्या सासूबाईंकडे पाहिलं, पण त्यांनी नजर वळवली. सगळ्यांना उद्देशून मेग म्हणाली, "माझं बोलणं तुम्हाला कदाचित स्वार्थीपणाचं वाटेल, पण मला मनापासून वाटतंय, कॅल्विन लंडनमध्ये प्रबंध सादर करायला न जाता, आत्ता इथं हवा होता, किंवा मी तरी त्याच्यासोबत जायला हवं होतं."

सौ. मरी तिला म्हणाल्या, "हो गं, मला कळतंय बाळा, पण डॉ. लुईसच्या मते तू इथेच राहणं योग्य होतं नं."

निदान त्याला फोन करता आला तरी बरं होईल...

आपलं मौन सोडून चार्ल्स वॉलेस म्हणाला, "आत्ता, या घडीला झालेलं नाहीये ते अणुयुद्ध. कुठलीही क्षेपणास्त्रं सोडली गेली नाहीयेत. जोपर्यंत ते प्रत्यक्ष घडत नाही, तोपर्यंत ते न घडण्याचीही शक्यता असतेच ना?"

आशेचा एक पुसटता किरण मेगच्या चेहऱ्यावर झळकून गेला. तिच्या मनात विचार आला... जगातल्या इतर लोकांप्रमाणे, आपल्याला ही गोष्ट कळलीच नसती, तर किती बरं झालं असतं. उद्याचा सूर्य उगवण्याआधी आपली आयुष्यं संपून जाणार आहेत, ही भयंकर शक्यता कळलीच नसती तर? कशी आणि काय तयारी करायची आपण?

"...ह्या दैवाधीन संकटसमयी," सौ. ओ'कीफ पुन्हा पुटपुटल्या, सगळे त्यांच्याकडे बघू लागल्यावर मात्र त्यांनी मान वळवली.

चार्ल्स वॉलेस मेगकडे पाहत, पण सगळ्यांनाच उद्देशून शांतपणे म्हणाला, "हे बघा, आज आभारप्रदर्शनाचा दिवस आहे, आणि कॅल्विन सोडून आपण सगळे एकत्र जमलोय. कॅल्विनच्या आईसुद्धा आपल्यासोबत आहेत, आणि ते महत्त्वाचं आहे. कॅल्विनचं मन कुठे असेल, ते आपल्याला माहीतच आहे; मनानं कॅल्विन इथेच, आपल्यासोबत आहे."

"इंग्लंडमध्ये आभारप्रदर्शनाचा दिवस साजरा करत नाहीत," सॅंडीनं शेरा मारला.

"पण आपण तर करतो ना," दृढनिश्चयानं त्याचे बाबा बोलू लागले, "चला, टेबल लावणं आटपा आता. डेनीस, तू पाण्याचे ग्लास भरतोस का?"

बाबांनी मांसाचे पातळ काप करायला सुरुवात केली, आई रश्श्याला दाटपणा आणण्यात गढून गेली, तोपर्यंत मेगनंही लोणी-साखर फेटून सॉस बनवला. चार्ल्स आणि त्याचे जुळे भाऊ भाताचे वाडगे, जास्तीचं सारण, भाज्या, क्रॅनबेरी सॉस अशा अनेक गोष्टी टेबलावर घेऊन आले. सौ. ओ'कीफ मात्र मदतीसाठी जागच्या हलल्याही नाहीत. कामानं झिजलेले हात उलटसुलट करून त्यांच्याकडे पाहत, त्यांनी ते मांडीवर ठेवले. पुन्हा म्हणाल्या, "ह्या दैवाधीन संकटसमयी तारा येथे..."

या वेळी त्यांच्याकडे कोणीही लक्ष दिलं नाही.

सॅंडी विनोद करायचा प्रयत्न करत म्हणाला, "तुम्हाला आठवतंय? आईनं बन्सेन बर्नरवर खोलगट तव्यात ओट्सची बिस्किटं बनवण्याचा प्रयत्न केला होता ते?"

"ए, काय रे? खाण्यालायक झाली होती की ती बिस्किटं." डेनीस म्हणाला.

"अरे बाबा, तुला तर एवढी भूक लागते की तुला काहीही आवडतं."

"खूप, प्रचंड भूक लागते मला."

"चला, या सगळे जेवायला." सौ. मरी म्हणाल्या.

ते टेबलाभोवती जेवायला बसले. एकमेकांचे हात धरण्यासाठी, सौ. मरींनी सवयीनं आपले हात पुढे केले. श्री. मरी आणि मेगच्या मध्ये सौ. ओ'कीफ बसल्या होत्या. सगळ्यांनी एकमेकांचे हात धरले आणि सगळं कुटुंब टेबलाभोवती एकत्र जोडलं गेलं.

चार्ल्सनं सुचवलं, "आपण '*डोना नोबिस पाकेम*' ही शांतिप्रार्थना म्हणूया (आपण, सर्वत्र शांती नांदू दे अशी प्रार्थना करूया). नाहीतरी आपलं देवाकडे तेच मागणं असणार आहे आता."

''सँडीला सुरुवात करू दे,'' मेग म्हणाली, ''त्याचा आवाज खूप छान आहे. आणि मग डेनीस आणि आई, मग बाबा, तू आणि मी.''

मोठ्या आवाजात त्यांनी गायला सुरुवात केली, पुन्हा पुन्हा 'हे दयाघना, शांति दे, शांति दे, शांति दे' ही ओळ गात राहिले.

मेगचा आवाज कापायला लागला, पण तरी तिनं पूर्ण प्रार्थना म्हटली.

जेवण वाढायला सुरुवात झाली. नेहमीसारख्या गप्पा न मारता सगळे गप्प बसले होते.

श्री. मरी म्हणाले, ''दक्षिण अमेरिकेतल्या, एका जवळजवळ अनोळखी, लहानशा देशाच्या हुकूमशहाकडून अशी पराकोटीची धमकी मिळावी, हे किती विचित्र वाटतंय नं. मेग, तुला पक्ष्याच्या मांसाचा कुठला भाग हवाय? फिक्कट वाढू?''

''हो, आणि गडदही हवाय. हे सगळं आभारप्रदर्शनाच्या दिवशीच व्हावं, हा विरोधाभासच म्हणावा लागेल, नाही का?''

सौ. मरी म्हणाल्या, ''पूर्वीच्या एका वसंत ऋतूबद्दल माझी आई सांगायची, ते आठवतंय मला. खूप वर्षांपूर्वी एका वसंतात अमेरिका आणि रशिया यांचे संबंध एवढे ताणले गेले होते, की उन्हाळा संपण्यापूर्वीच अणुयुद्ध होईल, असं अनेक तज्ज्ञांनी भाकीत केलं होतं. ते तज्ज्ञ म्हणजे उगाचच घबराट पसरवणारे, किंवा निराशावादी लोक नव्हते; परिस्थितीचा अंदाज घेऊन त्यांनी भाकीत वर्तवलं होतं. ते ऐकून माझी आई रस्त्यातून चालताना बाजूच्या विलो वृक्षाकडे बघून, या वृक्षाला आता कधीतरी कळ्या येतील का, हा वृक्ष जिवंत राहील का, असा विचार करायची. त्यानंतरच्या प्रत्येक वसंत ऋतूत तिला ते आठवायचं. तिनं त्यानंतर कधीही झाडांचं बहरणं गृहीत धरलं नाही.''

श्री. मरी म्हणाले, ''त्या संकटातून तेव्हा तरी आपली सुटका झाली होती. तशीच आताही होईल.''

''पण ते शक्य आहे का?'' सँडीनं विचारलं. त्याचे तपकिरी डोळे शांत दिसत होते.

''अरे, ते तर तेव्हाही शक्य नव्हतं, पण तरीही नंतर विलो वृक्षांना कितीतरी वर्षं बहर येतच राहिला.'' त्यांनी सौ. ओ'कीफकडे क्रॅनबेरी सॉस सरकवला.

''ह्या दैवाधीन संकटसमयी,'' पुन्हा तेच पुटपुटत, त्यांनी तो सॉस दूर सारला.

बाबांनी त्यांच्याकडे झुकून विचारलं, ''काय म्हणालात तुम्ही?''

''तारा येथे, ह्या दैवाधीन संकटसमयी...'' त्या वैतागानं म्हणाल्या, ''मला आठवतच नाहीये. खूप महत्त्वाचं आहे ते. तुम्हाला माहीत नाही का?''

"नाही. काय आहे ते?"

"मंत्र. किंवा कवितावजा मंत्र. पॅट्रिकचा मंत्र. आत्ता गरज आहे त्याची."

कॅल्विनची आई खूप अबोल स्वभावाची होती. घरीसुद्धा त्या शक्यतो हां... हूं... असे हुंकारे देतच संवाद साधत असत. कॅल्विन सोडून त्यांची बाकीची मुलं फार उशिरा बोलू लागली होती, कारण शाळेत जाऊ लागेपर्यंत त्या मुलांनी आईच्या तोंडून फारसं बोलणं ऐकलंच नव्हतं, एखादं संपूर्ण वाक्यही क्वचितच ऐकलं असेल. चार्ल्सकडे बोट दाखवत त्या म्हणाल्या, "माझी आजी आयर्लंडची होती" आणि त्यांनी त्यांचा ग्लास पाडला.

डेनीसनं पेपर टॉवेल आणून टेबलावर सांडलेलं पाणी पुसलं, आणि म्हणाला, "मला वाटतंय... म्हणजे जर वैश्विक विचार केला ना, तर एवढ्या भल्यामोठ्या अंतराळात, आपला दुय्यम दर्जाचा लहानसा ग्रह उद्ध्वस्त झाला, तरी काही फरक पडणार नाही."

"ए... डेनीस!" मेग ओरडली, मग आईकडे वळून म्हणाली, "मी हे उदाहरण देतीये त्याबद्दल माफ कर हं...पण डेन, आईनं एका मायटोकॉन्ड्रिऑनमधून फॅरॅन्डोली अलग केले होते, ते आठवतंय ना?"

तिचं बोलणं मध्येच तोडत तो म्हणाला, "हो, अगं, अर्थातच आठवतंय. त्यासाठीच तर तिला नोबेल पारितोषिक मिळालं."

सौ. मरींनी हात उंचावून त्याला थांबवलं, "मेगला बोलू दे."

"बरं तर; हे बघ, फॅरॅन्डोली किती लहानसे आणि अगदी नगण्य असतात, ते महत्त्वाचे असतील, असं वाटतही नाही. तरीही त्यांचे मायटोकॉन्ड्रियांसोबत सहजीवी संबंध असतात ना..."

"हो गं, कळलं. मायटोकॉन्ड्रियांमुळे आपल्याला ऊर्जा मिळते, म्हणून जर फॅरॅन्डोलींना काही झालं, तर त्यामुळे आपल्या मायटोकॉन्ड्रियांवरही परिणाम होतो..."

आणि मेग बोलू लागली, "जर तसं झालं, तर ऊर्जेअभावी आपला मृत्यूही होऊ शकतो, तुला तर चांगलंच माहितीये."

"तू पुढे बोल गं," सँडी म्हणाला.

"मग जर आपला ग्रह उद्ध्वस्त झाला, तर त्याचा आपल्या सूर्यमालेवर, लहानसा का असेना, पण काहीतरी परिणाम नक्कीच होईल. मग त्याचा आपल्या आकाशगंगेवर परिणाम होईल, आणि त्यामुळे..."

"अच्छा... म्हणजे आपण रसायनशास्त्रात शिकलो, त्या शृंखला-अभिक्रियेसारखं ना?" सँडीनं विचारलं.

"अं...हो...पण त्यापेक्षा जरा जास्तच. सगळे घटक परस्परांवर अवलंबून

असतात. म्हणजे एका अभिक्रियेतून दुसरी अभिक्रिया, असं सरळपणे होत नाही. प्रत्येकाचा, प्रत्येक गोष्टीचा, किंवा सगळ्याच घटकांचा कुठेतरी, केव्हातरी एकमेकांशी परस्परसंबंध येतोच.''

डेनीसनं ओला झालेला पेपर टॉवेल उचलून तिथे दुसरा कोरडा पेपर टॉवेल ठेवला आणि सौ. ओ'कीफचा रिकामा ग्लास पुन्हा भरला. वादळापासून बचाव व्हावा म्हणून खिडक्यांना बाहेरूनही एक जादा दार होतं, तरीही फटीतून वाऱ्याचा झोत आला, त्या झोताबरोबर खिडक्यांचे पडदे हेलकावले. शेकोटीवरच्या धुराड्यातून पावसाचे मोठमोठे थेंब शेकोटीतल्या आगीवर पडून, चांगला चरचरीत आवाज आला. डेनीसनं आपला मुद्दा सोडला नाही, तो म्हणाला, ''मला तर अजूनही वाटतंय, तू ह्या ग्रहाला अवाजवी महत्त्व देतीयेस. आपण नुसती बजबजपुरी करून ठेवलीय ह्या ग्रहाची. उद्ध्वस्त झाला तर चांगलंच होईल.''

''डेनीस, अरे तू डॉक्टर आहेस नं.'' मेगनं त्याला फटकारलं.

''अजून झाला नाहीये.'' सॅंडी म्हणाला.

''अरे, पण होणार आहेच ना! त्यानं तर लोकांच्या आयुष्याची काळजी घ्यायला हवी, जीव वाचवायला हवा.''

पटकन डेनीसनं तिची माफी मागितली, ''ए...सॉरी गं!''

''तो, उगाच आपण शूर असल्याचा, फारसं काही संकट न ओढवल्याचा नुसताच आव आणतोय गं, दुसरं काही नाही.'' सॅंडीनं आपल्या प्लेटमध्ये भात आणि रस्सा वाढून घेत म्हटलं. आपला ग्लास तिच्या दिशेनं उंचावत तो म्हणाला, ''पोट भरल्यावर बाहेरही जाऊन दाखवेल.''

''मला तसं म्हणायचं होतंही, आणि नव्हतंही,'' डेनीस सफाई देऊ लागला, ''मला वाटतंय, की आपण आपला प्राधान्यक्रम चुकवला. आपण म्हणजे, मानवजातीनं, कशाला महत्त्व द्यायचं, काय जपायचं, काय नाही, हेच कळलं नाही आपल्याला. नाहीतर ही गोंधळाची परिस्थिती ओढवलीच नसती.''

''म्हणायचं होतंही, नव्हतंही,'' सौ. ओ'कीफ तुच्छतेनं हुंकारल्या. पुढे म्हणाल्या, ''तुम्ही काय बडबडताय, कळतच नाही. अगदी तूसुद्धा रे,'' त्यांनी पुन्हा चार्ल्सकडे बोट दाखवलं, मात्र या वेळी ग्लास पाडला नाही.

सॅंडीनं आपल्यासमोर बसलेल्या लहान भावाकडे नजर टाकली. तो निस्तेज आणि लहानखुरा दिसत होता. तो म्हणाला, ''चार्ल्स, तू फारसं काहीच खाल्लं नाही रे, आणि गप्प आहेस अगदी.''

मेगकडे बघत चार्ल्सनं उत्तर दिलं, ''मी ऐकतोय.''

तिनं कान टवकारले, आणि विचारलं, ''काय ऐकतोय?''

त्यानं अगदी किंचित मान हलवली, फक्त तिलाच कळलं ते. मग तिनं

प्रश्न विचारणं थांबवलं.

"तारा येथे, या दैवाधीन संकटसमयी, मी ठेवते अखिल स्वर्ग, त्याच्या सर्व शक्तीसह!" सौ. ओ'कीफनं चार्ल्सकडे बोट दाखवलं आणि पुन्हा ग्लास कलंडला.

ते पुसायला, आता मात्र कोणीही उठलं नाही.

"माझी आजी आयर्लंडची होती. तिनं मला शिकवलंय. अत्यंत महत्त्वाचं आणि गरजेचं आहे ते. मी ठेवते अखिल स्वर्ग, त्याच्या सर्व शक्तीसह..." त्यांचे शब्द तुटकतुटक येऊ लागले.

सौ. ओ'कीफ यांची मुलं त्यांना 'मॉम' म्हणायची. कॅल्विन सोडून इतरांच्या तोंडून ते ऐकणं नकोसं वाटायचं. मेगलाही त्यांना अशी हाक मारणं जरा अवघडच वाटायचं, पण आता मात्र ती उठून त्यांच्यापाशी गेली, आणि त्यांच्या खुर्चीजवळ गुडघ्यांवर बसून हळूच म्हणाली, "मॉम, तुमच्या आजीनं तुम्हाला काय शिकवलं?"

"ते फार महत्त्वाचं आहे, भेसूर काळोख्या शक्तींना दूर लोटण्यासाठी त्याच्यावरच सगळा भरोसा ठेव."

"अहो, पण काय?"

"...*अखिल स्वर्ग, त्याच्या सर्व शक्तींसह.*"

सौ. ओ'कीफ गाऊ लागल्या

"आणि सूर्य त्याच्या देदीप्यमान तेजासह,
आणि बर्फ, त्याच्या आरस्पानी शुभ्रतेसह,
आणि अग्नी त्याच्या सर्वंकष प्रखर ताकदीसह..."

त्याच क्षणी, शेकोटीतल्या आगीवर जणू धुराड्यातून कोणी बादलीभर पाणी ओतावं, तसं झालं. आगीच्या ज्वाला वेड्यावाकड्या फडफडल्या आणि धुराचे लोट खोलीभर पसरले.

"अग्नी त्याच्या सर्वंकष प्रखर ताकदीसह" चार्ल्सनं ठामपणे ती ओळ पुन्हा म्हटली.

सफरचंदाच्या झाडाची लाकडं चरचरली, पण पुन्हा आगीच्या ज्वाला पेटल्या, आणि जळू लागल्या.

सौ. ओ'कीफनं आपला खडबडीत हात मेगच्या खांद्यावर ठेवून जोरात दाबला, जणू त्यामुळे आठवायला मदत होणार होती.

"आणि...आणि विजेचा लोळ, त्याच्या शीघ्र क्रोधासह,
आणि वाहते मार्गस्थ वारे, त्यांच्या झंझावाती वेगासह..."

वाऱ्याचा एक जोरदार तडाखा बसला आणि त्यामुळे घर हादरलं, पण स्थिर राहिलं.

सौ. ओ'कीफ मेगचा खांदा दाबतच होत्या, मेग तो दाब कसाबसा सहन करत होती.

"आणि समुद्र, त्याच्या अथांग खोलीसह,
आणि खडक, त्यांच्या उत्तुंग चढ-उतारांसह,
आणि पृथ्वी, तिच्या परिपूर्ण कणखरतेसह..."

मेगच्या खांद्याचा आधार घेऊन त्या उठल्या, आणि शेकोटीतल्या धगधगत्या आगीकडे बघत उभ्या राहिल्या.

"प्रभूच्या असीम कृपेने आणि मदतीने,
हे सगळं, अगदी सगळं मी उभारते
माझ्या आणि दुष्ट काळोख्या शक्तींच्या मध्ये."

विजयी झाल्यागत चढ्या आवाजात त्या म्हणाल्या, "तो मॅड डॉग ब्रॅन...का काय नाव आहे त्याचं, हा मंत्र त्याला चांगलाच धडा शिकवील."

शरमिंदे झाल्यागत जुळे भाऊ एकमेकांकडे पाहू लागले. श्री. मरी टर्कीचे पातळ काप करू लागले. सौ. मरींचा चेहरा शांत होता. कोणाशी बोलण्याची त्यांना इच्छा नाहीये, हे त्यांच्या चेहऱ्यावर स्पष्ट दिसत होतं. चार्ल्स वॉलेस अतिशय विचारपूर्वक सौ. ओ'कीफकडे बघत होता. गुडघ्यावर बसलेली मेग उठली आणि तिच्या खुर्चीवर जाऊन बसली. सौ. ओ'कीफच्या हाताच्या दाबापासून सुटका झाली तिची. त्या दाबामुळे, तिच्या खांद्यावर त्यांच्या बोटांचे काळेनिळे वळ उमटणार, अशी तिला खात्री होती.

मेग बाजूला झाल्यावर मात्र सौ. ओ'कीफ शक्तिपात झाल्यासारख्या खुर्चीत कोसळल्या. त्या म्हणाल्या, "हे अत्यंत गरजेचं, महत्त्वाचं आहे हं, ह्याच्यावरच सगळी भिस्त ठेवा. माझ्या आजीनंही हेच केलं होतं. इतकी वर्षं विचारच केला नव्हता. आठवायचा प्रयत्नही केला नाही. आजच का बरं आठवलं असेल मला?" त्यांनी थकून गेल्यासारखा एक मोठा श्वास टाकला.

सँडी म्हणाला, "हे साधारणपणे त्या पॅट्रिकच्या प्रार्थना-गीतासारखं वाटतंय. आम्ही ते कॉलेजच्या संगीत-सभेत म्हटलं होतं. माझ्या आवडत्या गाण्यांपैकी आहे ते भक्तीगीत. फार सुंदर चाल आहे त्याची."

"ते गाणं नाहीये" सौ. ओ'कीफनं त्याचं म्हणणं खोडून काढलं. "तो गूढ मंत्र आहे. पॅट्रिकचा मंत्र. संकटापासून बचाव करण्यासाठी. या दैवाधीन प्रसंगी, मी ठेवते अखिल स्वर्ग, त्याच्या सर्व शक्तीसह..."

अचानक वीज गेली. वाऱ्याचा एक जोरदार झोत टेबलावरून सुसाटत गेला, त्यामुळे सगळ्या मेणबत्त्या विझल्या. फ्रीजचा आवाज बंद झाला. घर गरम ठेवणारी, तळघरातल्या भट्टीची घरघर थांबली. ओलसर गारठा खोलीभर पसरला, आणि कुजका वास पसरू लागला. शेकोटीतली आग दिसेनाशी झाली.

"मॉम, ते म्हणा ना!" चार्ल्स त्यांना हाक मारत म्हणाला, "अगदी सगळं, पूर्ण म्हणा."

बारीक आवाजात सौ. ओ'कीफ म्हणाल्या, "मी विसरते रे..."

बाहेर अत्यंत तेजानं वीज लखलखली, खिडकीच्या जाड पडद्यांमधूनही उजेड आत आला. त्यामागोमाग लगेच खूप मोठा कडकडाटही ऐकू आला.

"मी तुमच्याबरोबर म्हणतो," चार्ल्स कळकळीनं म्हणाला. "पण तुम्ही मला मदत करा हं. चला, सुरू करा. या दैवाधीन प्रसंगी, मी ठेवते स्वर्ग, त्याच्या सर्व शक्तीसह..."

पुन्हा विजेचा लखलखाट, आणि कडकडाट. पाठोपाठ, काहीतरी मोडून पडल्याचा अत्यंत मोठा आवाज ऐकू आला.

"एखाद्या झाडावर वीज पडली वाटतं," श्री. मरी म्हणाले.

"स्वर्ग, त्याच्या सर्व शक्तीसह" चार्ल्सनं ती ओळ पुन्हा म्हटली.

सौ. ओ'कीफनं पुढची ओळ म्हटली, "आणि सूर्य, त्याच्या देदीप्यमान तेजासह..."

डेनीसनं काडेपेटी आणून मेणबत्त्या पेटवल्या. आधी त्यांच्या ज्योती वेड्यावाकड्या फरफरल्या, पण नंतर शांतपणे जळू लागल्या.

"आणि बर्फ, त्याच्या आरस्पानी शुभ्रतेसह,
आणि अग्नी त्याच्या सर्वंकष प्रखर ताकदीसह
आणि विजेचा लोळ, त्याच्या शीघ्र क्रोधासह..."

मेगला वाटलं होतं की पुन्हा वीज लखलखेल, ती वाट पाहत होती, घरावरच वीज पडेल, असं वाटत होतं. त्याऐवजी अचानक वीज आली. ज्या अचानकपणे दिवे गेले होते, त्याच अचानकपणे परत आले. घर गरम ठेवणारी भट्टी सुरू झाली. सगळी खोली उजेडानं, उबेनं भरून गेली.

“आणि समुद्र, त्याच्या अथांग खोलीसह,
आणि खडक, त्यांच्या उत्तुंग चढ-उतारांसह,
आणि पृथ्वी, तिच्या परिपूर्ण कणखरतेसह...
प्रभूच्या असीम कृपेने आणि मदतीने,
हे सगळं, अगदी सगळं, मी उभारते
माझ्या आणि दुष्ट काळोख्या शक्तींच्या मध्ये.”

खिडकीच्या पडद्याचा एक कोपरा जरासा उचलून, चार्ल्सनं बाहेर पाहिलं. तो म्हणाला, “आता पावसाऐवजी बर्फ पडायला लागलाय. जमीन पांढरीशुभ्र आणि छान दिसतीये.”

“हं...बरं बरं,” खोलीत नजर फिरवत सँडी म्हणाला, “हे सगळं काय चाललंय? काहीतरी घडलं हे कळलंय मला, पण नक्की काय?”

क्षणभर कोणीच बोललं नाही. मग मेग म्हणाली, “कदाचित आशेला जागा आहे अजूनही.”

तिचं म्हणणं झटकून टाकत सँडी म्हणाला, “खरंच? अगं, काय हे मेग...जरा विवेकानं बोलत जा की गं.”

“का? आपण मुळीच विवेकी जगात राहत नाही. अणुयुद्ध हे काय विवेकाचं लक्षण असतं का? तर्कशुद्धतेनं काही फरक पडत नाही.”

“अगं. पण म्हणून ते अगदीच नाकारू शकत नाही ना आपण, तो ब्रॅन्झिलो ठार वेडा आहे आणि त्याला अजिबात विवेकबुद्धी नाहीये.”

डेनीस म्हणाला, “ठीक आहे रे सँडी, मला पटतंय तुझं. पण आत्ता नक्की काय झालं होतं?”

मेगनं चार्ल्सकडे पाहिलं, तो आपल्याच कोशात गेला होता. काहीतरी ऐकत असल्याचे भाव त्याच्या चेहऱ्यावर दिसत होते.

सँडी उत्तर देऊ लागला, “हे स्पष्टीकरण आपल्याला पटेल असंच आहे. इथे, उत्तर-पूर्व अमेरिकेतल्या वादळी हवामानाचा आणि त्या दक्षिण अमेरिकेतल्या वेड्या माणसाचा काहीही संबंध नाहीये. त्यानं युद्ध सुरू करण्यासाठी तिथे बसून बटण दाबलं काय, किंवा नाही दाबलं काय, त्यामुळे काहीही फरक पडत नाही. आणि त्यानं जर युद्ध सुरू केलं, तर जे युद्ध होईल, ते लढायांचा कायमचा अंत करण्यासाठी असू शकेल.”

मेगच्या पोटातल्या बाळानं हालचाल केली, जणू जिवंतपणाचं भक्कम उदाहरण. तिनं विचारलं, “बाबा, राष्ट्राध्यक्ष पुन्हा फोन करणार आहेत का?”

“ते म्हणाले, की काही बातमी कळली तर फोन करून कळवतील...म्हणजे,

जी काय घडामोड होईल, ती कळवतील ते.''

''चोवीस तासांत?''

''हो. आत्ता ते बिकट परिस्थितीत सापडले आहेत. आत्ता तरी मला त्यांच्या जागी असण्याची मुळीच इच्छा नाहीये.''

''किंवा आपल्यासारख्या परिस्थितीतदेखील असायला नको. मला तर वाटतंय, सगळं जग या संकटात सापडलंय,'' डेनीस म्हणाला.

चार्ल्स अजूनही खिडकीबाहेर बघत होता. तो म्हणाला, ''हिमवर्षाव थांबत आलाय. वाऱ्यानं दिशा बदलली आहे, आता वारे वायव्येकडे वाहतायत. ढगही पांगायला लागलेत. मला एक चांदणी दिसतेय.'' त्यानं पडदा बंद केला.

सौ. ओ'कीफनं खाडकन डोकं वळवून त्याच्याकडे पाहिलं. त्या म्हणाल्या, ''ए...तू रे...चक, मी तुझ्यासाठी आले.''

''का हो मॉम?'' त्यानं हळूच विचारलं.

''तुला माहितीये.''

त्यानं मान हलवली.

''त्याला थांबव रे चक. तो मॅड डॉग ब्रॅन...थांबव त्याला.'' त्या अगदी म्हाताऱ्या आणि लहानखुऱ्या दिसत होत्या. 'त्यांनी माझा खांदा, एवढ्या जोरात कसा काय खाली दाबला असेल?' मेगला आश्चर्य वाटलं. सौ. ओ'कीफ दोनदा चार्ल्स वॉलेसला 'चक' म्हणाल्या. त्याला अशी हाक कोणीही मारत नसे. अधूनमधून नुसतं चार्ल्स म्हणत, पण चार्ली, किंवा चक मात्र कधीही नाही.

सौ. मरींनी त्यांना विचारलं, ''सौ. ओ'कीफ, तुम्ही काही चहा, कॉफी घेणार का?''

अजिबात न हसता त्या चुकचुकल्या, आणि म्हणाल्या, ''हं...बरोबरच आहे, माझं ऐकूच नका तुम्ही. मला वेड लागलंय असंच वाटतंय नं तुम्हाला? पण मी तितकी वेडी, मूर्ख नाहीये बरं का, या चकला माहितीये.'' त्यांनी चार्ल्सकडे निर्देश केला आणि पुढे म्हणाल्या, ''सकाळी उठल्यावर मी ठरवलं होतं की, इथे यायचं नाही असं. मग कुठूनतरी आवाज आला, त्या आवाजानं सांगितलं, मला आवडो, की न आवडो, मी जायलाच हवं. मलाही कळत नव्हतं, मला असं काय होतंय ते. इथे आल्यावर तुला पाहिलं, तुझे मोठे आणि प्राचीन काळातले वाटावे असे डोळे पाहिले, आणि मला हळूहळू अचानक तो गूढ मंत्र आठवायला लागला. मग माझी खात्रीच पटली, की हा चक मुळीच मूर्ख नाहीये. आत्तापर्यंत मी माझ्या आजीबद्दल, किंवा त्या मंत्राबद्दल विचारही केला नव्हता. चक, आता तुला तो मंत्र मिळालाय. त्याचा वापर कर,'' एवढं बोलताबोलता त्यांना धाप लागली, तरी त्या म्हणाल्या, ''मला घरी जायचंय.'' कोणी काहीच बोललं नाही,

म्हणून मग त्या म्हणाल्या, "मला कोणीतरी माझ्या घरी नेऊन सोडा."

डेनीस त्यांना शांत करण्यासाठी खुशामत करू लागला, "पण सौ. ओ'कीफ अहो, आपण तर अजून सॅलड खाल्लंच नाहीये, आणि आज सॅलडमध्ये भरपूर ॲव्होकाडो फळं आणि टोमॅटो घातले आहेत. आणि शिवाय गोड म्हणून, ते चविष्ट प्लमचं पुडिंगही आहेच, त्याला आगीच्या ज्वालांमध्ये भाजायचंय नं अजून."

"स्वत:लाच लाव ती आग. मी ज्या कामासाठी आले होते, ते झालंय. मला कोणीतरी घरी नेऊन सोडा."

"बरं, ठीक आहे सौ. ओ'कीफ," श्री. मरी उठून म्हणाले, "डेन, सँडी, तुमच्यापैकी कोणी सौ. ओ'कीफना गाडीनं घरी सोडेल का?"

डेनीस म्हणाला, "मी जातो. मी तुमचा कोट घेऊन येतो हं, मॅडम."

त्यांची गाडी गेल्यावर सँडी म्हणाला, "एखाद्यानं खरंच विश्वास ठेवला असता त्यांच्यावर."

श्री. व सौ. मरींची नजरानजर झाली, सौ. मरी म्हणाल्या, "माझा विश्वास आहे."

"ए...आई...काहीतरी काय गं... काय तो मंत्र...अन् कसलं काय...आणि चार्ल्स वॉलेस एकटाच त्या मॅड डॉग ब्रॅन्झिलोला थांबवणार? उगाच काहीतरीच आपलं..."

"म्हणजे अगदी तसंच नाही रे, पण मला त्यांच्या बोलण्याचा गंभीरपणे विचार करावा, असं वाटतंय."

मेगनं चार्ल्सकडे एक चिंतातुर नजर टाकली आणि ती आईला म्हणाली, "तू नेहमीच म्हणायचीस की त्या दिसतात तशा नाहीयेत, आणखीही बरंच काही दडलंय त्यांच्या व्यक्तिमत्त्वात. ते जे काही जास्तीचं आहे, त्याची झलक आत्ता दिसलीच आपल्याला."

"हो, मलाही तसंच वाटतंय," तिचे बाबा म्हणाले.

"बरं, बरं. मग ते सगळं काय होतं, कशाबद्दल होतं? ते सगळं किती...अं...अनैसर्गिक होतं."

"नैसर्गिक म्हणजे काय?" चार्ल्सनं प्रश्न केला.

सँडीच्या भुवया उंचावल्या, तो म्हणाला, "ठीक आहे, पण धाकटे बंधुराज, तुम्हाला काय कळलं हो त्यातून? त्या ब्रॅन्झिलोला अडवायला काय करणार आहेस तू?"

"मला नाही माहीत," गंभीरपणे चार्ल्स म्हणाला. "मी त्या गूढ मंत्राचा उपयोग करीन."

"तुला ते आठवतंय तरी का?" मेगनं विचारलं.

"हो, आठवतंय."

"त्या तुला चक म्हणत होत्या, तू ऐकलंस का ते?"

"हो, ऐकलं."

"अरे, पण तुला तर कोणीही चक म्हणत नाही. त्या कशा काय म्हणाल्या?"

"मला माहीत नाही गं, कदाचित भूतकाळातलं असेल काहीतरी."

फोनची घंटी वाजली, आणि सगळे दचकले. श्री. मरी घाईनं फोनजवळ गेले आणि फोन उचलायला पुढे केलेला हात त्यांनी क्षणभर मागे घेतला, आणि मग शेवटी उचलला फोन.

हा फोन राष्ट्राध्यक्षांचा नव्हताच. तो कॅल्विननं लंडनहून केला होता. तो सगळ्यांशी थोडं थोडं बोलला. त्याची आई आणि डेनीस यांच्याशी बोलता न आल्याबद्दल खेद व्यक्त केला, पण त्याची आई तिथे आल्याचा त्याला खूप आनंद झाला होता. ती परिषद खूप आवडली त्याला, आणि त्याच्या प्रबंधाचं सादरीकरणही छान झालं होतं. शेवटी तो पुन्हा एकदा मेगशी बोलला, तिला फक्त 'माझं तुझ्यावर खूप प्रेम आहे' एवढंच सांगून त्यानं फोन बंद केला.

"आंतरराष्ट्रीय फोन असेल, तर मी फोनवर बोलताना नेहमीच गडबड करते. त्यामुळे बहुतेक तरी त्याच्या काही लक्षात आलं नसावं. इथे जे काय घडलं, ते त्याला सांगण्यात काहीच अर्थ नाहीये. एवढ्या दूरवरून तो काहीच करू शकणार नाही. त्याला उगाचच काळजी वाटत राहील..." डेनीस बोटांवर फुंकर मारत घरात आला, ती त्याच्याकडे वळली.

डोळ्यात येणारं पाणी कसंबसं आवरत ती त्याला म्हणाली, "लंडनहून कॅल्विनचा फोन आला होता. त्यानं तुला शुभेच्छा दिल्या आहेत."

"ओ... नेमकी चुकामूक झाली गं, वाईट वाटतंय मला. बरं, आता आपण ते सॅलड आणि मग प्लमचं पुडिंग खाऊया का?"

'...काहीच झालेलं नसल्यागत, नेहमीसारखं वागायचा प्रयत्न का करतोय आपण?' मेगला प्रश्न पडला, पण ती काही बोलली नाही.

चार्ल्सनं मात्र तिच्या मनातला प्रश्न ओळखून उत्तर दिलं, "नेहमीसारखं वागणं, हे एखाद्या गठ्ठ्याला बांधलेल्या दोरीसारखं असतं गं मेग. ती दोरी तुटली, तर आपण सगळेच कोलमडून जाऊ."

बाबा म्हणाले, "तुम्हाला माहितीये नं बाळांनो, कित्येक वर्षांपासून हे जग इतकं विकृत झालंय ना, की शांततामय, विवेकी वातावरणात जगणं आपण विसरून गेलोय. ते अनोळखीच वाटतं. आता जर आपल्याला विवेकपूर्ण शांतता हवी असेल, तर आपल्याला ती आपल्या मनात आणि घरात निर्माण करावी लागेल."

"अशा प्रसंगातसुद्धा?" मेगनं विचारलं. कॅल्विनचा फोन आल्यावर त्याचा आवाज ऐकून तिचं स्वत:वरचं नियंत्रण सुटत चाललं होतं.

"हो, अशा प्रसंगी तर अगदी विशेष गरजेचं आहे," तिची आई हळूच म्हणाली, "आता पुढच्या चोवीस तासांत काय होईल, आपल्याला माहीत नाहीये. ज्याची भीती वाटतीये तेच घडलं, तर आपली मन:शांतीच आपल्या कामी येईल."

"खरंच?" मेगचा आवाज कापला.

"एक लक्षात ठेवा," श्री. मरी बोलू लागले, "तुमची आई आणि मी, सौ. ओ'कीफच्या बोलण्याकडे गंभीरतेनं लक्ष पुरवणार आहोत."

ते न पटून सँडी म्हणाला, "बाबा, अहो काय हे...तुम्ही शास्त्रज्ञ आहात. त्या म्हाताऱ्या बाईंच्या बोलण्याकडे काय लक्ष देता."

"मला त्यांच्या मंत्राला, सृष्टीतल्या पंचमहाभूतांनी दिलेला प्रतिसाद लक्ष देण्यालायक वाटतो."

"अहो, तो निव्वळ योगायोग," जरा साशंकतेनं डेनीस म्हणाला.

"योगायोग वगैरे काहीही नसतं, असं भौतिकशास्त्राच्या अभ्यासानं मला शिकवलंय."

"चार्ल्स वॉलेस अजून काहीच बोललेला नाहीये," मेग आपल्या लहान भावाकडे बघत म्हणाली.

डेनीसनं त्याला विचारलं, "काय रे? काय म्हणायचंय तुला?"

चार्ल्सनं सावकाश मान हलवली. तो बुचकळ्यात पडलेला वाटत होता. "मला माहीत नाहीये. मी काहीतरी करायला हवं, असं वाटतंय खरं, पण नक्की काय ते मलाच माहीत नाहीये. पण जर मी काहीतरी करणं अपेक्षित असेल, तर मला तसं सांगण्यात येईल."

"आणि ते कोण सांगणार? बाहेरच्या अवकाशातून बुटके येऊन सांगणार आहेत का?" सँडी थट्टेनं म्हणाला.

"माझ्यातलं काहीतरी, कदाचित माझं मन सांगेल मला. आता कोणाला आणखी सॅलड खायचं नसेल ना, तर मग आपण दिवे बंद करूया, आणि बाबा, तुम्ही पुडिंगवर ब्रँडी ओतून मस्तपैकी आगीच्या ज्वालांमध्ये भाजा. अंधारात छान दिसेल ते."

"दिवे बंद नका करू नं, कदाचित नंतर आपल्याला वीज मिळणारही नाही. वीज आहे, तोवर दिव्यांचा आनंद घेऊया," मेग म्हणाली.

"पण मला तर दिवे बंद करून, फक्त पेटत्या प्लम पुडिंगचा उजेडच बघायला आवडेल." चार्ल्स म्हणाला.

सौ. मरींनी वाफवत ठेवलेलं पुडिंग बाहेर काढलं, आणि एका मोठ्या प्लेटमध्ये ठेवलं. डेनीसनं त्यावर छोटीशी लालचुटुक फळं असलेली, हॉली झाडाची नाजूक डहाळी खोचली. श्री. मरी ब्रँडीची बाटली घेऊन आले, आणि त्यांनी पुडिंगवर भरपूर ब्रँडी ओतली. त्यांनी आगपेटीची काडी पेटवल्याबरोबर चार्ल्सनं दिवे बंद केले आणि सँडीनं मेणबत्त्या विझवल्या. पेटत्या ब्रँडीतून झगमगत्या निळ्या ज्वाला निघू लागल्या. ह्या ज्वाळा फारच तेजस्वी दिसत होत्या, एवढी वर्षं, आभारप्रदर्शनाच्या वेळी इतक्या चमकदार ज्वाळा कधीच दिसल्या नव्हत्या. दरवर्षीच्या या पारंपरिक सुट्टीला, त्यांच्याकडे हेच पक्वान्न असायचं. सौ. मरी म्हणायच्या तसंच... बन्सेन बर्नरवर तुम्ही केक बनवू शकत नाही. तसं त्यांनी करून पाहिलं होतं, आणि तो प्रयोग अयशस्वी झाला होता.

सगळी ब्रँडी नीट पेटावी म्हणून, श्री. मरींनी पुडिंगची प्लेट कलती केली. झगमगत्या, स्वच्छ निळ्या ज्वाळा अजूनही उठत होत्या. त्या निळ्या रंगात उन्हाळी ऊब होती, हिवाळ्यातला गारठा नव्हे.

"आणि अग्नी त्याच्या सर्वंकष प्रखर ताकदीसह," चार्ल्स हळुवारपणे म्हणाला.

"पण कुठल्या प्रकारची ताकद?" मेगनं प्रश्न केला. शेकोटीत तडतडणाऱ्या लाकडांकडे पाहत ती म्हणाली, "आगीमुळे तुम्हाला ऊब मिळते, पण ती जर हाताबाहेर गेली तर मात्र हीच आग, तुमचं घर जाळून खाक करू शकते. भलीमोठी जंगलं जाळून टाकू शकते. संपूर्ण शहरंसुद्धा जाळून टाकू शकते."

"ताकदीचा उपयोग विध्वंस करण्यासाठी आणि त्याचप्रमाणे नवनिर्मिती करण्यासाठीही करता येतो," चार्ल्स म्हणाला. "ही आग मदतीसाठी आणि सुधारणा करण्यासाठी आहे."

"माझी पण तशीच इच्छा आहे रे बाबा! तसंच घडू दे." मेग म्हणाली.

२

अखिल स्वर्ग, त्याच्या शक्तीसह

मेग पोटमाळ्यावरच्या तिच्या खोलीत जुन्या पितळी पलंगावर पाठीशी उशा घेऊन, टेकून बसली होती, आणि वाचायचा प्रयत्न करत होती. विचार करकरून नुसता त्रास होत होता. विचार करायला लागलं की भविष्याचं भीतीदायक चित्र डोळ्यासमोर यायचं. तिला आधार द्यायला कॅल्विनही इथे नव्हता. तिनं हातातलं पुस्तक खाली पडू दिलं. ते तिचं आवडतं, जुनं, परीकथांचं पुस्तक होतं. निदान आजूबाजूला असलेल्या ओळखीच्या गोष्टींमधून दिलासा मिळेल, असं वाटून तिनं खोलीत इकडेतिकडे पाहिलं. तिचे मोकळे सोडलेले केस खांद्यांवर रुळत होते. तिनं तिच्या जुन्या आरशात पाहिलं. ती चिंताग्रस्त झालेली होती, तरीही आपलं प्रतिबिंब पाहून खूश झाली. ती पुन्हा छोट्या मुलीसारखी दिसत होती; मात्र ती लहान असताना दिसायची, त्यापेक्षा कितीतरी सुंदर.

तिला कुणाचीतरी अगदी हलकीशी चाहूल लागली. मनीमाऊचं एक चट्टेरीपट्टेरी पिल्लू दबकत जमिनीवरून चालत आलं आणि उडी मारून पलंगावर चढलं. ते तिथे बसून, आपलं अंग चाटून साफ करत, हळूच गुरगुरायला लागलं. त्यांच्याकडे, निदान एक तरी मांजराचं पिल्लू नेहमी असायचंच. तिला त्यांच्या कुत्र्याची आठवण आली. आज संध्याकाळी घडलेल्या घटनांचा फोर्टिनब्रासनं काय अर्थ काढला असता? तिच्या मनात आलं. आत्ता जर तो इथे, नेहमीसारखा पलंगाच्या पायाशी बसलेला असता तर किती छान वाटलं असतं. कुठली गोष्ट त्याच्या मानवी कुटुंबासाठी मदतीची ठरेल, किंवा त्रासदायक होईल, याबद्दल त्याला इतर कुत्र्यांपेक्षा जास्त आणि खास पारख होती. त्याला संकटाची चाहूल फार लवकर लागायची.

मेगला गारठा जाणवला, तिनं आपली जुनी रजई खांद्यांवरून लपेटून घेतली. अखिल स्वर्गाला त्याच्या शक्तीसह आवाहन करणारे, सौ. ओ'कीफचे शब्द तिला आठवले. तिला खूप भीती वाटली आणि एक मोठा, प्रेमळ कुत्रा जवळ

असावासा वाटला. संध्याकाळी स्वर्गानं चांगलीच ताकद दाखवली होती, फारच विचित्र आणि नियंत्रणाबाहेरचं होतं ते सगळं.

चार्ल्स वॉलेस... तिला तो जवळ असावा, असं वाटलं. त्या ब्रॅन्झिलोला अटकाव करण्यासाठी सौ. ओ'कीफनं चार्ल्सला साकडं घातलं होतं. खरंच, स्वर्गाच्या शक्य तितक्या शक्तींची त्याला गरज लागणारच होती.

त्यानं मेगला अगदी तुटक स्वरात 'गुड नाईट' म्हटलं होतं, आपल्याच विचारांच्या तंद्रीत वाटत होता तो. मग त्यानं तिच्याकडे गूढ नजरेनं एकटक पाहिलं होतं, म्हणूनच आत्ता तिनं खोलीतला दिवा चालूच ठेवला होता अन् पुस्तक घेऊन बसली होती. राष्ट्राध्यक्षांचा फोन आल्यापासून घडलेल्या घटनांमुळे तिची झोप उडाली होती.

मांजराचं पिल्लू उठून उभं राहिलं, तिच्याभोवती तीन फेऱ्या मारून तिच्या मांडीवर जाऊन बसलं आणि झोपून गेलं. या मांजरासारखं, उद्या काय होईल याची भीती न वाटता, शांतपणे झोप लागू शकेल का? तिच्या मनात आलं. थकव्यानं तिचे डोळे चुरचुरायला लागले, पण तिला ते बंद करावेसे वाटत नव्हते. डोळे मिटले असते, तर खोलीतल्या नेहमीच्या ओळखीच्या वस्तूही नजरेआड झाल्या असत्या. त्या वस्तूंची सोबत तिला आश्वासक वाटत होती. तिच्या टेबलावरचा अभ्यास करायचा दोन बल्ब असलेला दिवा; तिनं फळ्या आणि विटा वापरून तयार केलेलं, आता जुनाट झालेलं पुस्तकांचं शेल्फ; खिडकीचे निळे पडदे हे सगळं तिला नजरेआड होऊ द्यायचं नव्हतं. त्या पडद्यांची खालची शिवण कधीपासून उसवली होती, तिला आठवतही नव्हतं. ते शिवायला हवं होतं. अगदी तिच्या लग्नाच्या आधीपासूनच ती ते शिवून टाकायचं ठरवत होती, पण राहूनच गेलं होतं. 'उद्या शिवू या', तिनं ठरवलं... 'पण जर उद्याचा दिवस उजाडलाच नाही तर'...

पोटमाळ्याच्या जिन्यावर पावलांचा आवाज ऐकू आला. ती आधी जरा ताठ झाली, पण मग निवांत झाली. जिन्याची करकरणारी सातवी पायरी चुकवून जिना चढायची सगळ्यांना सवय झाली होती. आता ती पायरी नुसतीच करकरत नसे, तर त्यावर पाय ठेवला की मोठा धडाकेबाज आवाज येत असे. त्या पायरीच्या सर्वांत डावीकडे पाय ठेवला की कमीत कमी आवाज येतो, हे चार्ल्स आणि मेगला कळलं, आणि काळजीपूर्वक डावीकडे पाय ठेवून जिना चढायला ते दोघे शिकले. दोघांपैकी कोणीही जेव्हा असा जिना चढेल, तेव्हा तो चर्चेचा इशारा समजायचा, असा संकेतच ठरवून टाकला होता त्यांनी.

त्याच्या जवळ येणाऱ्या पावलांचा आवाज ती ऐकत राहिली. तिथे ठेवलेल्या त्याच्या जुन्या, झुलत्या लाकडी घोड्याच्या मागील भागावर त्यानं मायेनं चापट

मारली. तो घोडा झुलायला लागला. मग डार्टबोर्डवर डार्ट फेकल्याचा आवाज आला, हे सगळे एवढी वर्षं ठरवलेले इशारे होते.

दरवाजावर टांगलेला तांदळासारख्या मण्यांचा पडदा बाजूला सारत तो आत आला. पलंगाच्या पायाकडच्या बाजूला उभा राहून त्यानं आपली हनुवटी पलंगाच्या दांडीवर टेकवली. अजिबात न हसता तो तिच्याकडे एकटक बघत राहिला, आणि मग लहानपणी चढायचा, तसा पायाकडच्या बाजूनं पलंगावर चढून मांडी घालून बसला. ''मी काहीतरी करावं, असं खरंच वाटतंय गं त्यांना.''

मेगनं मान डोलावली.

''पण मला मात्र आपल्या आई-बाबांपेक्षा जुळ्या भावांची जास्त कीव करावीशी वाटतीये. त्या दोघांना वाटतं, की हे सगळं अशक्य आणि अतर्क्य आहे.''

''तुला आठवतंय का...आई नेहमीच म्हणायची, की त्या दिसतात तशा नाहीत, त्यांच्या व्यक्तिमत्त्वात आणखीही काही दडलंय.''

''त्या मंत्राचं काय?''

एक सुस्कारा टाकून मेग म्हणाली, ''त्यांनी तो तुला दिलाय.''

''अगं, पण मी काय करू त्याचं?''

''त्या ब्रॅन्झिलोला थांबव, पण मलाही आपल्या जुळ्या भावांसारखं वाटायला लागलंय बहुदा. या सगळ्याला काहीच अर्थ नाहीये.''

''तू खरंच कधीतरी त्यांच्याशी मोकळेपणानं बोललीस का गं? तुला त्यांच्याबद्दल काहीतरी माहिती आहे का?''

''नाही बोलले मी, आणि कोणाला त्यांची माहिती असेल, असंही मला वाटत नाही. कॅल्विनच्या मते खूप पूर्वीच त्यांनी स्वतःहून कुणावरही प्रेम करणं, माया करणं थांबवलं... दुखावलं जाऊ नये म्हणून.''

''त्यांचं लग्नाआधीचं नाव काय आहे गं?'' मध्येच चार्ल्सनं अचानक विचारलं.

मेगच्या कपाळाला आठ्या पडल्या, ती म्हणाली, ''मला आठवत नाहीये, का रे?''

''ते मलाही कळत नाहीये. अगदी पूर्ण अंधारात असल्यासारखं वाटतंय. त्या म्हणाल्या होत्या की, त्यांच्या आजीनं त्यांना हा मंत्र दिला होता...बरं, तुला त्यांचं पहिलं नाव तरी माहीत आहे का?''

मेगनं आठवायचा प्रयत्न करत डोळे बंद केले. ती म्हणाली, ''अं... ब्रॅन्वेन. हो, तेच आहे त्यांचं नाव. त्यांनी मला लग्नाची भेट म्हणून दोन लिननच्या चादरी दिल्या होत्या. खूप मळलेल्या होत्या त्या. मला त्या जवळपास सहा वेळा धुवाव्या लागल्या होत्या, पण नंतर मात्र त्या इतक्या सुंदर दिसू लागल्या ना...मला तर वाटतंय, की त्या चादरी त्यांच्या लग्नातल्या असाव्यात...आणि त्या चादरींवर

काही आद्याक्षरं भरतकाम करून विणलेली होती...अं... ब, म, आणि झ (bMz)... हो हीच होती ती अक्षरं.''

''झ आणि म, ही अक्षरं कशाबद्दल होती?''

''मला आठवत नाही रे...''

''आठव, विचार कर मेग. चल, मला कायथ करून ते शोधायचा प्रयत्न करू दे.''

तिनं पुन्हा डोळे बंद केले, आणि शांत होण्याचा प्रयत्न करू लागली. जणू सतत अत्यंत गहन आणि उत्कटतेनं विचार केल्यानं, तिचा मेंदू ताठर होऊन त्याची दारं बंद झाली होती. तिनं जर शांत, सखोल श्‍वसन केलं, तर मेंदूची द्वारं खुली झाली असती. त्यामुळे सगळ्या आठवणी, विचार तिला स्पष्ट आठवले असते आणि ते चार्ल्सकडे पोहोचवणं सोपं झालं असतं.

''अं...तो जो 'म' आहे ना...'' ती सावकाश बोलू लागली. ''मला वाटतंय, की ते 'मॅडॉक्स' या नावाचं आद्याक्षर असेल.''

''मॅडॉक्स. अं...या नावावरून काहीतरी सुगावा लागेल, असं वाटतंय. मॅडॉक्स, पण नक्की काय ते कळत नाहीये. मेग, तुला सौ. ओ'कीफबद्दल जेवढी माहिती आहे, ती सगळी मला सांग.''

''मला फारसं काही माहीत नाही हं.''

''मेग, अगं...'' त्याचे डोळे विस्फारले होते. ''कसं कोण जाणे, पण त्यांचा त्या ब्रॅन्झिलोशी काहीतरी संबंध आहे.''

''ए... अरे... हे किती ...किती...''

''...खुळचट...विचित्र, हो नं? आपले जुळे भाऊही असंच म्हणतील. आणि तसंच आहे नं ते...पण हे बघ, एरवी त्या कधीही आपल्याकडे येत नाहीत, पण नेमक्या आजच आल्या, आणि त्यांना तर आधी यायचं नव्हतंच. तू ऐकलंस नं...त्यांनी सांगितलं, त्यांना यायचं नव्हतं, पण त्यांना 'आपण जायलाच हवं' असं आतून वाटलं. जणू कुणीतरी ढकलल्यागत आल्या होत्या त्या. मग आपल्या घरी त्यांना तो मंत्र आठवायला लागला. तो मंत्र लहानपणी शिकल्या होत्या त्या, आणि त्यानंतर त्यांनी त्याचा कधीही विचारदेखील केला नव्हता. मग त्यांनी मला तो मंत्र ब्रॅन्झिलोला थोपवण्यासाठी वापरायला सांगितलं. असंही म्हणाल्या त्या ... की त्या एक वेडपट बाई आहेत, असं आपण समजतोय, पण त्या मुळीच तशा नाहीयेत हं. आई-बाबांनाही माहितीये ते. आई-बाबांना कोणीही बावळट, दिवास्वप्नात रमणारे असं म्हणू शकत नाही. बरं...आता 'झ' हे कशाचं आद्याक्षर असेल?''

मेगनं मान हलवली, आणि म्हणाली, ''मला नाही माहीत. मी त्यांना ते

विचारलं होतं की नाही, हेही मला आठवत नाहीये. कदाचित विचारलं असेलही.''

''ब्रॅन्वेन मॅडॉक्स. ब्रॅन्वेन झ. मॅडॉक्स,'' तो बोटांनी कपाळ चोळत म्हणाला. मॅडॉक्स. या नावातच एखादा संकेत लपलाय.''

मांजरानं जांभई दिली, आणि ते झोपमोड झाल्यागत गुरकावलं. मेगनं त्याच्या डोक्यावर थोपटलं, आणि त्याला कुरवाळलं, मग ते पुन्हा झोपलं.

''मॅडॉक्स...हे नाव बहुतेक कुठल्याशा गाण्यात, किंवा लोकगीतात आहे. ते लोकगीत बहुदा दोन भांडणाऱ्या भावांबद्दल आहे. ती लॉर्ड बायरनची कविता आहे नं, चाइल्ड हेरॉल्ड, साधारण तसं काहीसं. किंवा आपण त्याला गोष्टवजा कविता म्हणू शकतो...'' त्यानं आपला चेहरा हातात लपवत वैतागून म्हटलं, ''मला आठवत का नाहीये!''

''अरे, पण ते एवढं महत्त्वाचं आहे का?''

''हो गं! का...ते मला माहीत नाही, पण महत्त्वाचं आहे. मॅडॉक्स...त्याच्या भावासोबत लढला आणि त्यामुळे देवांना राग आला...''

''अरे पण चार्ल्स...कुठल्याशा जुन्यापुराण्या गोष्टीशी ह्या सगळ्याचा काय संबंध आहे?''

''अगं, तो संकेत आहे, पण मला तो नीटसा कळत नाहीये...बाहेर खूप थंडी आहे का गं?''

नवलानं मेग म्हणाली, ''नसेल बहुदा. का रे?''

चार्ल्सनं खिडकीबाहेर पाहिलं. तो म्हणाला, ''बर्फ वितळला नाहीये अजून, पण आता वारा थांबलाय. मला शांततेत ऐकायचं आहे.''

''अशी सर्वांत उत्तम जागा म्हणजे आपला तारे पाहायचा खडक.''

त्यानं मान डोलावली. हा हिमनदीमुळे बनलेला, मोठा आणि साधारणपणे सपाट खडक खूप खूप प्राचीन होता. बर्फाचा समुद्र सतत जमिनीला धडकल्यामुळे तो खडक तयार झाला होता. त्या खडकावरून संपूर्ण आकाश कुठल्याही अडथळ्याविना स्पष्ट दिसत असे, म्हणूनच त्याला मरी कुटुंबीयांनी 'तारे पाहायचा खडक' असं नाव दिलं होतं. ही जागा शांतपणा अनुभवायची, कानोसा घ्यायची छान जागा होती. तारे बघण्यासाठी ते जेव्हा त्या खडकावर आडवे होत, तेव्हा अगदी दऱ्याखोऱ्यांपल्याडच्या डोंगरांपर्यंत बघता येई. त्या खडकाच्या मागे एक लहानसं रान होतं. तिथे मानवी वस्ती अजिबात नव्हती, क्वचितच कुठलासा आवाज ऐकू येत असे, खूप शांत जागा होती ती. दूरवर असलेल्या हायवेवरून जाणाऱ्या एखाद्या ट्रकचा घरघरता आवाज अधूनमधून येत असे, किंवा एखादं विमान उडत गेल्यास त्याचा आवाज येई. एरवी मात्र शांत परिसर होता तो, फक्त निसर्गातले आवाज ऐकू येत असत. वसंत ऋतूत कधीकधी गवताच्या

सरसर वाढण्याचा आवाज ऐकू येतोय, असं मेगला वाटत असे. शरद ऋतूत झाडावरचे बेडूक ओरडत असत, जणूकाही वसंत ऋतू सरत आल्याने ते उदास होऊन ओरडू लागत. हिवाळ्यात तापमान अचानक खूप कमी झालं की दव गोठून बर्फ बनल्याचा आवाज कडकन ऐकू येई. आजच्या आभारप्रदर्शनाच्या रात्री, जर आणखी काही विचित्र किंवा भयानक गोष्टी घडल्या नाही, तर पूर्ण शांतताच असेल तिथे. आता या वेळी रातकिडे, नाकतोडे, झाडांवरचे बेडूक असणार नाहीत. कदाचित पिकली पानं गळून पडण्याचे, किंवा एखादा लहानसा निशाचर प्राणी उंच गवतातून गेल्यास, त्या गवताच्या सळसळीचा आवाज ऐकू येईल, मेगच्या मनात विचार येत होते.

चार्ल्स वॉलेस म्हणाला, "छान कल्पना. मी जातो तिथे."

"मीही येते तुझ्यासोबत."

"नाही हं. तू इथेच राहा."

"अरे पण..."

"अगं, गेल्या आठवड्यात तुला किती सर्दी आणि कफ झाला होता..., डॉ. लुईसना तर वाटायला लागलं होतं, तुला न्यूमोनिया होतोय की काय. तुझ्या बाळासाठी तरी आता पुन्हा सर्दी-खोकल्याचा धोका पत्करू नकोस."

"बरं, ठीक आहे चार्ल्स... अरे पण..."

तो हळुवारपणे म्हणाला, "मेग, कोणीतरी मला अडवतंय, माझं मन बंद राहतंय, आणि मला मोकळं व्हायचंय. मी एकटा असणं गरजेचं आहे, पण तू मला माझ्यासोबत कायथ करण्यासाठी हवी आहेस."

दडपण येऊन ती म्हणाली, "मला सवय राहिली नाहीये रे..." कायथिंग म्हणजे एकमेकांपासून कितीही दूर असलं तरी, मनानं एकमेकांसोबत राहणं, किंवा शब्दाविना संवाद साधता येणं, दुसऱ्याचं मन वाचता येणं. चार्ल्सला ही देणगी जन्मजात मिळालेली होती. त्यानं तिच्या मनात पाठवलेले विचार तिला हळूहळू वाचता येऊ लागले. तिला नेमकं काय कळवायची त्याची इच्छा आहे, हेही तिला कळायला लागलं. कायथिंग ही अंतर्ज्ञान किंवा टेलिपथीपेक्षाही जास्त पल्याडची बाब बनली. चार्ल्स वॉलेसला याची नैसर्गिक देणगी लाभली होती, अगदी श्वसन केल्यागत तो सहजगत्या कायथ करत असे. मेगला मात्र त्यासाठी प्रचंड एकाग्रतेची गरज वाटे. ह्या शब्दाविना संवाद साधायच्या भाषेत ती फक्त कॅल्विन आणि चार्ल्ससोबतच संवाद साधू शकत असे.

तिला दिलासा देत चार्ल्स म्हणाला, "अगं, आपण पोहणं, किंवा सायकल चालवणं एकदा शिकल्यानंतर विसरतो का? हे पण तसंच आहे की. एकदा शिकल्यावर तुम्ही ते कधीही विसरत नाही."

''मला माहितीये रे...पण मला तुझ्यासोबत यायचं आहे'' यापुढचं वाक्य ती मनातल्या मनातच बोलली. ...तुझा बचाव करण्यासाठी.

''मेग'' त्याच्या आवाजात उत्कटता जाणवत होती, ''मला तुझी गरज भासणार आहेच गं, पण तू इथेच असणं माझ्यासाठीही गरजेचं आहे. पूर्ण प्रवासभर तुझ्याशी कायथ करायचं आहे मला, म्हणून तू इथेच राहा.''

''प्रवास? कुठे चालला आहेस तू?''

त्याच्या चेहऱ्यावर ताण स्पष्ट दिसत होता, आणि तो फिकट पडला होता. तो म्हणाला, ''मला अजूनही माहीत नाहीये गं. मला मात्र अगदी मनापासून वाटतंय, की खूप दूर जावं लागणार आहे, आणि शिवाय जे काही करायचं असेल, ते ताबडतोब करावं लागणार आहे.''

''अरे, पण तूच कशाला?''

''तो मीच असेन, असंही नाहीये. नक्की काहीच माहीत नाहीये, पण कोणालातरी ते करावंच लागेल, हे निश्चित.''

मेगच्या मनात विचार आला; जर कोणीच हे केलं नाही, तर आपल्या परिचयाच्या या सुंदर जगाचा अंत होईल.

तिनं आपल्या छोट्या भावाला मिठीत घेऊन त्याचा पापा घेतला, आणि म्हणाली, ''तुला सदैव शांती लाभो.''

तो गेल्यावर तिनं दिवा बंद केला, आणि त्याच्याकडून तिच्या मनापर्यंत काही विचार, माहिती येण्याची वाट पाहत आडवी पडून राहिली. मांजराच्या पिल्लानं अंग ताणून जांभई दिली आणि ते पुन्हा झोपलं. त्याची बेफिकीरी मेगला बरी वाटत होती. मग एकाएकी कुत्र्याचं जोरजोरात भुंकणं ऐकू येऊ लागलं, मेग उठून बसली.

ते भुंकणं बराच वेळ सुरूच होतं. फोर्टिनब्रास लक्ष वेधून घेण्यासाठी तीक्ष्ण आवाजात भुंकायचा, हे भुंकणंही तसंच वाटत होतं. तिनं दिवा लावला, आणि एकदम भुंकणं थांबलं. शांतता... का थांबलं असेल बरं?

तिनं पलंगावरून उठून घाईघाईनं गाऊन चढवला, पायांत चपला घातल्या आणि जिना उतरू लागली. त्या करकरत्या सातव्या पायरीवर जपून पाय ठेवायचं तिच्या लक्षातच राहिलं नाही, म्हणून मग त्या पायरीवर पाय ठेवल्यावर मोठा आवाज झाला. स्वयंपाकघरात आई-बाबा आणि चार्ल्स एका मोठ्याशा सामान्य कुत्र्याभोवती जमून त्याला थोपटत होते.

सौ. मरींना मेग तिथे आल्याचं मुळीच आश्चर्य वाटलं नाही. त्या म्हणाल्या, ''मेग, बघ गं, आपला कुत्रा आपल्याला शोधत घरी आला.''

त्या कुत्र्याचा एक कान उभा होता आणि दुसरा खाली पडलेला होता. सौ. मरींनी त्याचा उभारलेला कान हळूच ओढला आणि म्हणाल्या, ‘‘अगं, कुत्री आहे ही. दिसायला साधारणपणे यॉलर जातीची वाटतेय, पण अगदी सौम्य स्वभावाची आणि हुशार आहे.’’

‘‘तिच्या गळ्याभोवती पट्टा वगैरे काही दिसत नाहीये. उपाशी असेल, असं वाटतंय; पण हडकुळी नाहीये ती,’’ चार्ल्स म्हणाला.

‘‘मेग, तिला काहीतरी खायला देतेस का? फोर्टिनब्रासचं डॉग-फूड (बाज़ारात कुत्र्यासाठी मिळणारं टिकाऊ खाणं) उरलंय थोडंसं, कोठीघरात ठेवलंय बघ. तेच दे आत्ता.’’

मेग एका वाडग्यात ते घेऊन आली. ते ढवळता ढवळता तिच्या मनात आलं, ...जणूकाही ही कुत्री आपल्यापाशी कायमची राहणार असल्यासारखेच वागतोय आपण सगळे.

त्या कुत्रीचं असं अकस्मात येणं, तिला सगळ्यांनी अगदी सहज स्वीकारणं, हे फारसं विचित्र नव्हतं.फोर्टिनब्रासही त्यांच्याकडे असाच आला होता. तेव्हा तो जराशी वाढ झालेलं पिल्लूच होता, सहजगत्या दारात येऊन ठाकला होता. ह्या घटनांच्या अत्यंत सामान्यपणानं, साधेपणानं तिच्या डोळ्यांत पाणी आलं.

‘‘आपण हिचं नाव काय ठेवूया?’’ सौ. मरींनी विचारणा केली.

चार्ल्स अतिशय शांतपणे म्हणाला, ‘‘तिचं नाव ‘आनंदी’ आहे.’’

‘हं...आनंदी’ विचारमगन होत सौ. मरी म्हणाल्या, ‘‘हा शब्द कधीतरी ऐकल्यासारखा वाटतोय.’’

‘‘ते संस्कृत नाव आहे,’’ चार्ल्स म्हणाला.

‘‘काही अर्थ तरी आहे का या नावाला?’’ मेगनं विचारलं.

‘‘आनंद. ज्याच्यावाचून सगळं जग कोलमडून जाईल, असा आनंद.’’

‘‘एखाद्या कुत्र्यासाठी फारच मोठं झालं की हे,’’ सौ. मरी म्हणाल्या.

‘‘ती आकारानं तशी मोठीच आहे की, आणि ते तिचं नाव आहे,’’ चार्ल्सनं उत्तर दिलं.

आनंदीनं खाणं संपवलं आणि फोर्टिनब्रासचा वाडगा चाटूनपुसून स्वच्छ केला. शेपूट हलवत ती मेगजवळ गेली आणि आपला एक पंजा उचलून तिच्यापुढे धरला. मेगनं तो हातात घेतला. गार, चामड्यासारखा स्पर्श होता त्या पंजाचा. मेग तिला म्हणाली, ‘‘तू सुंदर आहेस हं, आनंदी.’’

‘‘सुंदर वगैरे नाहीये, पण घरचीच असल्यासारखं कसं वागायचं, हे बरोब्बर कळतंय तिला,’’ सौ. मरी हसत म्हणाल्या.

किटलीतून शीळ घालत वाफ बाहेर पडू लागली. सौ. मरी म्हणाल्या,

"थंडी आहे नं, मी थोडा चहा करते आहे." सौ. मरींनी बर्नर बंद केला आणि चहा मुरायची वाट पाहू लागल्या. "गरमगरम चहा पिऊन आपण सगळे झोपूया हं, उशीर झालाय," त्या म्हणाल्या.

मेगनं विचारलं, "ए आई, सौ. ओ'कीफ यांचं पहिलं नाव काय आहे गं? तुला माहित आहे? 'ब्रॅन्वेन' आहे का?"

"अं... हो बहुदा. त्यांना त्या नावानं हाक मारण्याएवढी, त्यांची आणि माझी जवळीक होईल, असं मात्र वाटत नाहीये मला," त्यांनी चहाचा वाफाळता कप मेगसमोर ठेवला.

"त्यांनी दिलेल्या त्या चादरी आठवतायत का तुला?"

"हो, जुन्या होत्या, पण किती छान होत्या त्या चादरी."

"त्यांच्यावर आद्याक्षरं होती, भरतकाम करून विणलेली. मध्ये मोठा 'म' होता, आणि त्याच्या दोन्ही बाजूंना लहान अक्षरांत 'ब' आणि 'झ' होता. 'झ' कुठल्या नावाचं आद्याक्षर होतं, ते तुला माहितीये का गं?"

"अं...झोई ...किंवा झिला ... किंवा असलंच काहीतरी वेगळंच, विचित्र नाव होतं. का गं?"

मेगनं प्रतिप्रश्न केला, "ब्रॅन्वेन या नावाचा काही अर्थ आहे का? वेगळंच आहे अगदी."

"वेगळं नाही गं, आयरिश आहे ते नाव. सामान्यत: बरेच आयरिश लोक हे नाव ठेवतात. माझ्या मते ब्रॅन्वेन हे आयर्लंडच्या राणीचं नाव होतं. ती मूळची इंग्लंडची होती हं, तरीही तिचं हे नाव होतं. रोमन कालखंडात उत्तर स्कॉटलंड इथे राहणाऱ्या जमातीला 'पिक्टस्' असं म्हणत असत. ती राणी कदाचित त्यांच्यापैकी असू शकेल, मला नक्की माहीत नाही."

"कधी?" चार्ल्सनं विचारलं.

"मला नक्की माहीत नाही रे. खूप खूप पूर्वी."

"म्हणजे, साधारण दोन हजार वर्षांपूर्वी?"

"अं... बहुतेक तीन हजार वर्षांपूर्वी. का रे?"

चार्ल्सनं त्याच्या चहात दूध ओतून घेतलं. कपातल्या दुधाळ चहाकडे पाहत तो म्हणाला, "कदाचित ते फार महत्त्वाचं असू शकेल. शेवटी ते मॉम ओ'कीफ यांचं नाव आहे."

"त्यांचा जन्म इथं, या गावातच झाला, हो ना?" मेगनं विचारलं.

तिच्या बाबांनी उत्तर दिलं, "खूप वर्षांपासून इथे मॅडॉक्स कुटुंब राहत आलंय. ते इथे कधीपासून राहतायत, हे कुणाला आठवतही नसेल. हे नाव लावणाऱ्या त्या अखेरच्या मॅडॉक्स आहेत. अठराव्या आणि एकोणिसाव्या शतकांत, मॅडॉक्स

कुटुंब फार महत्त्वाचं, आणि उच्चभ्रू मानलं जायचं. त्यानंतर मात्र त्या कुटुंबाला उतरती कळा लागली.''

''का? काय झालं होतं?'' चार्ल्सनं प्रश्न केला.

श्री. मरी मान हलवत म्हणाले, ''अरे बाबा, या गावच्या इतिहासाचा अभ्यास करण्यासाठी, जास्त वेळच मिळाला नाहीये नं. येत्या काही वर्षांत, कधीतरी वेळ मिळेल आम्हा दोघांना, म्हणजे मला असं वाटतंय हं. आपली पाळंमुळंही इथल्याच भूतकाळात रुजली आहेत. ही जागा मला माझ्या एका चुलत आजीकडून वारसाहक्कानं मिळाली. मी तर तिला ओळखतही नाही. तेव्हा आम्हीही शहरातलं धकाधकीचं, तणावयुक्त आयुष्य सोडून कुठेतरी शांततेत संशोधन करावं, असं ठरवतच होतो...आणि तेवढ्यात हे घर मिळालं.''

ओशाळलेल्या स्वरात सौ. मरी म्हणाल्या, ''तसं पाहिलं, तर आमच्या इतर आवडीनिवडी, छंद जोपासायला आम्हाला शहरातही वेळ मिळत नव्हता, आणि इथेही नाही. निदान इथे आम्ही जे काम करतोय, ते आमच्यावर कुणी लादलेलं नाहीये. या कामाचा ताण आम्ही स्वतःहून स्वीकारला आहे.''

''ही जी ब्रॅन्वेन राणी होती...'' चार्ल्सनं आपला मुद्दा सोडला नाही, ''...ती फार महत्त्वाची, किंवा लोकप्रिय राणी होती का?''

आपल्या नाजुक भुवया उंचावून सौ. मरींनी विचारलं, ''काय रे बाबा? तुला अचानकपणे एवढं कुतूहल का वाटायला लागलंय?''

''आज संध्याकाळी, ब्रॅनवेन मॅडॉक्स ओ'कीफ, विलक्षण कुतूहल वाटावं अशाच वागल्या की...'' सौ. मरींनी चहाचा घुटका घेतला आणि म्हणाल्या,

''तुम्ही सगळे मोठे झाल्यानंतर, मग रात्रीच्या वेळी गोष्टींचं पुस्तक वाचून दाखवायची गरज उरली नाही. तेव्हापासून मी लहान लहान ब्रिटीश बेटांच्या पौराणिक कथांबद्दल विचार केलेला नाहीये. तरी मला वाटतंय, की ब्रॅन्वेन राणी महत्त्वाचीच असावी, तसं नसतं तर तिचं नाव माझ्या लक्षातही राहिलं नसतं. मला इतकंच माहीत आहे रे, माफ कर हं. गेल्या काही वर्षांत मी पौराणिक कथांपेक्षा पेशी-जीवशास्त्राचाच जास्त विचार केलाय.''

चार्ल्सनं चहा संपवला आणि कप सिंकमध्ये ठेवला. त्यानं विचारलं, ''बरं ठीक आहे, मी जरा फिरायला गेलो तर चालेल का?''

''नाही हं,'' बाबा म्हणाले. ''उशीर झालाय आता.''

लहान मुलासारखा हट्ट करत तो म्हणाला, ''प्लीज हो, बाबा, जाऊ द्या नं...मला ऐकायचंय हो.''

''अरे, मग ते इथे करता येणार नाही का?''

''इथे खूप व्यत्यय येतो. लक्ष केंद्रित करता येत नाही. खूप लोकांचे विचार

अडथळे बनून मध्ये मध्ये येतात...''

''नंतर गेलेलं चालणार नाही का?''

काहीही न बोलता चार्ल्स त्याच्या बाबांकडे एकटक पाहत राहिला.

श्री. मरींनी एक नि:श्वास टाकला आणि म्हणाले, ''हे बघ, आज संध्याकाळी जे घडलं त्याकडे, आणि सौ. ओ'कीफच्या वागण्या-बोलण्याकडे कोणीही दुर्लक्ष करत नाहीये, तुला नेहमीच सगळं स्वत:वर ओढवून घ्यायचं असतं.''

चार्ल्सच्या आवाजात ताण जाणवत होता. तो म्हणाला, ''या वेळी मी स्वत:हून काहीही ओढवून घेतलं नाहीये. सौ. ओ'कीफनं ते माझ्यावर लादलं आहे.''

बाबांनी त्याच्याकडे गंभीर चेहऱ्यानं पाहिलं, मग मान डोलावत म्हणाले, ''कुठे जाणार आहेस तू?''

''जास्त लांब नाही हो, फक्त आपल्या तारे बघायच्या खडकापाशी.''

श्री. मरी आपला कप धुवत होते, ते बराच वेळ विचार करत कप धुवतच राहिले, मग म्हणाले, ''तू अजूनही लहान आहेस रे.''

''अहो, मी पंधरा वर्षांचा आहे, आणि आपल्या घरापासून जवळच आहे की तो खडक. एवढ्याशा अंतरात काहीही होणार नाही मला.''

''बरं. पण जास्त वेळ बाहेर राहू नकोस हं.''

''गरजेपेक्षा जास्त वेळ लावणार नाही मी.''

''आनंदीला घेऊन जा तुझ्यासोबत.''

''नाही, मला एकटं राहायचंय, प्लीज नं हो, बाबा''

श्री. मरींनी आपला चष्मा काढून हातात घेतला आणि त्या चष्म्यातून आपल्या शेंडेफळाकडे पाहिलं. चष्मा पुन्हा डोळ्यांवर चढवून ते म्हणाले, ''बरं, ठीक आहे चार्ल्स.''

मेगनं आईकडे नजर टाकली. थंडी असल्यानं बूट आणि गरम जॅकेट घालायला विसरू नकोस, असं आईला तिच्या शेंडेफळाला सांगायचं आहे, पण ती स्वत:ला रोखून धरतेय, हे मेगनं ओळखलं.

ते कळल्यागत चार्ल्स वॉलेस हसून आईला म्हणाला, ''कॅल्विननं माझ्यासाठी नॉर्वेहून बर्फात घालायचं टोपीवालं निळं ॲनोरॅक जॅकेट आणलं आहे नं, ते मी घालणार आहे आत्ता.'' तो मेगकडे बघून हसला आणि स्वयंपाकघराचं दार बंद करून कोठीघरात गेला.

सौ. मरी म्हणाल्या, ''चला, बाकीचे सगळे झोपायला जा बरं आता, विशेषत: तू गं मेग. तुला पुन्हा सर्दी व्हायला नकोय.''

''मी आनंदीला माझ्यासोबत घेऊन जाते.''

नकार देत तिचे बाबा म्हणाले, ''अगं, तिला शी-शू'बद्दल कुणी शिकवलेलं आहे की नाही, हेसुद्धा माहीत नाही आपल्याला, कशाला खोलीत नेतेस?''

''तिनं तर चांगली प्रशिक्षित कुत्री असल्यासारखं खाणं खाल्लं की.''

''बरं. मग तुझं तूच ठरव.''

ती मोठी पिवळट कुत्री तिला आपलीशी का वाटली, हे मेगलाही कळत नव्हतं. ती स्वत: आनंदीला पाळू शकणार नव्हती. कॅल्विन लंडनहून परत आल्यावर ते दोघे त्यांच्या भाड्याच्या सदनिकेत राहायला गेले असते. तिथे पाळीव प्राण्यांना मज्जाव होता, त्यामुळे आनंदी मरी कुटुंबासोबतच राहणार होती. 'पण तरी ठीक आहे, आनंदीची गरज आहे मला' तिच्या मनात आलं.

ती कुत्री, जणू आयुष्यभर मरी कुटुंबातच राहत असल्यागत, मेगच्या मागोमाग जिना चढून वर गेली. पसारा पडलेल्या पोटमाळ्यावर जाऊन, त्या पसाऱ्याला लीलया चुकवत, धावत धावत मेगच्या खोलीत शिरली. मांजराचं पिल्लू पलंगावर झोपलं होतं. मित्र गवसल्याच्या अत्यानंदानं शेपूट हलवत, फुसफुस आवाज काढत, ती त्या लोकरीच्या गुंड्यासारख्या दिसणाऱ्या पिल्लाला हुंगू लागली. तिची शेपूट लांबलचक आणि चांगलीच मोठी होती. शेपटीत अधेमध्ये सोनेरी रंगाची छटा डोकावत होती, कदाचित तिच्यात सेटर किंवा लॅब्रडॉर जातीच्या आनुवंशिक घटकांची सरमिसळ झालेली असावी. तिची शेपूट चांगलीच मोठी, आणि गुबगुबीत होती. माऊचं पिल्लू डोळे उघडून फिस्कारलं, आणि पुन्हा झोपून गेलं. आनंदी उडी मारून धपकन पलंगावर बसली, आणि खूश होऊन आपली भलीमोठी शेपटी पलंगावर आपटू लागली. तिच्या उडीमुळे मांजराचं पिल्लू उडून उशीवर आदळलं.

मेग नेहमी जसं फोर्टिनब्रासला बजावून सांगायची, तसं तिनं आनंदीलाही बजावलं, ''पलंगावर झोपायला मनाई आहे बरं का.'' आनंदीनं विनवणी केल्यागत, आपल्या मधाळ डोळ्यांत दीनवाणे भाव आणून तिच्याकडे पाहिलं, आणि 'कूं कूं' असे रडवेले आवाज काढले. ''बरं... पण फक्त या खोलीतच हं. खाली गेल्यावर मात्र कधीही नाही. तुला या घराचा हिस्सा व्हायचं असेल, तर ही गोष्ट तुला लक्षात ठेवायलाच हवी हं.''

आनंदीनं पुन्हा जोरजोरात शेपूट आपटली. दिव्याचा उजेड तिच्या डोळ्यांवर चमकत असल्याने तिचे डोळे सोनेरी दिसत होते. तिच्या अंगावर छान चमकदार केसांचं आवरण होतं.

''पण आता मलाही जागा द्या की,'' असं म्हणून मेग पलंगावर बसली. तिला लहानपणी घरच्या पाळीव प्राण्यांशी मोठ्यानं बोलायची सवय होती, आताही तसंच बोलत ती आनंदीला म्हणाली, ''बरं का आनंदी, आता आपण अतिशय

काळजीपूर्वक चार्ल्स वॉलेसचा मागोवा घेणार आहोत. तू मला कायथ करायला मदत करायला हवीस हं, नाहीतर मी तुला पलंगावर बसू देणार नाही, कळलं?'' तिनं आनंदीच्या अंगावरून हात फिरवला. तिच्या अंगाला फर्न वनस्पतीचा, शेवाळाचा आणि शरद ऋतूत आढळणाऱ्या बेरीच्या फळांचा वास येत होता. मेगच्या हाताला किंचितशा उबदार आणि सौम्य झिणझिण्या जाणवल्या. संपूर्ण हातभर या झिणझिण्या पसरत गेल्या. तिच्या मन:चक्षूंसमोर चार्ल्स वॉलेसचं स्पष्ट चित्र दिसू लागलं. जुळ्यांच्या भाज्यांच्या बगिच्यातून चार्ल्स चालत होता. आता मात्र तिथे भाज्यांऐवजी ख्रिसमसच्या झाडांची राई होती. सुट्ट्यांमध्ये हे एवढंच बागकाम जमायचं त्यांना. ते दोघे कॉलेजमध्ये शिकू लागल्यावर त्यांची सुंदरशी भाज्यांची बाग नांगरून टाकली होती. मेगला ती बाग फार हवीहवीशी वाटे, पण तिलाही कळत होतं, आई-बाबांना भाज्यांच्या बागेची देखभाल करण्याएवढा वेळ नव्हता.

नेहमीच्या सवयीच्या रस्त्यानं चार्ल्स जात राहिला.

मेग त्याचा मागोवा घेत होती. आपला एक हात तिनं आनंदीच्या अंगावर ठेवला होता. त्या उबदार झिणझिण्या तिच्या हातात आणि आनंदीच्या अंगात ये-जा करत होत्या. जेव्हा चार्ल्स तारे बघायच्या खडकाशी पोहोचला, तेव्हा आनंदीच्या श्वसनाचा वेग वाढला. मेगला तिच्या हाताखाली आनंदीच्या वर-खाली होत असलेल्या बरगड्या जाणवत होत्या.

आकाशात चंद्र नव्हता, पण ताऱ्यांचा चंदेरी उजेड जमिनीवरील गवतापर्यंत पोहोचत होता. त्या खडकाच्या मागच्या बाजूला असलेलं रान काळोखात गडप झालं होतं. चार्ल्स वॉलेसनं तिथल्या दरीकडे, पाईन वृक्षांच्या रानाकडे, त्याच्यामागे असलेल्या टेकड्यांच्या अस्पष्ट आकृत्यांकडे नजर टाकली. मग त्यानं आपलं डोकं मागे टाकून, वर बघत हाक दिली,

> ''या दैवाधीन संकटसमयी,
> मी आवाहन करतो, अखिल स्वर्गाला, त्याच्या शक्तीसह!''

तारे अत्यंत तेजानं लखलखू लागले. चार्ल्स वर बघतच राहिला. विलक्षण तेजानं चमचमणाऱ्या एका ताऱ्यावर त्यानं आपलं लक्ष केंद्रित केलं. त्या ताऱ्यापासून एक शिडीएवढा मजबूत, आणि पाण्यासारखा नितळ, स्वच्छ प्रकाशझोत चार्ल्स वॉलेसपाशी येऊन पोहोचला. हा प्रकाशझोत, त्या लखलखत्या निळसर-चंदेरी ताऱ्यापासून उगम पावत होता, का चार्ल्सच्या फिकट निळ्या डोळ्यांतून...हे

सांगता येणं अवघड होतं. हा प्रकाशझोत आणखी मजबूत, कणखर होत गेला, आणि मग अचानक सगळा प्रकाश चार्ल्सच्या शेजारी एकवटला आणि तेजानं झळकू लागला. हळूहळू या चमचमत्या प्रकाशातून एक आकार साकारू लागला. थोड्या वेळानं त्या प्रकाशानं एका भव्य शुभ्र पशूचं रूप धारण केलं. त्याला आयाळ होती आणि एक शेपूटही होती. त्याच्या डोक्यावर एक रूपेरी शिंग होतं, आणि त्या शिंगात उरलासुरला प्रकाश एकवटला होता. हा प्राणी म्हणजे आत्यंतिक परिपूर्णतेची परमावधी होती.

चार्ल्सनं त्याच्या कमरेवर हात ठेवला. त्या प्राण्याला धावत आल्यासारखी धाप लागली होती. त्याच्या शरीरात वाहणारं उष्ण रक्त चार्ल्सला जाणवलं. त्यानं अतिशय नवलानं विचारलं, "तू खराच आहेस ना?"

तो प्राणी खिंकाळला, आणि त्या खिंकाळण्याचा अर्थ आपोआपच चार्ल्सच्या मनात उमटला. "तसं तर मी खरा नाहीये. आणि तरीही, एका वेगळ्याच अर्थानं, मी म्हणजेच निखळ वास्तव आहे."

"तू इथे कशाला आला आहेस?" या खळबळजनक घटनेमुळे उत्तेजित झाल्याने, चार्ल्सच्या श्वसनाचा वेग वाढला होता.

"अरे, तूच तर मला बोलावलंस."

"तो मंत्र..." चार्ल्स पुटपुटला. तारे पाहायच्या खडकावर, त्याच्या शेजारी उभ्या असलेल्या त्या सुंदर प्राण्याकडे तो कौतुकानं बघत होता. त्या प्राण्यानं एक चंदेरी खूर जरासा आपटला, आणि सगळ्या खडकातून रणशिंग वाजावे, तसा आवाज घुमला. "एकशिंगी घोडा. खराखुरा एकशिंगी घोडा," चार्ल्स उद्गारला.

"हो. तू मला तसं म्हणतोस, चालेल."

"तू नक्की, खराखुरा, काय आहेस?"

"तू नक्की, खराखुरा, काय आहेस?" त्या एकशिंगी घोड्यानं प्रतिप्रश्न केला. "तू मला बोलावलंस, आणि तुला खूपच गरज होती, म्हणून मी इथे आलो."

"माझी गरज काय आहे, ते तुला माहितीये?"

"हो...मला तुझ्या मनात दिसली ती."

"तुला माझी भाषा कशी बोलता येते?"

तो एकशिंगी घोडा पुन्हा खिंकाळला. चंदेरी बुडबुड्यांसारखा नितळ, पारदर्शी, स्पष्ट आवाज होता तो. "मला नाही येत तुझी भाषा. मी प्राचीन सुसंवादी स्वरसंगतीच्या भाषेत बोलतो."

"पण मग तुझं बोलणं मला कसं समजतंय?"

"तू खूप लहान असलास, तरी तूदेखील प्राचीन संगीताशी निगडित आहेस."

"तुला माझं नाव माहीत आहे का?"

"हो, ह्या स्थळी, ह्या काळी, तुझं नाव चार्ल्स वॉलेस आहे. ते फार धाडसी नाव आहे. एवढं पुरेसं आहे."

चार्ल्स वॉलेस टाचा उंचावून चवड्यांवर उभा राहिला आणि त्यानं त्या सुंदर प्राण्याच्या मानेभोवती आपल्या हातांचा विळखा टाकला. "मी तुला काय हाक मारू?"

"तू मला गॉडियर असं म्हणू शकतोस," लहान घंटा किणकिणाव्या, तसे शब्द खडकावर ओघळले.

चार्ल्स त्याच्या तेज:पुंज शिंगाकडे विचारपूर्वक पाहत राहिला, आणि मग म्हणाला, "गॉडियर. हे लॅटिन नाव आहे. त्याचा अर्थ आहे, अधिक आनंदी."

एकशिंगी घोडा होकारार्थी खिंकाळला.

"अस्तित्वात असलेला असा आनंद की ज्याच्यावाचून..."

गॉडियरनं एक खूर हळूच खडकावर आपटला आणि म्हणाला, "तुझ्या आकलनशक्तीला जास्त ताण देऊ नकोस."

"अरे पण, मी गॉडियरचा चुकीचा अर्थ सांगितला नाही ना?"

"अं...एका अर्थानं... हो, आणि एका अर्थानं... नाही."

"तू खरा आहेस...आणि खरा नाहीस; मी चुकीचा अर्थ सांगितला होता... आणि बरोबर अर्थही सांगितला होता... काय बोलतोयस तू, काहीच कळत नाहीये."

"खरं म्हणजे तरी काय रे?" गॉडियरचा आवाज 'हॉर्न' या वाद्यासारखा स्पष्ट होता.

"मी स्वर्गाला त्याच्या शक्तीसह आवाहन केलं, आणि तू प्रकट झालास. आता मी काय करायला हवं?"

गॉडियर खिंकाळला, "मला स्वर्गानं पाठवलेलं असेलही, पण माझ्या शक्तींना मात्र सुस्पष्ट, ठराविक अशा मर्यादा आहेत. आत्तापर्यंत मला तुमच्या ग्रहावर कधीही पाठवण्यात आलेलं नव्हतं. तुमच्या ग्रहावर यावं लागणं, हे त्रासदायक काम मानलं जातं." त्यानं दिलगिरीनं मान खाली घातली.

चार्ल्स वॉलेस विचार करत बर्फाचा किंचित शिडकावा झालेल्या खडकाकडे पाहत राहिला, मग म्हणाला, "आम्ही आमच्या ग्रहासाठी फारसं काही चांगलं काम केलेलं नाहीये, हो ना?"

"तुम्ही स्वत:चाच सर्वनाश करून घेतलेला अनेकांना आवडेल, अर्थात, त्यामुळे सगळ्यांनाच भोगावं लागेल म्हणा; काय होऊ शकेल, हे कुणाला माहीत आहे? प्राचीन संगीताशी निगडित असलेले थोडेसे लोक असले तरी

आशेला जागा असेल, तुम्ही अजूनही आमचे बंधू-भगिनी आहात.''

चार्ल्सनं त्या प्राण्याचं खानदानी ऐट असलेलं लांबसडक नाक कुरवाळलं, आणि विचारलं, ''मग मी आता काय करायला हवं?''

''आपण दोघांनी मिळून करायचं आहे,'' गॉडियर नजाकतीनं खाली वाकला आणि चार्ल्सला त्याच्या पाठीवर चढून बसायची खूण केली. कसाबसा, धडपडत चार्ल्स त्याच्या पाठीवर चढून बसला. त्याची रुपेरी आयाळ धरून ठेवता यावी म्हणून तो त्याच्या मानेजवळ बसला. गॉडियरच्या कमरेला त्यानं आपले रबरी बुटातले पाय चिकटवले आणि घट्ट दाबून धरले.

गॉडियरनं विचारलं, ''याआधी तू कधी वाऱ्यावर स्वार झाला होतास का?''

''नाही.''

''आपण इक्थ्रॉयपासून सावध असायला हवं हं.'' गॉडियरनं इशारा दिला. ''ते वाऱ्यावर स्वार होण्याचा प्रयत्न करतात, आणि आपल्याला आपल्या मार्गातून भिरकावून देतात.''

''इक्थ्रॉय...'' चार्ल्सचे डोळे गढुळले. ''म्हणजे शत्रू.''

''इक्थ्रॉय,'' गॉडियर पुन्हा म्हणाला, ''पुरातन शत्रू. सुसंवाद बिघडवलाय त्यानं, आणि विनाशकारी सैन्यही गोळा केलंय. विश्वात सगळीकडेच आहेत ते.''

पाठीच्या कण्यातून भीतीची थंडगार लाट सरसरत जाताना चार्ल्सला जाणवली.

''माझी आयाळ धरून ठेव.'' त्या एकशिंगी घोड्यानं सुचवलं. ''एखाद्या इक्थ्रॉसबरोबर झटापट होण्याची नेहमीच शक्यता असते, आणि तसं झालं ना, तर तो तुला माझ्या पाठीवरून पाडण्याचा प्रयत्न करील.''

चार्ल्सनं त्याची दाट आयाळ घट्ट पकडली... त्याची बोटं पांढरीफटक पडली होती. तो एकशिंगी घोडा आता पळू लागला...गवतावरून...मग तो उडाला...टेकड्यांवरून उडत गेला, आणि मग वाऱ्यावर स्वार होत तो उंच उंच उडत गेला...अगदी ताऱ्यांच्याही वर...

३

सूर्य, त्याच्या देदीप्यमान तेजासह

पोटमाळ्यावरच्या खोलीत बसलेली मेग आनंदीकडे एकटक पाहत होती. मित्रत्वाची भावना दर्शवण्यासाठी आनंदीनं आपली भलीमोठी शेपूट जोरात हलवून पलंगावर आपटली. मेगनं तिला प्रश्न केला, "हे सगळं काय होतं?"

आनंदीनं पुन्हा जोरजोरात शेपूट आपटली, मांजराचं पिल्लू उडून उशीवर जाऊन आदळलं, आणि जागं होऊन ते अनिच्छेनं गुरगुरलं.

मेगनं तिच्या जुनाट घड्याळाकडे नजर टाकली. ते पुस्तकांच्या शेल्फवर, पूर्वीच्याच जागी ठेवलेलं होतं. त्यातले काटे पुढे सरकलेले नव्हते. ती म्हणाली, "हे जे काय चाललंय नं, ते मला काहीच कळत नाहीये."

आनंदी हळूच केविलवाण्या स्वरात किरकिरली, सामान्य कुत्री कूं कूं करतात, तसंच तिचंही कुरकुरणं सामान्य होतं. तिचे पूर्वज, तिची जातकुळी, काहीच माहीत नव्हतं. त्या गावात अनेक मिश्र जातीची कुत्री होती, आनंदीही तशीच होती.

"गॉडियर", मेग पुटपुटली, "अधिक जास्त आनंदी. एकशिंगी घोड्यासाठी खूप छान नाव आहे. गॉडियर, म्हणजे आनंद; ज्याच्यावाचून अवघं विश्व कोलमडेल असा आनंद. म्हणजे विश्वातला आनंद नाहीसा झालाय की काय? आणि म्हणून इथे असं अराजक माजलं असेल का?" विचार करत ती आनंदीला कुरवाळत होती. तिच्या चमकदार आणि उबदार अंगावर थोपटता थोपटता तिचा हात अचानक थांबला आणि वर उचलला गेला. ती म्हणाली, "मला कायथिंग करायची सवय राहिली नाहीये, हे मी चार्ल्सला सांगितलं होतं. आता माझी गणना प्रौढ व्यक्तीत व्हायला लागली असेल का? आनंदी, आम्हाला तुझी गरज आहे, हे तुला कसं कळलं गं? मी जेव्हा तुला हात लावून कायथ करते नं, तेव्हा मी खूप सखोल कायथ करू शकते, आधी मला जमायचं नाही असं कायथ करणं." मेगनं पुन्हा आपला हात आनंदीच्या कमरेवर ठेवला आणि डोळे मिटून घेतले.

लक्ष एकाग्र करण्याच्या ताणानं ती जराशी थरथरली.

आता तिला चार्ल्सही दिसेना, आणि तो एकशिंगी घोडाही दिसेना. तारे पाहायचा खडक, त्याखालची ओळखीची जमीन, रान, टेकड्या; अगणित ताऱ्यांनी, आकाशगंगांनी बहरलेलं रात्रीचं आकाश, अगदी काही काही दिसेना. तिला काहीही दिसत नव्हतं, तिला शून्यत्व दिसत होतं. शून्यत्व. वारादेखील नव्हता तिथे.

शून्यत्व होतं. ती मात्र नव्हती तिथे. तिथे अंधारही नव्हता आणि उजेडही नव्हता. काहीही दिसत नव्हतं, आवाज नव्हता, स्पर्शाची जाणीव नव्हती, वास नव्हता, चवीची जाणीवदेखील नाहीशी झाली होती. निद्रित अवस्था नाही, आणि जागृत अवस्थाही नाही. स्वप्नं नाहीत, आकलन नाही.

अगदी काहीही नाही.

आणि मग अचानक आनंदाच्या लाटा उसळल्या.

सगळी इंद्रियं पुनरुज्जीवित झाली, जागृत झाली आणि या आनंदानं ओसंडून गेली.

काळोख होता तिथे, आणि हा काळोख चांगला वाटत होता. त्यासोबत प्रकाशही अवतरला.

काळोख आणि प्रकाशाचं जणू नृत्य सुरू झालं, दोघे जणू एकत्रच जन्माला आलेले, एकमेकांपासून जन्मलेले, कुणी आधी नाही, आणि कुणी नंतर नाही. दोघे अगदी पूर्णत्वानं होते तिथे, एकाच आनंदी लयीत नृत्य करत होते.

पहाटेचे तारे एकत्रितरीत्या गात होते, त्यांची ती प्राचीन स्वरसंगती नवी वाटत होती आणि ती खूप मधुर होती. अतिशय सुरेल, सुसंवादी स्वरमेळ.

आणि मग एकाएकी एका लखलखत्या ताऱ्यानं काळोखाकडे पाठ वळवली आणि त्यानं त्या काळोखाला गिळून टाकलं. तसं करताना तो तारा स्वतःच काळोख बनला, आणि त्या काळोखात काहीतरी बिघाड झाला. तसाच बिघाड प्रकाशातही झाला. हे चांगलं लक्षण नव्हतं. त्या स्वरसंगतीचं सौंदर्य लोप पावलं आणि अचानक कर्णकर्कश आवाज, फूत्कार ऐकू येऊ लागले. जोरजोरात हसण्याचाही आवाज आला; पण या हसण्यात आनंद नसून अत्यंत ओंगळ, विकट कोलाहल होता नुसताच.

चार्ल्स जे बघतोय, अनुभवतोय; तेच आपणही बघतोय, अशी मेगची खात्रीच पटली. तिला चार्ल्स वॉलेस, किंवा एकशिंगी घोडा दोघंही दिसत नव्हते, पण तिला हे सगळं चार्ल्सच्या माध्यमातून समजत होतं.

ती स्वरसंगती मोडणं वेदनादायक होतं, जणू क्रूरपणे दिलेलं दुःखच. ती स्वरसंगती मात्र या दुःखावर मात करत पुन्हा पूर्ववत झाली, आणि प्रकाशासोबत

आनंदही एकाच लयीत पसरू लागला. पुन्हा एकदा प्रकाश आणि काळोख एकमेकांशी समरस झाले आणि आनंदात सहभागी झाले.

तारे आणि आकाशगंगा वेगानं तिथे अवतरल्या, जवळजवळ येऊ लागल्या... आणखी जवळ ... अनेक आकाशगंगा एकत्र येऊन त्यांची एक आकाशगंगा होईपर्यंत... एक आकाशगंगा एक सूर्यमाला बनली; एक सूर्यमाला, एक ग्रह बनला. हा ग्रह अजून तयार होत होता, त्यामुळे तो कोणता ग्रह आहे, हे सांगता येत नव्हतं. त्याच्या वितळत्या पृष्ठभागावरून वाफा वर जात होत्या. ह्या धगधगत्या आदिम रांजणवजा ग्रहावर कोणीही जगू शकलं नसतं.

त्यानंतर वाऱ्यावर स्वार होणारे मरुतस्वार आले, आणि ते सगळे प्राचीन स्वरमेळ गाऊ लागले. त्याचं माधुर्य अजूनही ताजं होतं, वाऱ्याच्या हलक्या झुळका ती धगधगती आग शांत करू लागल्या. ते सगळं जळणं, उकळणं, खदखदणं, वाफा येणं थांबलं, आणि त्याचं पावसात रूपांतर झालं. अनंत काळापर्यंत पाऊस पडतच राहिला, ढग स्वत:ला रिते करत राहिले, पावसाच्या सरींवर सरी जोमानं कोसळत राहिल्या. हळूहळू ढग रिकामे होऊ लागले आणि त्याआडून मंद प्रकाशकिरण डोकावले. ते किरण समुद्रावर पडल्यावर समुद्र एखाद्या हिरवट मोत्यासारखा मंद चमकू लागला.

हळूहळू समुद्रातून जमीन वर आली, आणि जमिनीवर हिरवा रंग पसरू लागला. कोवळे हिरवे कोंब वाढू लागले, त्यांचं मोठ्या झाडांत रूपांतर झालं. फर्न उंचउंच वाढत गेले, अगदी ओक वृक्षांपेक्षाही उंच. हवा खूप ताजी होती आणि त्यात ऊन-पावसाचा, हिरव्या गवताचा, झाडांचा, आकाशाच्या निळाईचा गंध मिसळला होता.

हवा ओलाव्यामुळे जड झाली होती. ढगांच्या झिरझिरीत पडद्याआडून सूर्य तळपत होता. त्याच्या उष्णतेमुळे क्षितिज चमचमायला लागलं होतं. एका उंचाड्या फर्न वनस्पतीला ढकलून एक लहानसं हिरवट डोकं हळूच उगवलं, त्या डोक्याखाली लांब, जाडजूड मान होती, आणि ही मान एका अवाढव्य शरीराला जोडलेली होती. ती मान हेलकावत होती, आणि त्या प्राण्याचे छोटेछोटे डोळे इकडेतिकडे कुतूहलानं बघत होते. 'डायनोसॉर्स! ओहो...म्हणजे पृथ्वीचा जन्मापासूनचा इतिहास!' मेगनं ओळखलं.

ढगांनी सूर्य झाकून टाकला. आत्तापर्यंत उबदार असणारे वारे वेगानं वाहू लागले, ते वारे थंडगार झाले. तापमान झपाट्यानं खाली जाऊ लागलं. फर्न वनस्पती कोमेजल्या, आक्रसून गेल्या. डायनोसॉर्स या गारठ्यापासून दूर जाण्याचा आटापिटा करू लागले. तापमानातील प्रचंड बदलामुळे त्यांची फुप्फुसं काम करेनाशी झाली. त्यामुळे ते मरू लागले. जमिनीवर सगळीकडे बर्फ पसरला.

बर्फाळ प्रदेशातलं मोठं पांढरं अस्वल अन्न शोधत इकडेतिकडे हुंगत फिरू लागलं.

बर्फ... हिमवृष्टी... आणि मग परत पाऊस पडायला लागला, आणि सरतेशेवटी ढगांचा पडदा भेदून सूर्यकिरण आले. पुन्हा हिरवळ उगवली, मोठी झाडं दिसू लागली. दिवसा आकाश निळंभोर दिसत असे, आणि रात्री तेच आकाश चमचमत्या ताऱ्यांनी बहरून जाई.

•••

एकशिंगी घोडा आणि चार्ल्स वॉलेस झाडांनी वेढलेल्या एका हिरव्यागार माळरानात उभे होते.

"आपण कुठे आहोत?" चार्ल्सनं विचारलं.

"आपण इथेच आहोत की," एकशिंगी घोड्यानं तिरकसपणे उत्तर दिलं.

"इथेच? म्हणजे?"

गॉडियर वैतागून फुस्कारला, आणि म्हणाला, "अरे, तुला ओळखता येत नाही का?"

चार्ल्सनं त्या अनोळखी आसमंताकडे सभोवार पाहिलं. फर्नच्या झाडांनी त्यांची पानं आकाशाकडे उंचावली होती, जणू त्यांना ती निळाई पिऊन टाकायची होती. इतर झाडांच्या फांद्या वाऱ्यावर हेलकावत होत्या. चार्ल्स गॉडियरकडे वळून म्हणाला, "मी याआधी इथे कधीही आलेलो नाही."

आश्चर्य वाटून गॉडियरनं डोकं हलवलं. तो म्हणाला, "अरे, पण हे तर तुझं स्वत:चं स्थळ आहे; तुझा स्वत:चा काळ नाहीये हा, पण तरीही..."

"माझं स्वत:चं ... काय?"

"तुझं स्वत:चं स्थळ. जिथे तू उभा राहिलास, आणि सर्व शक्तींसह स्वर्गाला आवाहन केलंस, म्हणून तर मला तुझ्याकडे पाठवलं गेलं ना."

चार्ल्सनं पुन्हा एकदा सभोवताली निरखून पाहिलं, आणि नकार देत मान हलवली.

"अर्थात, हा काळ खूप वेगळा आहे म्हणा," गॉडियरनं मान्य केलं. "तुला वेगळ्या काळात जाण्याची, म्हणजेच काल-प्रवास करण्याची, सवय नाहीये का?"

"अरे बाबा, मी माझ्या वयाची पंधरा वर्षं काल-प्रवासच करत होतो की."

"हो...पण तो प्रवास फक्त एकाच दिशेनं होता."

चार्ल्सला एकाएकी सगळं उमजलं. तो म्हणाला, "ओह...म्हणजे हा माझा काळ नाहीये तर, हो ना? म्हणजे, आपण आत्ता जिथे आहोत, ती जागा म्हणजेच आमचा तारे पाहायचा खडक, तिथलं रान, घर हेच आहे; पण फक्त वेगळ्या काळातलं आहे. म्हणजेच, काळ वेगळा आहे, पण ठिकाण मात्र तेच आहे.

असंच म्हणायचंय ना तुला?''

''एकशिंगी घोड्यांना अंतराळ-प्रवासापेक्षा काल-प्रवास करणं जास्त सोपं पडतं. जोवर आपल्याला नक्की काय करायचं आहे हे कळत नाही, तोपर्यंत तरी आपण एकाच ठिकाणी राहणं मला सोयीचं वाटतं.''

''आपण कुठे आहोत, हे तुला माहीत आहे ना? मग मला असं विचारायचं आहे, आपण कोणत्या काळात आहोत? भूतकाळात, की भविष्यकाळात?''

''अं...माझ्या मते तुमच्या भाषेत त्याला कोणे एके काळी', किंवा 'खूप खूप वर्षांपूर्वी' असं म्हणतात.''

''अच्छा...म्हणजे आपण वर्तमानकाळात नाही आहोत.''

''अरे, अर्थातच आपण वर्तमानात आहोत. आपण जेव्हा असतो, तेव्हा तो वर्तमानकाळच असतो की.''

''अरे बाबा...आपण माझ्या वर्तमानकाळात नाही आहोत. तू जेव्हा माझ्याकडे आलास, त्या काळात आपण नाही आहोत.''

गॉडियरनं लगेच दुरुस्ती केली, ''मला जेव्हा तुझ्याकडे पाठवलं गेलं, असं म्हण'' तो पुढे म्हणाला, ''आणि केव्हा, कधी हे महत्त्वाचं नसतंच मुळी, त्या कालावधीत काय घडलं, हे महत्त्वाचं असतं. आता तू जाण्यासाठी तयार आहेस का?''

''पण... तू तर म्हणालास की आपण त्याच ठिकाणी आहोत, हो ना? जिथे तारे पाहायचा खडक होता तिथे... किंवा नंतर तो खडक तिथे तयार होईल, हो ना?''

''हो हो, तसंच म्हटलं मी,'' गॉडियरनं तिथल्या हिरवळीवर आपला खूर आपटला. ''तुझ्यावर जे कार्य सोपवलंय, ते जर तुला यशस्वीपणे पूर्ण करायचं असेल, तर तुला वेळोवेळी आत-बाहेर प्रवास करावा लागेल.''

''म्हणजे? काळाच्या आत-बाहेर? म्हणजे काल-प्रवास?''

''हो, काळाच्या आत-बाहेर. आणि माणसांच्याही.''

चार्ल्स आ वासून त्याच्याकडे बघतच राहिला. त्यानं आश्चर्यानं विचारलं, ''काय?''

''तुला 'बदलण्यायोग्य' असं काहीसं, किंवा कुणीतरी शोधून काढायचं आहे. त्यासाठी तुला आतमध्ये पाठवावं लागेल.''

''आतमध्ये म्हणजे... दुसऱ्या कोणाच्यातरी आतमध्ये?...अरे, पण मला जमेल की नाही, मला माहीत नाहीये.''

''का नाही जमणार?'' गॉडियरनं प्रश्न केला.

''अरे, पण... मी जर दुसऱ्या कोणाच्या आतमध्ये गेलो, तर माझ्या शरीराचं

काय होईल?''

''त्याची व्यवस्थित काळजी घेतली जाईल.''

''मला माझं शरीर परत मिळेल का?''

''जर सगळं व्यवस्थितपणे पार पडलं, तर मिळेल.''

''आणि जर सगळं ठीकठाक नाही झालं तर?''

''आपण सगळं ठीक होईल, असंच ठामपणे मानूया.''

चार्ल्सनं हाताची घडी घालून हात स्वत:भोवती वेढून घेतले. तो म्हणाला, ''मी घाबरलो असेन, असं वाटतंय ना तुला?''

''अरे, अर्थातच घाबरलायस तू. मीदेखील घाबरलोय.''

''गॉडियर, हे बघ, इतक्या सहजपणे 'तू आता कोणाच्यातरी शरीरात जाणार आहेस' असं सांगितलं, तर कोणालाही भीती वाटेल. माझं स्वत:चं काय होईल रे?''

''मलाही नक्की माहीत नाहीये. पण तू हरवणार नाहीस, हे नक्की. तू म्हणजे तूच राहशील. अर्थातच जर सगळं ठीक झालं, तर.''

''पण मी दुसराच कोणीतरीसुद्धा बनलेला असेन ना?''

''हो, पण जर तू स्वत:ला खुलं केलंस तर.''

''मी दुसऱ्याच्या शरीरात असताना, मला आम्हा दोघांसाठी शक्ती एकवटावी लागेल का?''

''अं... कदाचित तू ज्या शरीरात जाशील, तो, म्हणजेच तुझा यजमान, जास्त शक्तिशाली असू शकेल.'' गॉडियरनं या मुद्याकडे लक्ष वेधलं.

''अं...मला कळतच नाहीये...'' मेग त्याला ताकीद देते आहे, असं त्याला वाटलं. ती सांगत होती, ''तू जेव्हा एकट्यानं सामना करायचं ठरवतोस, अगदी तुझी तेवढी क्षमता नसली तरीही, तेव्हा नेहमीच अनर्थ ओढवतो.''

गॉडियर म्हणाला, ''तुझी नेमणूक करण्यात आलीय, आणि ही निवड अशीच कुणाचीही केली जात नाही, नेहमीच हेतूनुसार निवड केली जाते.''

''कसला हेतू?''

गॉडियर त्याच्याकडे दुर्लक्ष करत म्हणाला, ''कुणाच्या आतमध्ये शिरण्याची कला तुला चांगलीच अवगत आहे, असं दिसतंय.''

''पण मी तर कधीही...''

''तू तुझ्या बहिणीच्या आतमध्ये शिरू शकत नाहीस का?''

''अं... आम्ही दोघं कायथ करताना...तसं म्हणता येईल म्हणा, पण म्हणजे मी अक्षरश: मेगच्या शरीरात शिरत नाही रे... किंवा मी मेग बनत नाही. मी मीच राहतो.''

"खरंच? तू तूच असतोस तेव्हा?"

चार्ल्सनं या मुद्यावर विचार केला, "मी जेव्हा मेगसोबत कायथ करत असतो, तेव्हा मला तिच्या अस्तित्वाची पूर्ण जाणीव असते. तसंच ती जेव्हा माझ्यासोबत कायथ करते, तेव्हा तिला माझ्या अस्तित्वाची जाणीव स्वत:पेक्षाही जास्त प्रमाणात असते. हं... मला वाटतंय, कायथिंग हे एक प्रकारे आतमध्ये जाण्यासारखंच असतं... असा विचार केल्यावर जरा कमी भीती वाटते."

आपल्या दाढीला एक हिसका मारत गॉडियर म्हणाला, "हे बघ, आता कुणाच्यातरी आतमध्ये अगदी पूर्णत्वानं जाण्याचं काम तुझ्यावर सोपवण्यात आलंय, आणि तुला मदत करण्यासाठी माझी निवड झालीय." त्याच्या शिंगात उजेड चमकला आणि मंद झाला, "तू सुरुवात झालेली पाहिलीस."

"हो."

"एक विनाशक अगदी सुरुवातीपासून प्राचीन स्वरमेळाचा भंग करण्याचा प्रयत्न करत होता, तेदेखील तू पाहिलंस."

"हा विनाशक कुठून आला होता?"

"अर्थातच सत्प्रवृत्तीतून, सद्‌विचारांतून, चांगुलपणातून. इक्थ्रॉसला सगळी कीर्ती, प्रतिष्ठा स्वत:साठीच असावी, असं वाटतं. जेव्हा तसं घडतं, चांगुलपणा नाहीसा होऊ लागतो. इतरही त्या इक्थ्रॉसचं अनुकरण करतात. हे इक्थ्रॉय जिथेजिथे जातात, भेसूर काळोख्या छाया त्यांच्या मागोमाग येतात, आणि वाऱ्यावर स्वार होण्याचा प्रयत्न करतात. अशीही काही ठिकाणं आहेत, जिथे कोणीही प्राचीन स्वरमेळ ऐकलेलासुद्धा नाहीये. पण, जिथे 'बदलण्यायोग्य' प्रकारचे जीव असतात, तिथे बदलाचे क्षणही अगदी नेहमीच असतात. आपण त्या विशिष्ट दुष्टाव्यास कारणीभूत असलेल्या, अशाच 'बदलण्यायोग्य' प्रकारच्या जीवांना शोधून काढायचंय. मी असे अनेक 'बदलण्यायोग्य' जीव पाहिलेत. तुलाही अनेक घटना बघून कधीकधी वाटलं असेलच नं... जर अमुक आणि तमुक यांची निवड झाली असती, तर ही घटना घडलीच नसती. जर अमक्यातमक्या गोष्टी घडल्या असत्या, तर प्रकाशाचा अंत होण्याऐवजी, प्रकाशानं काळोखाशी जोडी जमवली असती. 'बदलण्यायोग्य' जीवांच्या त्या विशिष्ट क्षणात शिरकाव करून, तुला स्वत:ला योग्य ती कृती करता येऊ शकते, आणि तू तो विशिष्ट क्षण बदलूही शकतोस."

त्याच्या रूपेरी आयाळीत चार्ल्सची बोटं घट्ट रुतली. तो म्हणाला, "सौ. ओ'कीफ यांनी मला सांगितलं, म्हणून मी सर्वनाश थोपवू शकणार नाही, ही गोष्ट मलाही कळतेय. मी जरासा उद्धट, आगाऊ असेनही; पण मी तेवढाही उद्धट नाहीये हं. माझ्या बहिणीला बाळ होणार आहे, आणि तिच्यासाठी सर्वनाश थोपवण्याचा प्रयत्न करण्याएवढी ताकद माझ्यात नक्की आहे. सौ. ओ'कीफनं

मला तो मंत्रही दिलाय...'' त्यानं भोवतालच्या हिरव्यागार आसमंताकडे पाहिलं. जरी त्यानं पायांत बूट घातले होते, अंगात उबदार अ‍ॅनोरॅक जॅकेट घातलं होतं, तरीही तो उकाड्यानं अस्वस्थ होत नव्हता. एकाएकी गाण्याच्या सुरांनी त्याच्याभोवती फेर धरला. सोनेरी पक्ष्यांचा एक थवा आसपासच्या झाडांवर येऊन बसला. चार्ल्सनं विचारलं, ''बरं. मग आता आपण कोणत्या काळात आहोत? किती वर्षांपूर्वी?''

''खूप खूप वर्षांपूर्वीच्या काळात. मी तुला या ग्रहावर, 'बदलण्यायोग्य' मानवी जीवांचा उदय होण्यापूर्वीच्या काळात घेऊन गेलोय. लोक भांडायला, एकमेकांना मारून टाकायला शिकण्याच्या आधीच्या काळात.''

''आपण इथे... म्हणजे... खूप खूप वर्षांपूर्वीच्या काळात... कसे आलो?''

''वाऱ्यावर स्वार होऊन. वारा स्वत:च्या मर्जीनं वाहतो.''

''तुला आपण जिथे... किंवा ज्या काळात जावं असं वाटतंय, तिथे तो आपल्याला नेईल का?''

त्याच्या शिंगात प्रकाश चकाकू लागला. तो प्रकाश आकाशाची निळाई घेऊन चार्ल्सच्या डोळ्यांत परावर्तित झाला. ''स्वरमेळांचा भंग होण्याआधी एकशिंगी घोडे आणि वारे आनंदानं, भयमुक्त होऊन नृत्य करत असत. आता इक्थ्रॉयना वाऱ्याची हाव सुटलीय, कधीकधी तर ते वाऱ्यावर स्वार होतात आणि त्या वाऱ्याचं तुफानी वादळात रूपांतर करतात. आपण असल्या कुठल्याही वाऱ्यावर स्वार झालो नव्हतो, याबद्दल तू आभार मानायला हवेस. तशी शक्यता नेहमीच असते. आपण मात्र मला हव्या त्या काळात येऊन पोचलोय. आता आपल्याला जरासा विसावा मिळेल.''

ते सोनेरी पक्षी त्यांच्या अवतीभोवती घिरट्या घालू लागले. आकाश खूप खूप फुलपाखरांच्या, ढगासारख्या थव्यानं भरून गेलं. ती फुलपाखरं पक्ष्यांसोबत एका विशिष्ट अशा ठराविक पद्धतीनं उडू लागली. हिरवट रंगाचे ठिपकेदार सरडे जमिनीवरील हिरवळीत उड्या मारत बागडू लागले.

''इथला वारा शांत असतो, त्याला त्रास झालेला नाहीये. चल आता. त्या सोनेरी काळाची ही एवढीच झलक मी तुला दाखवू शकतो.'' गॉडियर म्हणाला.

''आपण इतक्या लवकर जायलाच हवं का?''

''अरे, तितक्याच तातडीची गरज आहे नं...''

खरंच... ती गरज खरोखरच तातडीची होती. चार्ल्सनं एकशिंगी घोड्याकडे नजर टाकून विचारलं, ''आता आपण कुठे जाणार आहोत?''

आपला एक खूर हिरव्यागार गवतावर आपटत गॉडियर म्हणाला, ''अरे, 'कुठे' हा प्रश्न विचारू नकोस रे; तुझ्या मानवी मेंदूत शिरतच नाहीये का?

'केव्हा', किंवा 'कोणत्या काळात', असं विचार. आपल्याला आणखी जास्त माहिती मिळेपर्यंत आपण इथेच राहणार आहोत, म्हणजेच आपण जागा बदलणार नाही. इथे काहीतरी शिकायचं आहे, आणि नक्की काय शिकायचं आहे, हे आपल्याला शोधायचं आहे.''

''तुला माहीत नाहीये?''

''मी फक्त एक एकशिंगी घोडा आहे,'' आपल्या रूपेरी पापण्या विनयानं झुकवत गॉडियर बोलू लागला, ''मला एवढंच माहीत आहे की, या तुझ्या तारे पाहायच्या ठिकाणी, भविष्याच्या दृष्टीनं काहीतरी महत्त्वाचं घडणार आहे. ते जे काही असेल, ते प्राचीन संगीतात बिघाड होण्याआधी घडलेलं नव्हतं. बरं, आता आपण माणसांच्या एका कालखंडात जाऊ या.''

''पण कुठल्या कालखंडात जायचं आहे, हे तुला माहीत आहे ना?''

गॉडियरच्या शिंगातला प्रकाश मंदावून मिणमिणता झाला. चार्ल्सला आता या संकेताचा अर्थ कळायला लागला होता. त्या घोड्याला माहीत नाहीये, किंवा त्याला कसलासा त्रास होतोय, असाच त्याचा अर्थ होता. ''बऱ्याच दूरवरच्या काळात. आपण या वाऱ्यावर निश्‍चितपणे स्वार होऊ शकतो. इथला प्राचीन स्वरमेळ अजूनही भंग पावलेला नाहीये. आपण ज्या काळात जातोय, तिथलं वातावरण जर विसंवादी बनलं असेल, तर मात्र हा वारा जरासा त्रासदायक बनू शकतो. नीट घट्ट पकडून बस हं. नंतर मी तुला आतमध्ये घेऊन जाणार आहे.''

''आतमध्ये?...कुणाच्या आतमध्ये जाणार आहे मी?'' चार्ल्सनं गॉडियरच्या आयाळीला पीळ देत विचारलं.

''वाऱ्याला विचारून सांगीन.''

''म्हणजे? तुला माहीत नाही?''

''अरे, किती प्रश्न विचारतोस रे...'' गॉडियरनं वैतागानं एक खूर जोरात आपटला. तो पुढे म्हणाला, ''मी काही संगणक नाहीये. प्रत्येक प्रश्नाला असली सफाईदार, उथळ आणि गुळमुळीत उत्तरं फक्त यंत्रंच देऊ शकतात.'' त्याच्या शिंगातला प्रकाश तेजानं चमचमू लागला; त्याच्या खुरांमधून ठिणग्या उडाल्या, आणि झेप घेऊन ते उंच उडाले.

त्यांच्या अंगावरून, अवतीभोवती जोरदार वारा वाहत जातोय, हे चार्ल्स वॉलेसला जाणवत होतं. एकशिंगी घोड्यावर, वाऱ्यावर स्वार होऊन त्याला अत्यंत आनंद आणि मुक्तपणाची अनुभूती येत होती. तो घोडा, वारा आणि चार्ल्स एकरूप होऊन त्या वेगाशी समरस झाले होते.

तारे, आकाशगंगा यांनी वैश्‍विक फेर धरला होता, आणि या एकरूपतेचा आनंद

कुठल्याही अंतर्गत गोंधळापेक्षा जास्त होता.

आणि मग एकाएकी ते अलगद एका जागी उतरले. तिथे खडक, झाडं, उंच वाढलेलं गवत आणि एक मोठा तलाव होता. अनेक शतकांनंतर, जी जागा चार्ल्सचा तारे पाहायचा खडक बनणार होती, तिथे आत्ता नुसतीच लहानशी दगडी टेकडी होती. त्याच्या मागच्या रानात अनेक उंच फर्न वृक्ष आणि भव्य डेरेदार झाडं होती. चार्ल्सला ही झाडं ओळखता येईनात. चार्ल्सच्या तारे पाहायच्या खडकासमोर असलेल्या दरीच्या जागी, आता पल्याडच्या डोंगरांपर्यंत विस्तारलेला तलाव होता, त्यातलं पाणी सूर्यकिरणांमुळे चमकत होतं. तो खडक आणि तलाव यांच्यामध्ये, दगड आणि कातडे वापरून बनवलेल्या, जराशा विचित्र झोपड्या होत्या. तंबूवजा घर म्हणता येईल त्या झोपड्यांना. तलावाच्या काठाशी या झोपड्या अर्धवर्तुळाकार रचनेत पसरल्या होत्या.

त्या घरांसमोर, अवतीभोवती बरीच वर्दळ होती, मनमोकळ्या हसण्याचे आवाज येत होते. काही स्त्रिया आणि पुरुष विणत होते, काही लोक तलावातली माती वापरून वाडगे, बशा अशी भांडीकुंडी बनवत होते, त्या भांड्यांवर नाजूक भौमितिक नक्षी रेखाटत होते, सुंदर रंगांनी भांडी रंगवत होते. तलावाकाठी लहान मुलं खेळत होती, एकमेकांच्या अंगावर पाणी उडवत होती; चपट्या ठिकऱ्या पाण्यावर भिरकावून, त्या ठिकऱ्या पाण्यावर टप्पे घेत कशा उसळत जातात ते पाहत होती.

एक मुलगा खडकावर बसून एका दगडानं भाल्याला तासून धार लावत होता. सडसडीत आणि सावळा होता तो. त्याचे केस काळेभोर आणि चमकदार होते. डोळेही काळेभोर होते, आणि तलावातल्या पाण्यागत चमकत होते. त्याच्या गालाची हाडं उंचावलेली होती, ओठ उष्ण आणि भरदार होते. त्याचं सगळं लक्ष भाला तासण्यावर एकवटलेलं होतं. त्यानं एकदा तलावातल्या चमकत्या पाण्याकडे पाहिलं, माशांचा वास येतोय का ते हुंगून पाहिलं, आणि पुन्हा भाला तासण्याकडे लक्ष वळवलं. त्याचं संवेदनशील नाक गवताचा, आकाशाचा, जंगलातल्या एखाद्या प्राण्याच्या रक्ताचा वास टिपत होतं. टेकडीवर त्याच्या मागेच उभ्या असलेल्या एकशिंगी घोड्याकडे त्याचं लक्षच जात नसावं, असं वाटत होतं; किंवा त्यानं त्या सुंदर प्राण्याला जणू गृहीतच धरलं होतं. गॉडियरनं आपले पंख कमरेपाशी मिटून घेतले होते, त्यामुळे ते दिसतच नव्हते. शिंगातला प्रकाश आता स्थिर झाला होता.

•••

मेगनं आनंदीच्या अंगावर आपला हात दाबून धरला. तिनंही डोकं वळवून आपल्या उष्ण लाल जिभेनं मेगचा हात आश्वासकरीत्या चाटला.

आपली सगळी ज्ञानेंद्रियं अचानक तीव्रतेनं जागृत झाली आहेत, अशी जाणीव मेगला झाली. एवढी तीव्र जाणीव तिला आत्तापर्यंत कधीही झाली नव्हती. निळाई ल्यालेलं आकाश तळपत होतं, त्या तेजानं तिचे अंतस्थ डोळे दिपले. तिच्या खोलीत थंडी असली तरी तिला उबेची जाणीव होत होती; तिची त्वचा सूर्यकिरणांची ऊब शोषून घेत होती. तिला आत्तापर्यंत कधीही असा खडकांचा, मातीचा, वाऱ्याच्या झुळकेचा अशा प्रकारे वास आला नव्हता.

''का? कसं?'' ...तिला घोडा दिसत होता, पण चार्ल्स मात्र दिसत नव्हता. ''चार्ल्स कुठे गेला?'' तिच्या मनात विचार येत होते.

आणि मग तिला समजलं.

चार्ल्स वॉलेस त्या खडकावर बसलेल्या मुलाच्या आतमध्ये शिरला होता. एका वेगळ्याच अर्थानं, चार्ल्स तो मुलगा बनला होता, त्या मुलाच्या डोळ्यांतून पाहत होता, त्याच्या कानांनी ऐकत होता, त्याच्याच नाकानं वास घेत होता, आणि त्याच्या जागृत झालेल्या ज्ञानेंद्रियांना जे जे जाणवत होतं, ते सगळं तो कायथ करत होता.

•••

गॉडियर हलकेच खिंकाळला. चार्ल्सला त्यानं बजावलं, ''तू सावध राहायला हवंस हं. आता तू चार्ल्स वॉलेस मरी नाहीस. तुझ्या बहिणीसोबत कायथ करताना तू स्वत:ला विसरतोस ना, तसंच आताही तुला करायला हवं. तू ज्याच्या शरीरात आहेस, तुला ती व्यक्ती बनायचं आहे.''

''मी कोणाच्या शरीरात आहे?''

''हार्सेल्स. वाऱ्याच्या लोकांपैकी एक. त्याला जेवढं ज्ञान आहे, तुलाही तेवढंच असायला हवं. जर त्याच्या विचारांच्या कक्षेबाहेरचे विचार तुझ्या मनात आलेच, तर ते त्याला कळू देऊ नकोस. खरं तर असे विचार तुझ्या मनात येऊ न देणं, हेच सगळ्यात उत्तम.''

चार्ल्स वॉलेसनं हार्सेल्सच्या शरीरात हळूच चुळबुळ केली. ''असं माझ्या शरीरात कोणी शिरलं, तर ते मला स्वत:ला तरी कसं पटेल? असं कोणी आधी शिरलं होतं का?'' त्याच्या मनात येत होतं.

गॉडियरनं चार्ल्सच्या, हार्सेल्सच्या शरीरात जाऊ न देता, बाहेरच थोपवलेल्या भागाशी बोलत उत्तर दिलं, ''नाही. तितकाच मोठा धोका उद्‌भवल्याशिवाय, आम्ही असं कोणाला कोणाच्या आतमध्ये पाठवत नाही. मोठा धोका म्हणजे अगदी...''

"अगदी..."

घोड्याच्या शिंगातला उजेड थरथरला. तो म्हणाला, "जर तुमचा ग्रह उद्‌ध्वस्त झाला तर काय काय होऊ शकेल, हे तुला माहितीये ना."

चार्ल्सनं झटकन उत्तर दिलं, "हो, काही गोष्टी माहीत आहेत. त्यामुळे सगळा समतोल ढासळू शकेल, आणि सूर्याचा स्फोट होऊन त्याचा सुपरनोव्हा बनू शकेल."

"हो, तीही एक शक्यता आहे. देवानं निर्मिलेल्या व्यवस्थेत अगदी लहानशी जरी गडबड झाली, तरी त्याचा परिणाम दिसून येतोच. समजा, जर तुला राग आला, तर इक्थ्रॉयच्या द्वेषभावनेत त्या रागाची भर पडेल, आणि याच तिरस्काराचा वापर करून इक्थ्रॉय संगीतातील माधुर्य नष्ट करतील आणि प्राचीन सुसंवादी स्वरमेळाचा भंग करतील. जेव्हा तू दुसऱ्याला प्रेम देतोस, हे प्रेम त्या वैश्विक संगीतास मिळतं."

अस्वस्थतेची लाट अंगावरून सरसरत गेल्याचं चार्ल्सला जाणवलं. त्यानं विचारलं, "गॉडियर ... अरे, आता... हार्सेल्सच्या शरीरात राहून मी काय करायला हवं?"

"सुरुवातीला त्याच्या शरीरात असण्याची मजा घे. या काळात, अजूनही या जगाला प्राचीन संगीत माहीत आहे."

"त्याला तू दिसतो आहेस का? म्हणजे मला दिसतोयस तसा?"

"हो."

"त्याला तर काहीच आश्चर्य वाटलेलं दिसत नाही."

"अरे, आनंदी असलं की कसलंही आश्चर्य वाटत नाही. तू शांत हो रे चार्ल्स. हार्सेल्ससोबत कायथ कर. तूच हार्सेल्स बन. स्वतःला सोडून दे, विसरून जा." गॉडियरनं त्या खडकावर एक खूर आपटला... ठिणग्या उडाल्या...कमानदार झेप घेऊन, तो दौडत दौडत रानात निघून गेला.

हार्सेल्स उभा राहिला, त्यानं आळोखेपिळोखे दिले. एखाद्या बॅले नर्तकासारखी खालच्या गवतावर अलगद उडी मारली. तो मजेनं गवतावर लोळू लागला. मग तो उभा राहिला, आणि तलावाच्या काठी असलेल्या मुलांना, विणकरांना, कुंभारांना हाक मारत तिथे पळत गेला.

तलावाच्या काठी तो अगदी स्तब्ध उभा राहिला. आजूबाजूच्या वर्दळीपासून अलग. त्यानं एक शीळ घातली आणि हाक मारली, "फिना, फिना, फिना!"

तलावाच्या मध्यावर खळबळ झाली, आणि एक मोठा प्राणी पोहत पोहत, मध्येच हवेत झेपावत हार्सेल्सकडे येऊ लागला. हार्सेल्सनंदेखील पाण्यात उडी मारली, आणि तो पोहत त्या प्राण्याकडे जाऊ लागला.

फिना म्हणजे साधारणपणे डॉल्फिनसारखा दिसणारा प्राणी होता, पण डॉल्फिनएवढा मोठा नव्हता. चमकदार इंद्रधनुषी रंगाची होती फिना. डॉल्फिनसारखीच तीही हसरी वाटत होती, आणि हवेत, पाण्यात तशाच सफाईनं वावरत होती. हार्सेल्सला भेटल्यावर तिनं श्वास घेण्यासाठी असलेल्या डोक्यावरील छिद्रातून कारंज्याचा फवारा उडवून त्याला भिजवून टाकलं. हार्सेल्स हसत हसत ओरडला.

काही वेळ त्यांनी एकमेकांशी झोंबाझोंबी केली, आणि मग हार्सेल्स फिनाच्या पाठीवर बसला. फिना पाण्यात पोहता पोहता मध्येच हवेत झेपावत होती, पुन्हा सूर मारून पाण्यात जात होती. हार्सेल्स तिला घट्ट धरून बसला होता.

अत्यंत आनंदाचा खेळ होता हा.

हार्सेल्सची जीवनशैली चार्ल्सला अतिशय सुंदर वाटत होती.

पोटमाळ्यावरच्या खोलीत, मेग आनंदीच्या अंगावर हात ठेवून बसली होती. त्या दोघींच्या अंगावर शहारा आला होता. मेग म्हणाली, "आनंदी, अगं, हे सगळं असंच, इतकं छान, का राहिलं नसेल गं? काय झालं होतं?"

•••

"...कधी? कोणत्या काळात आहोत आपण?" चार्ल्स विचार करत होता.

हार्सेल्ससाठी तर सगळा वर्तमानकाळच होता. याआधीचा दिवस संपला होता, ते तर स्वप्नच होतं म्हणा. उद्याचा दिवस उजाडेल, तोही आजसारखाच असेल. कायमच वर्तमानकाळ. या नवतरुण जगात फारसं कोणी मागे वळून, किंवा भविष्यात डोकावून पाहत नसे. जर आजचा दिवस चांगला असेल, तर सुखद स्वप्नासारख्या असलेल्या कालच्या दिवसाची गरजच नव्हती. जर आज चांगला असेल, तर उद्याचा दिवसही चांगलाच असेल, अशी त्यांची धारणा होती.

हे वाऱ्याचे लोक अतिशय सभ्य होते, आणि सामंजस्यानं, एकोप्यानं मिळूनमिसळून राहणारे होते. अगदी क्वचित, कधीतरी मतभेद होत असत; पण ते मतभेद सुजाण, समंजस मध्यस्थामार्फत सोडविले जात असत. त्या मध्यस्थाचा न्यायनिवाडा नेहमीच मान्य केला जात असे. मासेमारी केली जाई, धनुष्यबाण घेऊन शिकार केली जाई, पण फक्त गरजेपुरतीच. गरजेपेक्षा जास्त कधीही नाही. त्या जमातीतल्या प्रत्येकाला आपण काय करण्यासाठी जन्माला आलोय, हे माहीत असे. स्वत:च्या क्षमता त्यांना पुरेपूर ठाऊक होत्या. कोणाचीही क्षमता कमी, किंवा अधिक दर्जाची मानली जात नसे. अगदी मध्यस्थालादेखील उगाचच जास्त प्रतिष्ठा, मानमरातब असलं काही मिळत नसे.

एक दिवस, शिकाऱ्यांच्या एका लहानशा गटावर, एक भलंमोठं रानडुक्कर धावून आलं. सगळ्यांची पळापळ झाली. त्यातल्या सगळ्यात छोट्या, आणि मंद गतीनं पळणाऱ्या व्यक्तीला, शरीराच्या एका बाजूला भोसकलं गेलं होतं. हार्सेल्सनं त्याला मदत केली आणि घरी नेलं. त्यानं उपचारकर्त्याबरोबर रात्रभर त्याची सेवा केली, जखमेवर लावण्यासाठी थंडगार ताजं शेवाळं घेऊन आला, तो बरा व्हावा म्हणून प्रार्थना केली.

सकाळी जणू आनंदोत्सव साजरा झाला. अर्थात, हा आनंद, त्या व्यक्तीची जखम बरी होऊ लागली होती म्हणून तर होताच, पण त्याशिवाय, हार्सेल्सला आपली खास क्षमता समजली, त्याबद्दलही होता. सगळ्यांना हे कळल्यावर आनंद झाला, आणि आता हार्सेल्सला उपचारकर्त्याकडे शिकायला पाठवायचं, असं ठरवलं गेलं. जेव्हा उपचारकर्त्याचा मृत्यू होईल आणि तो ताऱ्यांसोबत राहू लागेल, तेव्हा हार्सेल्स त्याची जागा घेईल, म्हणजेच हार्सेल्स उपचारकर्ता बनेल, असंही ठरलं.

संगीतातलं माधुर्य अजूनही स्पष्ट, शुद्ध होतं. सुसंवादी स्वरसंगतीला विकृत स्वरूप आलेलं नव्हतं. तारुण्याचा काळ होता. सूर्य दिवसभर तेजानं तळपत असे, आणि रात्री दूरच्या ताऱ्यांच्या राज्यात निर्धास्तपणे विश्रांती घेत असे.

हार्सेल्सला खूप मित्र होते, पण त्याचे अगदी जिवाभावाचे मित्र म्हणजे प्राणी. फिना आणि एर्न. एर्न ही एक भलीमोठी पक्षीण होती, जिची ठेवण गरुड आणि गल या सागरी पक्ष्यांच्या जवळपास जाणारी होती. ती आकारानं इतकी मोठी होती, की हार्सेल्स तिच्यावर बसूही शकत असे. एर्नची पिसं पांढरीशुभ्र होती, त्यांच्या टोकांपाशी गुलबट छटा होती. मध्येच जांभळट छटाही डोकावत होती. डोक्यावर गुलाबी पिसांचा तुरा होता, आणि डोळे लाल माणकाच्या रंगाचे होते. हार्सेल्स तिच्यावर घट्ट धरून बसला की ती उंच उंच उडत जाई, अगदी हवा विरळ होऊन त्याला धाप लागेतोवर उंच. ते दोघे उंचावरून दूरवर उडत जात. त्यामुळे हार्सेल्सला दूर असलेल्या वसाहती दिसायच्या, अथांग पसरलेला समुद्र दिसायचा.

हार्सेल्सनं एकदा कथाकथन करणाऱ्याला त्या दूरच्या वसाहतींबद्दल विचारलं होतं.

अतिशय तीव्र शब्दांत तो कथाकार म्हणाला, ''सोड रे ते, जाऊ दे, नको विचारू.'' एरवी तो असा कधीही बोलत नसे.

''पण त्यांच्याबद्दल जाणून घ्यायला मज्जा येईल, आपल्याला त्यांच्याकडून काही शिकता येईल.''

''हे बघ हार्सेल्स,'' तो कथाकार म्हणाला, ''मीदेखील तुझ्या एर्नसारख्या

प्राण्यावर बसून उडलो होतो, मी माझा घोडा एका छुप्या जागी उतरवला. मी तिथे नको ते पाहिलं रे. अरे, मी एक माणूस, दुसऱ्या माणसाला ठार मारताना पाहिला.''

''अरे बापरे, पण का? एक माणूस दुसऱ्या माणसाला का मारेल?''

त्या कथाकारानं हार्सेल्सच्या स्वच्छ, नितळ डोळ्यांत पाहिलं आणि म्हणाला, ''तुला ते कधीही कळू नये रे बाबा, हीच इच्छा आहे माझी.''

हार्सेल्सच्या शरीरात राहणं चार्ल्स वॉलेससाठी सोपं होतं. चमकत्या सूर्याच्या उबेत, अंधार आणि प्रकाशाची मैत्री असलेल्या ठिकाणी राहणं सोपंच वाटत होतं. एक दिवस हार्सेल्स एर्नची सवारी करत होता. ते उडत उडत त्या वसाहतीपाशी आले, आणि हार्सेल्स एर्नला तिथे उतरायला सांगू लागला. चार्ल्सनं हार्सेल्सचे हे विचार त्याला हळूच बदलायला लावले, आणि त्याचं लक्ष हवेत तरंगण्याच्या आनंदाकडे वळवलं. एर्न वाऱ्याच्या एका झोतावर स्वार झाली, पंखांच्या अगदी हलक्या हालचाली करत तरंगू लागली. असं त्याच्या विचारांत लुडबुड करण्याची परवानगी असेल का...चार्ल्सला माहीत नव्हतं. चार्ल्सला एवढंच कळत होतं की, जर त्या एकमेकांना मारणाऱ्या जमातीकडून हार्सेल्स तसलं काही शिकला, तर त्याचा आनंद त्याच्या निरागसतेसोबत नष्ट होईल.

•••

''... तू जे केलंस, ते अगदी योग्यच होतं..''... मेगनं ठामपणे कायथ केलं. ''... हेच योग्य असायला हवं.''

मेगनं पुन्हा घड्याळात पाहिलं. घड्याळाचे काटे मुळीच फारसे पुढे सरकले नव्हते. चार्ल्स वॉलेस हार्सेल्सच्या शरीरात राहत होता, त्या काळात ऋतू वेगानं बदलत होते. मेगच्या वर्तमानात मात्र काळ तिथेच थांबून राहिल्यागत वाटत होतं. तिची आवडती, ओळखीची जागा वेगळी दिसत होती, आणि फक्त हार्सेल्सच्या त्या एकमेव काळातच, काळ पुढे सरकत चालला होता. हार्सेल्सच्या या काळात, तारे पाहायचा सपाट खडक, लहान दगडी टेकडीच्या रूपात होता; हिरव्यागार दरीच्या जागी तलाव होता, आणि लहानशा रानाच्या जागी घनदाट जंगल होतं.

हा काळ आनंदानं बहरलेला होता, अगदी विश्वास बसू नये इतका. मेगनं एक सुस्कारा टाकला.

आनंदी कुं कुं करायला लागली. तिनं मेगकडे चिंतातुर नजरेनं पाहिलं.

''काय गं?'' मेगनं दचकून विचारलं. तितक्यात गॉडियरचं खिंकाळणं ऐकू आलं, त्याच्या शिंगातला रुपेरी प्रकाश हिऱ्यासारख्या तेजानं चमचमत होता.

•••

चार्ल्स वॉलेस गॉडियरवर, मानेजवळ बसला होता. हार्सेल्सकडे स्वतःच्या डोळ्यांनी पाहत होता. त्याच्या शरीरात असताना त्याला इतकी उत्स्फूर्तता, इतका आनंद जाणवला होता, की ते सगळं त्याच्या सदैव स्मरणात राहणार होतं. चार्ल्सनं, हळूच आपला गाल गॉडियरच्या चंदेरी मानेवर घासला. "धन्यवाद," तो कुजबुजला.

"माझे आभार मानू नकोस," गॉडियर फटकन म्हणाला, "तू कोणाच्या शरीरात जायचं, ते मी ठरवत नाही."

"मग कोण ठरवतं?"

"वारा."

"वारा तुला सांगतो?"

"तू कोणाच्या आतमध्ये गेल्यानंतरच. आधी नाही. तुला आत्ता आला, तसाच अनुभव प्रत्येक वेळी येईल, असं मात्र समजू नकोस हं. तुला कोणाच्यातरी आतमध्ये जाण्याचा अनुभव मिळावा, ते सवयीचं व्हावं, सोपं वाटावं, म्हणून तुला हार्सेल्सच्या शरीरात पाठवलं असेल, असं मला वाटतंय. तू तुझ्या यजमान-शरीरात गेल्यावर, स्वतःला आणखी जास्त प्रमाणात समर्पित करायला हवं. त्यामुळेच तुला 'बदलण्यायोग्य' जीव ओळखता येईल."

"मी जर मला पूर्णपणे समर्पित केलं, तर मला ते कसे ओळखता येतील?"

"ते तुझं तूच शोधून काढायचं आहे. मी तुला काय करायला हवं, तेवढंच सांगू शकतो."

"मला आता पुन्हा कोणाच्या आतमध्ये पाठवलं जाईल का?"

"हो."

"मला आधीइतकी भीती वाटत नसली ना...तरी... ए गॉडियर... मी अजूनही घाबरलेलो आहे रे."

"ते ठीक आहे रे." गॉडियर म्हणाला.

"आणि मी जर स्वतःला पूर्णपणे समर्पित केलं, तर मी मेगशी कायथ कसं करू?"

"जर तसं करायचं असेल, तर तू कायथ करू शकशील."

"मला तिची गरज भासेल रे..."

"कशाला?"

"मला नाही माहीत. पण मला आतून वाटतंय तसं."

गॉडियरनं तीन इंद्रधनुषी फुगे नाकातून सोडले. आणि म्हणाला, "घट्ट धरून बस हं. घट्ट, आणखी घट्ट. आपण आता वाऱ्यावर स्वार होणार आहोत, आणि या वेळी कदाचित आपला सामना इक्थ्रॉयशी होऊ शकेल. ते तुला माझ्या पाठीवरून खेचून काढायचा आणि जगाच्या काठावरून भिरकावून देण्याचा प्रयत्न करतील."

४

बर्फ, त्याच्या आरसपानी शुभ्रतेसह

त्या भव्य एकशिंगी घोड्यानं स्वत:ला वाऱ्यावर झोकून दिलं, आणि ते उंच उडू लागले. ते ताऱ्यांमधून उडत होते; त्यांच्या नृत्याचा, संगीताचा एक भाग बनत होते. जेव्हा प्रत्येक तळपता सूर्य आपल्या अक्षाभोवती फिरे, तेव्हा घर्षणामुळे स्वरांची एक वेगळीच लकेर निघे. एखाद्या काचेच्या ग्लासावर बोट घासत फिरवल्यावर येतो तसा आवाज होता तो. ह्या स्वरांची पट्टी, आणि आवाजाचा पोत मात्र दर वेळी वेगळा असे.

हे संगीत इतकं नितांत सुंदर होतं... कुठल्याही बिलोरी काचेच्या, पितळेच्या किंवा लाकडी वाद्यातून असं संगीत ऐकू येणं शक्य नव्हतं. स्वरसंगती आणि माधुर्य यांचा मिलाफ इतका परिपूर्ण होता, की ते ऐकता ऐकता, चार्ल्सची घोड्याच्या आयाळीवरची पकड ढिली पडली.

''ए...नाही,'' मेग मोठ्यानं ओरडली, ''चार्ल्स नीट घट्ट धरून ठेव! सोडू नको रे!''

या सुंदर उडत्या प्रवासादरम्यान अचानक थंडगार, बर्फाळ वाऱ्याच्या झोतानं त्यांच्यावर हल्ला चढवला. या झोतासोबत सडका मृत्युगंध सगळीकडे पसरला.

त्या वासानं चार्ल्सला मळमळून उलटी होईल, असं वाटू लागलं. त्यानं आपला चेहरा गॉडियरच्या आयाळीत लपवला. तो इक्थ्रॉयरूपी बर्फाळ वारा चार्ल्सला घोड्याच्या पाठीवरून खेचून काढायला लागला. त्यामुळे चार्ल्सनं त्याची चंदेरी आयाळ आणखी घट्ट पकडली. तो वास अतिशय किळसवाणा होता. चार्ल्सनं गॉडियरच्या आयाळीत चेहरा खुपसल्यानं, त्याला त्याच्या अंगाचा, कातडीचा वास येत होता म्हणून बरं झालं...नाहीतर त्या दुर्गंधीमुळे त्याची पकड ढिली

झाली असती. त्या एकशिंगी घोड्याला घाम फुटला होता. काळोखाच्या अदृश्य पंखांशी मुकाबला करताना गॉडियर आपले पंख जोरजोरात फडफडवत होता. तो वेदनेनं खिंकाळला, पण त्या तुफानी वादळात गॉडियरचा आवाज लुप्त झाला.

अचानक त्याचे खूर कुठल्याशा कठीण पृष्ठभागावर आपटले. तो चिंतेनं जोरात खिंकाळला. त्यानं चार्ल्सला बजावलं, ‘‘घट्ट धरून बस हं, अजिबात सोडू नकोस. आपण एका प्रक्षेपित दृश्यात भिरकावले गेलो आहोत.’’

चार्ल्सनं त्याची आयाळ आणखी घट्ट पकडत विचारलं, ‘‘काय? कुठे फेकलंय आपल्याला?’’

‘‘आपण एका प्रक्षेपित दृश्यात फेकलो गेलोय, संभाव्य भविष्यकाळ. इक्थ्रॉयला हा असा भविष्यकाळ प्रत्यक्षात आणायचा आहे. त्यांना हे भविष्य खरं करायचं आहे.’’ त्याला खूप धाप लागली होती. चार्ल्सच्या पायाखाली असलेला, गॉडियरच्या कमरेचा भाग जोरजोरात खाली-वर होत होता.

चार्ल्सला ते जोरजोरात फडफडणारे काळोखे पंख आणि तो किळसवाणा वास आठवला. त्याचं अंग थरथरलं. ‘इक्थ्रॉयला जे भविष्य प्रत्यक्षात आणायचं आहे, ते चांगलंच भेडसावणारं, भीतिदायकच असणार.’ त्याच्या मनात आलं.

ते एका सपाट जागी उभे होते. ती जागा घनीभूत होऊन टणक झालेल्या लाव्हारसापासून बनली असावी, असं वाटत होतं; पण त्या जागेला किंचित चमक होती. अशी चमक लाव्हारसापासून बनलेल्या जमिनीला नसते. आकाशात गुलाबी ढग झुलत होते. हवेत अत्यंत उग्र, त्रासदायक वास पसरला होता, त्यामुळे त्यांना ठसका लागत होता. प्रचंड उकाडा होता. चार्ल्सला चांगलाच घाम फुटला होता, अंगातला ॲनोरॅक भट्टीसारखा वाटत होता.

‘‘आपण कुठे आहोत?’’ चार्ल्सनं विचारलं. गॉडियरनं, ही तुझी तारे पाहायची जागा नाही, असं सांगावं, असं त्याला मनोमनी वाटत होतं. हा आपला घराजवळचा तारे पाहायचा खडक, मागचं रान असूच शकत नाही; असंच त्याच्या मनात येत होतं.

गॉडियरनं काळजीमुळे कापत्या आवाजात सांगितलं, ‘‘अरे, आपण तिथेच आहोत. तुझ्याच नेहमीच्या ठिकाणी, पण आपल्याला जिथे जायचं आहे, तो काळ मात्र हा नाहीये.’’

‘‘तो काळ येईल का?’’

‘‘ज्या संभाव्य भविष्याची झलक दाखवणाऱ्या प्रक्षेपित दृश्यात आपल्याला पाठवलंय ना, तेच आपल्याला घडू द्यायचं नाहीये. इक्थ्रॉय हे भविष्य खरं करून दाखवायचा अगदी सर्व शक्तीनिशी आटोकाट प्रयत्न करतील.’’

आजूबाजूच्या उजाड जमिनीकडे बघून चार्ल्सच्या अंगावर शहारा आला. तो

म्हणाला, ''गॉडियर...अं...आता आपण काय करायचं रे?''

''काही नाही. माझ्या आयाळीवरची तुझी पकड ढिली पडू देऊ नकोस. आपण काहीतरी करावं, हीच तर त्यांची इच्छा आहे रे. आपण काहीही केलं तर, त्यामुळेच हे भविष्याचं प्रक्षेपित दृश्य खरं करण्यासाठी, त्यांना मदत होऊ शकेल.''

''आपण इथून पळून जाऊ शकत नाही का?''

अस्वस्थ होऊन त्यानं घोड्याचे कान फडकले, ''अरे बाबा, असं प्रक्षेपित दृश्यात अडकल्यावर, सवारी करण्यासाठी वाऱ्याचा झोत सापडणं फार अवघड असतं.''

''अरे, पण मग आपण काय करायचं?''

''वाट पाहायची. त्याशिवाय दुसरा मार्ग नाहीये.''

''असं अडकल्यावर, आजवर कोणी जिवंत राहिलंय का?''

''मला माहीत नाही रे.''

हवेच्या अतिशय तीक्ष्ण गंधकयुक्त झुळका येऊ लागल्या, आणि त्या वाढू लागल्या. त्या दोघांना खोकल्याची उबळ येऊ लागली...येतच राहिली. तरीही चार्ल्सनं आपली पकड ढिली होऊ दिली नाही. जेव्हा ती खोकल्याची उबळ ओसरली, तेव्हा त्यानं आपल्या डोळ्यांतून वाहणारं पाणी आयाळीला पुसलं.

चार्ल्सनं वर पाहिलं, आणि भयानं त्याच्या काळजाचा ठोका चुकला. एक राक्षसी प्राणी जमिनीवरून फेंगड्या चालीनं डुलत डुलत त्यांच्या दिशेनं येत होता. अतिशय अजस्त्र आणि डागाळलेलं शरीर होतं त्याचं. बुटकेसेच, पण झाडाच्या बुंध्यासारखे मजबूत पाय होते त्याचे, आणि लांबलचक हात होते. तो चालत असताना त्याचे हात जमिनीला स्पर्श करत होते. त्याचा चेहरा खडबडीत होता, त्यातून पू वाहत होता. त्यानं एकशिंगी घोड्याकडे आपल्या एका डोळ्यानं पाहिलं, मग कुणालातरी, किंवा कशालातरी बोलावत असल्यासारखं मागे वळून पाहिलं, आणि मग तो त्यांच्याकडे, त्याला जमेल तितक्या वेगानं येऊ लागला.

''हे स्वर्गीय शक्तींनो, आम्हाला वाचवा हो!'' गॉडियर दुःखानं खिंकाळला.

त्याच्या या दुःखी आरोळीमुळे चार्ल्स भानावर आला, आणि तो मोठ्यानं ओरडला,

''या दैवाधीन संकटसमयी, गॉडियरसह
मी आवाहन करतो, अखिल स्वर्गास, त्याच्या शक्तींसह
आणि सूर्यास, त्याच्या देदीप्यमान तेजासह
आणि बर्फास, त्याच्या आरसपानी शुभ्रतेसह...''

त्यानं एक खोल श्वास घेतला, अत्यंत गरम हवा त्याच्या नाकावाटे फुफ्फुसांत गेली. चटके बसून त्याची फुफ्फुसं भाजून निघाली, आणि त्याला पुन्हा एकदा खोकल्याची जोरदार ढास लागली. हा खोकला थांबतच नव्हता. त्यानं आपला चेहरा घोड्याच्या आयाळीत खुपसला, आणि खोकला थांबवण्याचा प्रयत्न करू लागला. खोकल्यामुळे त्याचं शरीर गदगदत होतं. हा त्रास कमी होत आल्यावर चार्ल्सला आपल्या उष्ण चेहऱ्याला काहीतरी थंडगार स्पर्शून जात असल्याचं जाणवलं.

त्यानं नजर वर करून पाहिलं, आणि त्याला हिमवर्षाव होताना दिसला. अत्यंत कृतज्ञतेनं त्यानं त्या हिमवर्षावाकडे पाहिलं. त्रस्त आकाशातून त्या उजाड भूमीवर शुद्ध, पांढराशुभ्र बर्फ पडत होता. तो राक्षस आता एका जागी थांबून, आकाशाकडे बघत बर्फाचे कण आपल्या तोंडात झेलण्याचा प्रयत्न करत होता.

या हिमवर्षावासोबत आता थंडगार वाऱ्याची एक हलकीशी झुळूकही आली. ''घट्ट धर रे!'' गॉडियर ओरडला, आणि त्यानं आपले पंख उंचावले. त्याचे चारी पाय जमिनीवरून वर उचलले गेले आणि त्यानं उसळी घेऊन त्या वाऱ्यावर स्वत:ला झोकून दिलं.

चार्ल्सनं आपली बैठक मजबूत केली. त्या एकशिंगी घोड्याच्या मानेजवळ आपले पाय घट्ट आवळून घेतले. गॉडियरचं धडधडणारं हृदय त्याला जाणवत होतं. जोरजोरात पंख फडफडवून तो वाऱ्यासोबत काळोख्या अवकाशातून वेगानं पुढे जात होता. अचानक ते त्यातून बाहेर पडले आणि त्यांच्यासमोर जणू ताऱ्यांचं कारंजं उसळलं. तो घाणेरडा वास, ती भयंकर दहशत, सगळं गायब झालं.

एकशिंगी घोडा जोरजोरात श्वासोच्छ्वास करत होता. आता त्याच्या पंखांची फडफड तुलनेनं मंदावलेली होती. ते पुन्हा सुखरूपपणे वाऱ्यावर स्वार झाले होते. ताऱ्यांचं संगीत आता पूर्णपणे स्पष्ट ऐकू येत होतं.

''आता,'' गॉडियर म्हणाला, ''आता आपण जाणार आहोत.''

''कुठे?'' चार्ल्स वॉलेसनं विचारलं.

''कुठे, हा प्रश्न विचारू नकोस. कधी, असं विचार.'' गॉडियर म्हणाला.

उंच... आणखी उंच... ताऱ्यांमधून... अंतराळात दूरवर... जिथे आकाशगंगा गिरक्या घेत त्यांचं खास नृत्य करत असतात... त्यांचा प्रवास सुरूच राहिला.

दमलेल्या चार्ल्सचे डोळे मिटू लागले.

''ए, झोपू नकोस हं.'' गॉडियरनं बजावलं.

चार्ल्स गॉडियरच्या मानेवरून वाकून कुजबुजला, ''खूप झोप येतीये रे, जागं राहणं शक्य नाहीये.''

''मग गाणं म्हण,'' गॉडियरनं आदेश दिला, ''गाणं म्हणायला लागलास, की आपोआप झोप उडेल तुझी.'' गॉडियरनं आपले मजबूत जबडे उघडले, आणि त्याच्या तोंडातून अत्यंत मधुर आणि सुंदर सरगम बाहेर पडू लागली. चार्ल्स तारस्वरात गाऊ लागला. त्याचा बासरीसारखा गोड आवाज गॉडियरच्या ऑर्गनसारख्या भरदार आवाजात मिसळला. ही सरगम चार्ल्सला माहीत नव्हती, पण तरीही ते स्वर ओळखीचे असल्यागत तो गात राहिला.

ते दूरवरच्या एका आकाशगंगेतून जाऊ लागले. ती आकाशगंगा जणू एका भल्यामोठ्या वाद्यवृंदाचा भाग असल्याचं चार्ल्सला जाणवलं. ग्रहगोलांच्या संगीतात, त्या आकाशगंगेतला प्रत्येक तारा, प्रत्येक ग्रह, आपापल्या वाद्यसंगीताची भर घालत होता. 'जोवर प्राचीन स्वरमेळ गायले जातील, तोवर विश्वातला आनंद पूर्णत्वानं नष्ट होणार नाही,' त्याच्या मनात आलं.

गॉडियरचे पाय जमिनीवर केव्हा टेकले, चार्ल्सला कळलंही नाही. ती मधुर सरगम मंदावत गेली. तिचे स्वर मात्र रेंगाळत राहिल्यासारखे वाटत होतं. एक मोठा नि:श्वास टाकून गॉडियरनं आपलं गायन थांबवलं आणि पंख कमरेपाशी मिटून घेतले.

•••

ती मधुर सरगम मंदावली आणि इकडे, घरी, मेगनं सुस्कारा सोडला. आता तिला फक्त झाडांतून हलकेच वाहणाऱ्या वाऱ्याचा आवाज ऐकू येत होता. विजेवर चालणारा हीटर असूनदेखील खोली थंडगार पडल्याचं तिच्या लक्षात आलं. ती आनंदीच्या अंगावरून वाकली, आणि तिनं पलीकडची उबदार रजई ओढून घेऊन, तिच्या आणि स्वत:च्या अंगावर लपेटली. वाऱ्याच्या एका जोरदार झोतामुळे खिडकीचं दार खडखडलं. खिडकीचं दार आणि त्याची चौकट यातल्या फटीमध्ये एखादा पुठ्ठ्याचा तुकडा घट्ट बसवावा लागे.

''आनंदी, ए आनंदी,'' तिनं हलकेच हाक मारली, ''अगं, ते संगीत... ते किती खरं, किती सुंदर वाटत होतं ... आत्तापर्यंत असं संगीत मी कधीही ऐकलं नव्हतं. आपल्याला पुन्हा ऐकायला मिळेल का गं ते?''

आता वारा शांत झाला होता. हीटरमधून पुन्हा ऊब मिळू लागली. ती बोलू लागली, ''आनंदी, अगं, चार्ल्स खरंच खूप लहान आहे गं अजून... आता गॉडियर त्याला कुठे घेऊन जाणार आहे? तो कोणाच्या शरीरात जाणार आहे?'' बोलता बोलता तिचे डोळे मिटले. तिनं आनंदीच्या अंगावर हात ठेवला होता, तो

तसाच राहिला.

चार्ल्स आणि गॉडियर जिथे आले होते, ते ठिकाण मात्र अगदी तेच होतं... तेच, हार्सेल्सच्या काळातलं ठिकाण. आता त्यात काही बारीकसारीक फरक झाले होते, पण अजूनही ते गॉडियरच्या भाषेतलं 'कोण्या एका काळातलं' ठिकाणच होतं. 'म्हणूनच कदाचित अजूनही तिथे शांतताप्रिय लोक राहत असतील, आणि चार्ल्सवर फारसं संकट ओढवणार नाही. पण नाही हं... काळ बदललाय, आता हार्सेल्सच्या काळात नाहीये चार्ल्स.' मेग विचार करत होती.

हार्सेल्सच्या काळातल्या तलावाच्या लाटा त्या खडकाजवळ पोहोचत होत्या. तो तलाव आता अतिशय विस्तीर्ण झाला होता, पार क्षितिजापर्यंत पाणीच पाणी असल्यासारखं वाटत होतं. वारे, पाऊस यामुळे झीज होऊन तो खडकही जरासा सपाट झालेला होता. त्यामुळे तो भल्यामोठ्या आणि किंचित तिरक्या पठारासारखा दिसत होता. त्यामागचं जंगल अधिक घनदाट झालेलं होतं, पण आता झाडं मात्र ओळखीची वाटत होती. पाइन, ओक, एल्म, हेमलॉक यांसारखे वृक्ष ओळखू येत होते.

पहाट...

हवा खूप शुद्ध, स्वच्छ आणि निळसर होती. हवेत वसंत ऋतूचा खास दरवळ जाणवत होता. त्या खडकाच्या अवतीभोवतीचं गवत, नुकत्याच झालेल्या हिमवृष्टीमुळे, बर्फानं आच्छादलं गेल्यासारखं दिसत होतं. मात्र जवळ जाऊन पाहिल्यावर, तो बर्फ नसून नार्सिससससारखी फुलं होती, आणि त्या फुलांना तीक्ष्ण गंध होता, हे त्यांच्या लक्षात आलं.

त्या पठारवजा खडकावर एक तरुण उभा होता.

मेगला चार्ल्स वॉलेस दिसला नाही, आणि गॉडियरही दिसला नाही. तिला फक्त तो तरुण दिसत होता.

वयानं चार्ल्सपेक्षाही मोठा होता तो तरुण. हार्सेल्स चार्ल्सपेक्षा लहान होता. हा तरुण मात्र मोठ्या वयाचा होता. सँडी, डेनीस यांच्याएवढा मोठा नसेलही, पण त्याचं वय पंधरापेक्षा जास्त होतं. चार्ल्स त्या तरुणाच्या अंगात शिरल्याची बारीकशी खूणही मेगला दिसत नव्हती, पण चार्ल्स त्याच्या आत गेल्याची तिला खात्री होती. चार्ल्स हार्सेल्ससारखाच या तरुणाच्या आतमध्ये गेला होता.

तो तरुण तिथे रात्रभर होता, अधूनमधून खडकावर आडवं होऊन आकाशात हळूहळू सरकत जाणारे तारे पाहत होता; तर कधीकधी डोळे मिटून खडकाच्या बुडाशी हलकेच येणाऱ्या लाटांचा, बेडकांचा आवाज, तर कधी निशाचर घुबडाची आरोळी ऐकत होता. मधूनच एखादा मासा उडी मारून पाणी डचमळून टाकत

असे. काहीवेळा तर त्याला काहीही दिसलं नाही, काहीही ऐकू आलं नाही... तो झोपलाही नाही, नुसताच सगळं अंग सैल सोडून पडून राहिला.

चार्ल्सला कायथ करण्याचं खास उपजत कौशल्य होतं, आणि मेगसोबत कायथ करण्याचा सरावही होता. त्यामुळे त्याला या दुसऱ्या व्यक्तीच्या आत शिरून, त्याच्या मनात खोलवर जाता आलं.

मॅडॉक... ग्विनेथचा राजा ओवेन... याचा पुत्र.

मॅडॉक... त्याच्या लग्नाच्या दिवशी... पहाटे.

मेगचे डोळे हळूहळू मिटत होते. रजईच्या उबेनं ती सैलावली होती, आनंदीच्या अंगावर ठेवलेला आपला हात तसाच ठेवून ती झोपून गेली.

मॅडॉक!

एखाद्या खिडकीचं घट्ट बंद असलेलं दार खाडकन उघडावं, तसं वाटलं चार्ल्सला. त्याला अचानक ती कादंबरी आठवली... मॅडॉक नावाच्या वेल्श राजकुमाराबद्दलची. कुठलं गाणं, किंवा लोकगीत नव्हे, तर हीच कादंबरी आठवण्याचा प्रयत्न करत होता तो.

तेवढ्यात गॉडियर खिकाळला. त्यानं ताकीद दिली, "तू मॅडॉकच्या शरीरात आहेस. वेगळे विचार करून त्याला गोंधळात टाकू नकोस हं."

"पण गॉडियर, अरे, मॅडॉक त्या कादंबरीमधली महत्त्वाची व्यक्तिरेखा होती... काय हे... मला पुढचं आठवत का नाहीये!"

त्याचं बोलणं मध्येच तोडत गॉडियर म्हणाला, "कुठलाही विचार करणं थांबव बरं आधी. आत्ता तू स्वत:ला मॅडॉकमध्ये समर्पित करून टाक. सोड स्वत:ला. विसर.

स्वत:ला विसर.

एखाद्या तलावातल्या पाण्यात खोल खोल घसरत जावं, तसं वाटलं चार्ल्सला.

स्वत:ला विसर. जाऊ दे.

मॅडॉकमध्ये विरघळून जा.

सोड स्वत:ला, जाऊ दे.

मॅडॉक खडकावरून उठला आणि त्यानं पूर्वेकडे नजर टाकली. तो अतिशय अपेक्षेनं सूर्योदय होण्याची वाट पाहत होता. उन्हानं त्याचा गोरा वर्ण काळवंडला होता, त्याच्या सावळ्या रंगात लालसर झाक होती. कडक उन्हाची सवय नसल्याचंच लक्षण होतं हे. दूर क्षितिजापाशी तलावास टेकलेल्या आभाळाच्या गर्द निळाईकडे

तो बघत राहिला. आकाशाचा रंग फिका वाटावा, अशा गडद निळ्या रंगाचे डोळे होते त्याचे. त्याचे केस दाट आणि सिंहाच्या आयाळीसारखे सोनेरी होते. त्याच्या डोक्यावर वसंत ऋतूत फुलणाऱ्या फुलांचा भव्य मुकुट होता. त्या मुकुटानं त्याचे केस बरेचसे झाकले गेले होते. त्याच्या गळ्यात फुलांचा एक मोठा हार होता. त्याचा काही भाग त्यानं एका खांद्यावरही टाकला होता. त्यानं स्कॉटिश लोक घालतात तसा, गुडघ्यांपर्यंत पोहोचणारा फर्नचा स्कर्ट घातला होता.

हळूहळू आकाश उजळू लागलं. सूर्य आपली तेजस्वी किरणं तलावातील पाण्यावर पसरू लागला, आणि जणू हळूहळू पाण्यातून ओलाचिंब होऊन वर आला. रात्रीच्या अंधारातून झेप घेऊन सूर्य प्रकटला, आणि मॅडॉक आपल्या भरदार पुरुषी आवाजात आनंदानं गाऊ लागला–

"अग्निदेवता, जलदेवता, आणि देवता वसुधेची,
वरुणदेवता, पवनदेवता, आणि देवता हिमाची,
सांगा केव्हा येणार, मुलगी म्हाताऱ्याची?
गेली येऊन? की आहे यायची?
जन्मास आली पोटी कुणाच्या?
मित्राच्या की शत्रूच्या?

अग्निदेवता, जलदेवता, आणि देवता वसुधेची,
वरुणदेवता, पवनदेवता, आणि देवता हिमाची,
सांग कुठे गवसेल मला, कामना माझ्या मनीची?
आलीय का ती? की येईल पुन्हा?
आली असेल ना तीही जन्मा,
इतरांसारखीच सोसत वेदना?"

त्याचं गाणं संपल्यावर, त्या गाण्याचा प्रतिध्वनी, विचित्र आणि चिरकत्या किनऱ्या आवाजात ऐकू येऊ लागला. तो अजूनही तलावातल्या पाण्याकडे एकटक पाहत होता. मग मॅडॉकसारखीच भरपूर फुलं ल्यालेला एक म्हातारा जंगलातून बाहेर आला.

खाली वाकून मॅडॉकनं त्या म्हाताऱ्याला खडकावर चढण्यासाठी मदत केली. त्या म्हाताऱ्याच्या वयाच्या मानानं त्याचे स्नायू बळकट दिसत होते. त्याचे केस पांढरे झालेले असले, तरी त्याच्या सावळ्या त्वचेवर आरोग्याची तकाकी होती. आता ते दोघे गाऊ लागले –

“अग्निदेवता, जलदेवता, आणि देवता वसुधेची,
वरुणदेवता, पवनदेवता, आणि देवता हिमाची,
माहीत आहे ना, कुणाला पाठवलंस तू?
अर्थ काय हो त्याचा? हसू की आसू?
कशासाठी गीत गाऊ? जन्म की मृत्यू?”

हे विचित्र युगलगीत संपल्यावर, त्या म्हाताऱ्यानं आशीर्वाद दिल्यासारखा हात वर केला, आणि म्हणाला, “माझ्या भावी मुला, हाच तो दिवस.”

“हो, भावी बाबा, हाच तो दिवस. मी मॅडॉक, ग्विनेथचा राजा ओवेनचा पुत्र. आता मी मॅडॉक, वाऱ्याच्या लोकांमधील ज्येष्ठ अशा, रेश्चलचा पुत्र बनणार आहे.”

“आजच्याच दिवशी, एक वर्षापूर्वी, तू भ्रमिष्ट होऊन हे गाणं गात होतास,” रेश्चल म्हणाला, “उतारवयात झालेल्या माझ्या मुलीला तू जंगलात सापडलास.”

“आता निखळ आनंदच असणार आहे,” तो तरुण बोलू लागला, “आणि आपण नवजीवन साजरं करण्यासाठी गाणार आहोत. जेव्हा तुम्ही स्वतः झिल आणि मला एका सूत्रात बांधाल, तेव्हा आम्हाला जणू नवा जन्म मिळाल्यासारखंच होईल. त्या नवीन जन्माप्रीत्यर्थ आपण गाऊ.”

तो म्हातारा म्हणाला, “झिलचा जन्म झाला नं, त्या रात्री मला एक स्वप्न पडलं होतं. त्या स्वप्नात दूरदेशाहून एक अनोळखी माणूस आला होता. अगदी आपल्या तलावापेक्षाही भल्यामोठ्या तलावापल्याडच्या देशातून...”

“समुद्रापलीकडून..” ... आपला हात म्हाताऱ्याच्या खांद्यावर हलकेच ठेवत तो तरुण पुढे म्हणाला, “कमरी देशाच्या सीमेवर असणारा समुद्र ओलांडून इथे आलो. आम्हाला तर वाटायचं की या समुद्राला अंतच नाही. या समुद्रात एखादं जहाज जातच राहील, किनारा गवसणारच नाही. जणू जगाच्या अंतापर्यंत अथांग समुद्र. ते जहाज जगाच्या अंताशी जाऊन कोलमडून पडेल, अशीच आमची धारणा होती.”

“जगाचा अंत...” म्हाताऱ्यानं बोलायला सुरुवात केली, पण मध्येच तो गप्प झाला, कान देऊन काहीतरी ऐकू लागला.

त्या तरुणानंदेखील कानोसा घेतला, पण त्याला काही ऐकू आलं नाही. त्यानं विचारलं, “वाऱ्याचा आवाज आहे का?”

“नाही, वारा नाहीये.” रेश्चलनं त्या तरुणाकडे नजर टाकली, आणि आपला खडबडीत हात त्याच्या पिळदार हातावर ठेवला. तो म्हणाला, “मॅडॉक, ग्विनेथचा राजा असलेल्या ओवेनचा पुत्र, ...हे शब्द, अक्षरं, तेव्हा आम्हाला किती विचित्र

वाटली होती...आम्हाला तर राजा म्हणजे काय हेसुद्धा माहीत नव्हतं. खरंतर ते अजूनही कळलेलं नाहीये म्हणा!''

''तुम्हाला राजाची गरजच नाहीये. माझे बाबा ओवेन, हे खूप पूर्वीच कालवश झालेत. कमरीमधील ग्विनेथपासून मी जवळजवळ कायमच दूर राहिलो आहे. एका द्रष्ट्या सिद्धपुरुषाने, त्याच्या जादूच्या आरशात पाहून, माझ्या बाबांच्या मृत्यूचं भाकीत केलं होतं, आणि त्याचवेळी त्याला, मी ग्विनेथपासून खूप दूर राहणार असल्याचंदेखील दिसलं होतं.''

म्हाताऱ्यानं पुन्हा हात वर केला आणि ऐकू लागला.

''वाऱ्याचा आवाज आहे ना?'' मॅडॉकनं विचारलं. त्याला अजूनही फक्त पहाटेचे आवाज, तलावातील लाटांचे आवाज, हिरव्यागार सूचिपर्णी हेमलॉक झाडांमधून घोंगावणाऱ्या वाऱ्याचा आवाज एवढंच ऐकू येत होतं. जेव्हा जेव्हा या हेमलॉक झाडांच्या राईमधून वारा जोरात घोंगावे, तेव्हा त्याला मायदेशातील समुद्राची आठवण येत असे.

''नाही रे, वारा नाहीये.'' म्हाताऱ्याच्या चेहऱ्यावर कसलेही भाव नव्हते. तो फक्त लक्ष देऊन ऐकत होता, कानोसा घेत होता.

अधीर होऊन मॅडॉकनं विचारलं, ''झिल केव्हा येणार आहे?''

म्हातारा त्याच्याकडे बघत मायेनं हसून म्हणाला, ''तू किती वर्षं वाट पाहिली आहेस?''

''मी सतरा वर्षांचा आहे.''

''हो नं? मग आता आणखी थोडा वेळ थांब. झिलच्या मैत्रिणी तिला तयार करतायत, आणि मला तुला आणखी काही प्रश्न विचारायचे आहेतच. झिल आणि इथल्या लहानशा भागातले हे लोक, यांना सोडून, तू पुन्हा त्या विस्तीर्ण जलाशयात, तुझं ते पंख असलेलं जहाज घेऊन जाणार नाहीस नं? तुला मनापासून तशी खात्री आहे ना?''

''अहो, माझं जहाज वादळात सापडून मोडलंय, जेव्हा आम्ही इथल्या खडकाळ किनाऱ्यावर येण्याचा प्रयत्न करत होतो नं, तेव्हाच. त्याची शिडं तर एवढी फाटलीयत की आता ती दुरुस्त करणंही अशक्य आहे.''

''दुसरं जहाज बनवता येईल की रे...''

''अहो... कसं सांगू तुम्हाला... हे बघा, जरी माझ्याकडे झाडं तोडून, त्या लाकडापासून जहाज बनवण्यासाठी हत्यारं असती, जरी माझा भाऊ आणि माझे सहकारी जिवंत असते; तरीही झिल आणि माझे हे नवे भाऊबंद सोडून जाण्याची, मला मुळीच इच्छा झाली नसती.''

''आणि तुझा भाऊ, आणि सहकारी? त्यांचं काय?''

''त्या सगळ्यांचा मृत्यू झालाय.'' मॅडॉक निर्विकारपणे म्हणाला.

''तरीही तू त्यांना इथेच रोखून ठेवलंय. त्यांना त्यांचा पुढचा प्रवास करता येत नाहीये.''

''आम्ही घरापासून खूपच लांब आलो होतो. त्यांच्या आत्म्यांना खूप खूप दूरचा प्रवास करावा लागेल.'' हळुवारपणे मॅडॉक म्हणाला.

''ग्विनेथचे देव एवढे दुर्बल आहेत? त्यांना आपल्याच लोकांची काळजी घेता येत नाही?''

मॅडॉकच्या निळसर डोळ्यांत दु:खाची गडद छटा उमटली. तो म्हणाला, ''माझ्या वडिलांच्या राजसत्तेचा वारस कोण असेल, या विषयावरून माझी भावंडं आपसात भांडायला लागली. त्याच वेळी देव आम्हाला सोडून गेले, असं वाटलं होतं. आम्हीदेखील तेव्हा कमरीमधलं ग्विनेथ सोडून निघून गेलो. निव्वळ सत्तेसाठी एका भावाला, आपल्याच दुसऱ्या भावाला ठार मारावंसं वाटलं...आणि त्यामुळेच तर देव संतापले.''

''असेलही,'' म्हातारा बोलू लागला, ''तू ग्विनेथच्या देवांना जाऊ द्यायलाच हवं. तुझ्या सहकाऱ्यांना तू रोखून ठेवलंय, त्यांनाही मुक्त करायला हवंस. तुझ्या तावडीतून सोडून दे त्यांना.''

''त्यांना माझ्यामुळे मरण आलं. माझ्या वडिलांचा मृत्यू झाला, तेव्हा माझ्या भावांच्या डोळ्यांवर सत्तेची नशा प्रचंड प्रमाणात चढली. कुठल्याही प्रकारची, आणि कितीही दारू प्यायली, तरीही एवढी नशा चढत नाही. देव आम्हाला सोडून जाताना मला जाणवलं. मी स्वप्नात देवांना आमच्याकडे पाठ फिरवताना बघितलं. द्रष्ट्या सिद्धपुरुषांना त्यांच्या जादुई आरशात दिसतं ना, तितक्याच स्पष्टपणे दिसलं ते मला. मला जाग आली, आणि मी ग्विदायरला बाजूला बोलावून सांगितलं, की मी भावा-भावांची भांडणं बघायला इथे राहणार नाही. आपल्या पूर्वसूरींनी सांगितलं होतं, समुद्राच्या पलीकडच्या तीरावर सुजाण लोकांची वस्ती आहे. इथे राहण्याऐवजी मी ती वस्ती शोधायला जाईन. सुरुवातीस ग्विदायरला हे मान्य झालं नाही.''

''त्याला स्वत:च राजा बनायचं होतं का?''

''हो, पण ग्विदायर आणि मी, आम्ही सगळ्यात लहान भावंडं होतो. त्यामुळे, आमचे पाच मोठे भाऊ जिवंत असताना, आम्हा दोघांना सत्ता मिळणं शक्य नव्हतं.''

''मॅडॉक, तू सगळ्यात लहान, सातवा मुलगा असूनही जनतेचा आवडता होतास.''

''जर मी त्यांना, मला राजा म्हणून घोषित करू दिलं असतं, तर त्यानंतर

होणारा रक्तपात मला थांबवता आला नसता. भावा-भावांच्या आपसात होणाऱ्या लढाया टाळण्यासाठीच तर मी ग्विनेथ सोडलं हो.''

त्याच्याकडे एकटक बघत म्हाताऱ्यानं विचारलं, ''तू खरोखरच सोडलंयस का ते?''

''अहो, मी ते मागे सोडून आलोय. कमरीमधील ग्विनेथ हा माझा भूतकाळ आहे, आता ते मागे पडलंय सगळं. देव ज्या व्यक्तीची निवड करेल, ती व्यक्ती ग्विनेथवर राज्य करेल. मला ते जाणून घेण्याचीही इच्छा नाहीये. आता मी मॅडॉक, वाऱ्याच्या लोकांमधील रेश्चलचा भावी पुत्र, आणि झिलचा भावी नवरा आहे. आता मी वाऱ्याच्या लोकांशी निगडित होणार आहे.''

''आणि ग्विदायर? तू त्याला पुढील प्रवासाला जाऊ दिलंस का?''

तलावातील पाण्याकडे बघत मॅडॉक म्हणाला, ''अनेक वेळा तर असं वाटायचं, की जणू मीच त्याचा मोठा भाऊ आहे. तसा आमच्यात सात वर्षांचा फरक आहे. आम्ही या तलावाच्या पलीकडच्या तीरावर येऊन पोहोचलो. तिथली आदिवासी जमात आम्हाला भेटली. त्या लोकांच्या काळ्या वर्णाला, केसांना, विचित्र आरोळ्या मारत गाण्याला ग्विदायर घाबरला, आणि जंगलात पळून गेला. त्यांनी माझी एखाद्या पाहुण्यासारखी बडदास्त ठेवली होती, पण तरीही मी त्यांचा एक कैदीच होतो. ते मला माझ्या भावाला शोधायला जंगलात जाऊ देत नसत. त्यांनी काही सैनिकांना ग्विदायरला शोधायला जंगलात पाठवलं खरं, पण ते परत आले तेव्हा फक्त ग्विदायरचा पट्टा घेऊन आले. त्या पट्ट्यावर रत्नजडित बक्कल होतं. राजकुमार असल्याची निशाणी होतं ते बक्कल. तो साप चावल्यामुळे मेला, असं त्या सैनिकांनी मला सांगितलं. साप म्हणजे काय, ते ग्विदायरला माहीतच नव्हतं, कारण ग्विनेथमध्ये साप नसतात. मरायच्या आधी त्यानं माझं नाव घेतल्याचं, आणि माझ्यासाठी राजपुत्रांचं गाणं मागे ठेवल्याचं मला त्या सैनिकांनी सांगितलं. त्यांनी जंगलातच त्याचं दफन उरकलं. माझ्या अनुपस्थितीतच भावाचा दफनविधी केला. मला तर, त्याला कुठे पुरलं तेही माहीत नाहीये.''

''तलावाच्या पल्याडच्या लोकांची तशीच पद्धत आहे.'' म्हातारा म्हणाला. ''त्यांना मेलेल्या जीवांची भीती वाटते, आणि मग ते लोक पुरातन दहशतीपासून स्वत:चा बचाव करू पाहतात.''

''कसली पुरातन दहशत?''

पहाटेच्या आकाशाकडे बघत रेश्चल म्हणाला, ''तीच तर चूक घडली होती ना. पूर्वी पिकांचा नाश करणारे, पूर किंवा दुष्काळ आणणारे दुष्ट आत्मे नव्हते. पूर्वी घाबरण्यासारखं काहीही नव्हतं, अगदी मृत्यूचीही भीती वाटत नसे.''

''मग भय वाटावं, असं काय घडलं?''

“कोणास ठाऊक? खूप पूर्वीची गोष्ट आहे रे, पण ग्विनेथमध्ये तर असेलच ना असं भय?”

“हो. ग्विनेथमध्ये आहेच की, नाहीतर भावंडांत लढाया झाल्या नसत्या. खरंच, आम्हालाही ही पुरातन दहशत माहीत आहे, आणि त्यासोबत मृत्यू किंवा मृत्यूचं भयही आलंच. रेश्चल, मला जर माझ्या भावाला कुठे पुरलंय हे कळलं ना, तर मी त्याच्या आत्म्याच्या मुक्ततेसाठी प्रार्थना करीन.”

“मृताला आपल्या वसाहतीपासून दूर पुरण्याची त्यांची पद्धत आहे, आणि मग ते ती जागाही लपवतात. मृतात्म्यांनी तलावात प्रवेश करून सगळ्या माशांना गायब करू नये, म्हणून ते मृतास स्वतःच्या लोकांपासूनही लपवतात.”

“तुम्ही लोक काय करता?”

अभिमानानं ताठ होऊन रेश्चल म्हणाला, “आम्हाला आमच्या मृत व्यक्तींच्या आत्म्यांची भीती वाटत नाही. जर एखाद्याला आयुष्यभर प्रेम मिळत राहिलं, तर मृत्यूनंतर ते का बदलावं? आमच्यापैकी कोणी आम्हाला सोडून गेला, तर आम्ही त्याच्या सन्मानार्थ एक मेजवानी आयोजित करतो. मग आम्ही त्या आत्म्याला ताऱ्यांमध्ये पाठवतो. निरभ्र रात्री आम्हाला त्यांचं प्रेमभरं गीत ऐकू येतं. काल रात्री तुला ते जाणवलं नाही का?”

“मी ताऱ्यांचं निरीक्षण करत होतो... आणि त्यांनी मला स्वीकारल्याचं जाणवलं मला.”

“आणि तुझा भाऊ? तुला ताऱ्यांमध्ये त्याची जाणीव झाली नाही का?”

मॅडॉक मान हलवत म्हणाला, “त्याला जिथे पुरलंय, ती जागा मला सापडली असती ना, तर कदाचित जाणवलं असतं मला...”

“तू त्याला जाऊ द्यायला हवंस हं, झिलसाठी तरी तू त्याला जाऊ द्यायला हवं.”

“केव्हा येणार ती म्हाताऱ्याची मुलगी?” मॅडॉकनं विचारलं. तो पुढे म्हणाला, “माझ्या भावाची दफनभूमी शोधून काढावी असं मला वाटलं होतं, म्हणून मी त्या जंगलात गेलो. त्या घनदाट जंगलात मी रस्ता चुकलो आणि हरवलो. कित्येक दिवस मी परतीचा रस्ता शोधत जंगलात भटकत राहिलो. त्या आदिवासी वस्तीपासून दूर दूर जात राहिलो. मी जवळपास मृत्युपंथाला लागलोच होतो, पण झिल त्या जंगलात औषधी वनस्पती शोधायला आली, आणि तिला मी दिसलो. औषधी वनस्पती अशा निबिड जंगलातच सापडतात नं. केव्हा येणार ती म्हाताऱ्याची मुलगी? कुठे गवसेल मला, कामना माझ्या मनीची? सांगा ना रेश्चल.”

“तू ग्विदायरला त्याच्या ताऱ्यांमधल्या जागी जाऊ देशील ना?”

"अर्थ काय हो त्याचा? हसू की आसू? कशासाठी गीत गाऊ? जन्म की मृत्यू?" मॅडॉक हलकेच गाऊ लागला. तो म्हणाला, "मी माझ्या गत आयुष्यात खूप अश्रू ढाळले आहेत. आज आनंदाचा दिवस आहे. तुम्ही मला पुन्हा दुःखाकडे का ओढताय?"

"तू दुःखं पूर्णपणे मागे टाकावी म्हणून." रेश्चल म्हणाला. त्यानं आपले सुरकुतलेले हात उगवत्या सूर्याच्या दिशेनं उंचावले. तो तलाव, त्याचा किनारा, खडक, त्यामागचं जंगल सगळं कोवळ्या सोनेरी उन्हात न्हाऊन निघालं होतं. रेश्चलनं उंचावलेल्या हातांना प्रतिसाद म्हणून, गाण्याचे सूर ऐकू येऊ लागले. एक वेगळंच, वसंत ऋतूचं, फुलांचं, सूर्यकिरणांचं, गवताचं, सगळ्या तरुण प्रेमिकांच्या हृदयाच्या ठोक्यांचं नैसर्गिक गाणं होतं ते. त्या गायनामुळे मॅडॉकचं मन आनंदानं, अपेक्षेनं भरून गेलं. भावाच्या आणि सहकाऱ्यांच्या वियोगाचं दुःख थोडं हलकं होऊन त्याचे अश्रूही सुकले.

आधी लहान मुलं तिथे नाचत आली. त्यांनी गळ्यात फुलांच्या माळा घातल्या होत्या, त्यांच्या सावळ्या पोटावर त्या माळा डुलत होत्या. अत्यानंदानं मॅडॉकनं रेश्चलकडे वळून पाहिलं. रेश्चलचे डोळे मात्र तलावापल्याड असलेल्या तीराकडे लागले होते. तो कानोसा घेत होता, लक्षपूर्वक ऐकत होता. मुलांकडे त्याचं लक्षही नव्हतं. या वेळी मात्र मॅडॉकलाही दूरवरून हृदयाच्या ठोक्यांसारखा आवाज ऐकू येतोय असं जाणवलं. "हो, खरंच, आता मलाही ऐकू येतंय. कसला आवाज आहे तो?" त्यानं विचारलं.

पाण्यावरून आपली नजर न हटवता रेश्चल म्हणाला, "तलावापलीकडच्या तीरावरील लोक आहेत ते. त्यांच्या ढोलताशांचा आवाज आहे हा."

मॅडॉक ऐकत राहिला, म्हणाला, "जेव्हा दक्षिणेकडून वारे वाहतात, तेव्हा नेहमी हा आवाज ऐकू येतो. आपण आधीही ऐकलाय की हा आवाज. पण आज तर वारे उत्तरेकडून वाहतायत."

त्रासिक सुरात रेश्चल म्हणाला, "आम्ही नेहमीच पलीकडच्या लोकांसोबत शांततापूर्ण संबंध ठेवले आहेत."

मॅडॉक म्हणाला, "अहो, कदाचित ते लोक माझ्या लग्नाच्या समारंभासाठी येत असतील नं?"

"कदाचित तसंही असेल."

सगळी मुलं आता खडकापाशी गोळा झाली होती. रेश्चल आणि मॅडॉककडे ती मुलं मोठ्या अपेक्षेनं बघू लागली. रेश्चलनं पुन्हा हात उंचावला. गाण्याच्या आवाजात तो ढोलांचा आवाज ऐकू येईनासा झाला. त्या वसाहतीतले सगळे स्त्री-

पुरुष तिथे नाचत येऊ लागले. अगदी सगळ्या वयाचे स्त्री-पुरुष होते त्यात. चैतन्यानं सळसळणारे तरुण-तरुणी तर होतेच; पण पांढऱ्या केसांचे, सुरकुत्या पडलेल्या चेहऱ्यांचे आजी-आजोबादेखील त्यांच्यात सामील झालेले होते. ते सगळे नाचत नाचत खडकापाशी येत होते. त्या घोळक्याच्या मध्यावर, झिलच्या मैत्रिणींनी तिच्याभोवती फेर धरला होता. झिल त्या फेराच्या मध्यभागी होती. तिनं मॅडॉकसारखाच फुलांचा मुकुट, आणि वसंतातल्या वेगवेगळ्या फुलांचा आखूड स्कर्ट घातला होता. तिचा सावळा चेहरा आतून उजळल्यासारखा तेजस्वी दिसत होता. मॅडॉकशी नजरानजर होताच तिचे डोळे प्रेमानं चमकले.

मॅडॉकच्या मनात आलं, ''कुठलीही विवाहवस्त्रं एवढी सुंदर नसतील. कितीही सोनं वापरून वस्त्रं विणली, किंवा मखमलीवर, सॅटिनच्या कापडावर कितीही रत्नं जडवली, तरीही ते एवढं सुंदर दिसणार नाही.''

त्या फुलं ल्यायलेल्या घोळक्यातल्या लोकांनी, मध्यातून बाजूला होत, झिलसाठी वाट मोकळी केली. झिल खडकापाशी आली, आणि तिनं हात उंचावला. मॅडॉकनं तिला हात देऊन वर उचलून घेतलं. ती रेश्चल आणि मॅडॉकच्या मध्ये उभी राहिली. तिनं आपल्या बाबांना वाकून अभिवादन केलं, आणि त्यांच्या परंपरेनुसार खास विवाहनृत्य करायला सुरुवात केली. या वाऱ्याच्या लोकांसोबत मॅडॉक एक वर्ष राहिला होता, त्यानं तिला अनेक वेळा नाचताना पाहिलं होतं. अमावास्येनंतरच्या पहिल्या चंद्रोदयाच्या वेळी, हिवाळ्यात पहिल्यांदा दिसलेल्या सूर्योदयाच्या मेजवानीच्या वेळी, वसंत-संपात (Spring equinox) आणि शरद-संपात (Autumn equinox) या दोन्ही दिवशी, त्यानं तिला नृत्य करताना पाहिलं होतं. तसंच तलाव, आकाश, इंद्रधनुष्य, वारे, हिमवर्षाव यांच्या देवतांसाठीही ती नृत्य करत असे.

पण वाऱ्याच्या नर्तकांसाठी, आणि वाऱ्याच्या इतर लोकांसाठी मात्र विवाहनृत्य हे सर्वांत महत्त्वाचं मानलं जात असे.

झिल अतिशय लीलया नृत्य करत होती. तिचं शरीर वसंतातल्या वाऱ्याच्या सुखद झुळकेसारखं लवलवत होतं. मॅडॉक अत्यानंदानं जागच्या जागीच खिळला होता. नृत्य करताकरता तिनं हवेत उंच झेप घेतली, जणू गुरुत्वाकर्षण नव्हतंच तिथे. झाडावरून हलकेच एखादी पाकळी हवेतून ओघळत यावी, तशी ती पुन्हा खडकावर उतरली.

मग तिनं आपले हात मॅडॉकपुढे पसरले, त्यानं तिचे हात हातात घेऊन तिच्यासोबत नृत्य करायला सुरुवात केली. झिलचं सहजगत्या नृत्य करण्याचं कौशल्य काही प्रमाणात त्याच्या शरीरात भिनल्याचं त्याला जाणवलं.

जेव्हा जंगलात अर्धमेल्या अवस्थेत झिलला तो सापडला होता, तेव्हा ती

त्याला घरी घेऊन आली होती. त्या सगळ्या वाऱ्याच्या लोकांना आधी त्याची भीती वाटली होती. त्याचे निळे डोळे, उन्हामुळे लालसर झालेला गोरा वर्ण, पिवळसर तपकिरी केस हे सगळं त्यांच्यासाठी अनोळखी होतं, कधीही न पाहिलेलं. ते बिचकत बिचकतच त्याच्याजवळ गेले होते, जणू एखाद्या अनोळखी प्राण्याजवळ, तो आपल्यावर हल्ला करेल या भीतीनं बिचकत जावं, अगदी तसंच. हळूहळू जराशी भीड चेपल्यावर, वाऱ्याच्या काही लोकांनी तो देव असल्याचं जाहीर केलं. त्यामुळे मॅडॉक प्रचंड संतापला. काही लोकांना त्याचा उग्र संताप म्हणजे तो वादळाचा देव असल्याचीच खूण आहे असं वाटलं, आणि त्यांनी तसं बोलूनही दाखवलं. पण मॅडॉक मात्र, त्याला देव मानण्याचे कुठलेही प्रयत्न सफल होऊ देणार नव्हता.

"तुम्हाला तुमचे वायुदेव आहेत ना, मग फक्त त्याच देवांना माना." मॅडॉकनं आदेश दिला. तो म्हणाला, "तुम्ही त्या देवांची उत्तम प्रकारे सेवा करताय, आणि तुमच्यावर देवांची कृपादृष्टीदेखील आहे. आता मीदेखील इथल्या देवांची सेवा करीन. त्यांच्या कृपेमुळेच तर मी आजही जिवंत आहे."

हळूहळू, काही काळ लोटल्यावर, त्यांनी मॅडॉकचा स्वीकार केला, आणि त्याला आपल्यातलाच मानू लागले. बाह्य रंगरूपातील फरकाबद्दल आता त्यांना काही विशेष वाटेनासं झालं. म्हातारा रेश्चल त्याला म्हणाला, "देवत्व नाकारणं इतकं सोपं नसतं."

"अहो, जेव्हा माणसाला देवत्व बहाल केलं जातं, तेव्हा त्याचाच परिणाम म्हणून राग, मत्सर या भावनाही जागृत होतात. मी तसा देव बनणार नाहीये, आणि राजाही बनणार नाही. माणसांनी फक्त देवाचीच भक्ती करावी, स्वतःसारख्याच माणसांची नाही." मॅडॉक म्हणाला.

"अरे मुला, तू तर वयापेक्षा जास्त समंजस आणि सुजाण आहेस रे." रेश्चल म्हणाला.

"माझ्या बाबांनाही ते मान्य नव्हतं, पण त्यांच्या काही मुलांना मात्र असं देवत्व हवं होतं. म्हणूनच तर मी तिथून निघालो आणि इथे आलो."

तलावाच्या पलीकडून येणारा ढोलांचा आवाज आता बंद झाला होता.

मॅडॉक आणि झिलच्या नृत्याकडे रेश्चल बघत राहिला होता. थोड्या वेळानं त्यांचं नृत्य संपलं. मग रेश्चलनं मॅडॉकचा हात झिलच्या हातात दिला, आणि आपले हात त्या दोघांच्या डोक्यांवर ठेवले. त्याच क्षणी तो ढोलांचा आवाज पुन्हा सुरू झाला. या वेळी तो आवाज अगदी मोठ्यानं आणि जवळून ऐकू येत होता.

ते ढोलवादन धमकीवजा वाटत होतं.

झाडाच्या पोकळ खोडापासून बनवलेल्या तीन लहान होड्या तलावातून झपाट्यानं येताना दिसल्या आणि वाऱ्याच्या लोकांचं अंग शहारलं. प्रत्येक होडीत अनेक लोक बसून होडी वल्हवत होते. मधली होडी जरा मोठी होती, आणि त्या होडीच्या, पुढच्या निमुळत्या भागात एक उंच, गोरा आणि निळ्या डोळ्यांचा माणूस उभा होता.

"ग्विदायर! तू?..." आनंदानं ओरडत मॅडॉकनं खडकावरून खाली उडी मारली, आणि तो धावत तलावाच्या काठाजवळ गेला.

५

अग्नी, त्याच्या सर्वंकष प्रखर ताकदीसह

मेग तिच्या खोलीत शांतपणे डोळे बंद करून पलंगावर पहुडली होती. ती आनंदीच्या अंगावरून सतत हात फिरवत होती. पापण्यांच्या आड तिचे डोळे, स्वप्न पाहत असल्यासारखे हलत होते. मांजराचं पिल्लू उठून उभं राहिलं. आपल्या पाठीची कमान करून त्यानं आळस दिला, आणि एक जांभई देऊन ते मेगच्या पायाशी पुन्हा झोपून गेलं.

आपल्या भावाला जिवंत बघून, मॅडॉकला झालेला अत्यानंद, त्याच्या शरीरातल्या चार्ल्स वॉलेसला जाणवला. तो भाऊ मेलाय आणि त्याला जंगलात कुणालाच माहीत नसलेल्या ठिकाणी पुरलंय, असंच आत्तापर्यंत मॅडॉकला वाटत होतं.

मॅडॉकच्या भावानं होडीतून खाली उडी मारली, आणि तो पाण्यातून धावत धावत किनाऱ्यावर आला.

"ग्विदायर! तू जिवंत आहेस!" मॅडॉकनं आपल्या भावाला मिठीत घेण्यासाठी हात पसरले.

त्याच्या मिठीत ग्विदायर पुतळ्यासारखा स्तब्ध उभा राहिला होता. त्याच्या डोळ्यांची ठेवण एकमेकांच्या जवळजवळ होती, आणि त्याचे निळे डोळे थंड, निर्विकार होते. मग मॅडॉकच्या लक्षात आलं की ग्विदायरच्या डोक्यावर मुकुट आहे, आणि तोही फुलांचा नव्हे, तर सोन्याचा.

"ग्विदायर, माझा मोठा भाऊ तो!" मॅडॉकला बसलेला आनंदाश्चर्याचा धक्का हळूहळू ओसरला. "अरे, मला तर वाटलं होतं की तू जिवंत नाहीयेस."

ग्विदायर थंडपणे म्हणाला, "तुला तसं वाटावं, अशी माझीच इच्छा होती."

"अरे, पण असं का केलंस तू? असं का करावंसं वाटलं तुला?"

मॅडॉकचा दुःखी आवाज ऐकून झिल हलकेच खडकावरून खाली आली,

आणि त्याच्याजवळ उभी राहिली.

"ग्विनेथमध्ये तू शिकला नाहीस का? राजा फक्त एकच असतो."

ग्विदायरच्या सोनेरी मुकुटाकडे मॅडॉकचं वारंवार लक्ष जात होतं. तो म्हणाला, "अरे, आपण त्याच कारणासाठी ग्विनेथ सोडलं ना? शांत आयुष्य जगण्यासाठी?"

ग्विदायरनं पाठीमागच्या लोकांना खुणावलं. ढोलवादक त्यांचे ढोल हळू आवाजात वाजवू लागले. हातातली वल्ही खाली ठेवून बाकीचे लोक किनाऱ्यावर आले आणि त्यांनी होड्या किनाऱ्यावर ओढून घेतल्या.

ओठांना हसल्यागत मुरड घालत ग्विदायर म्हणाला, "मला ती म्हाताऱ्याची मुलगी हवी आहे. मी तिच्यासाठी आलोय इथे."

मॅडॉकला त्या ढोलांचा आवाज ऐकवेना. तो म्हणाला, "माझ्या भावा, तुझा मृत्यू झाला, असं समजून मी किती रडलोय रे. तुला जिवंत बघून तर मला आनंदोत्सव साजरा करावासा वाटत होता."

एखाद्या मठ्ठ लहान मुलाशी बोलावं, तसं संयम राखत ग्विदायर म्हणाला, "हे बघ, या भूभागावर एकच राजा असू शकतो, आणि आपल्या दोघांत मी मोठा आहे नं... मग इथला राजा मीच आहे. ग्विनेथमध्ये सहा मोठ्या भावांपुढे माझा टिकाव लागला नसता. इथे मात्र मी राजा आहे, हे लोक मला देव मानतात. हा तलाव, आणि त्याच्या भोवतालची जमीन या सगळ्यावर माझं राज्य आहे. ही गोष्ट वाऱ्याच्या लोकांना समजावून सांगायला मी इथे आलो आहे, आणि ती म्हाताऱ्याची मुलगीही माझीच आहे."

झिल मॅडॉकला चिकटली. तिनं त्याचा दंड घट्ट पकडून ठेवला.

खरखरत्या आवाजात रेश्चल म्हणाला, "वाऱ्याचे लोक शांतताप्रिय आहेत. तलावापलीकडच्या लोकांसोबत आमचे सलोख्याचे, मैत्रीपूर्ण संबंध आहेत."

छद्मीपणे हसत ग्विदायर म्हणाला, "हो, हो. तुमची शांतता तशीच अबाधित राहील की... पण त्यासाठी तुम्हाला तलावातल्या माशांचा, आणि तुमच्या प्रत्येक शिकारीचा, अर्धा हिस्सा आम्हाला द्यावा लागेल, आणि ही माझ्या भावाशेजारी उभी असलेली राजकन्या... हिलादेखील माझ्यासोबत तलावाच्या पलीकडे यावं लागेल."

मॅडॉकशेजारून न हलता झिल म्हणाली, "दादा, तुम्हाला खूप उशीर झालाय. रेश्चलचा मॅडॉक आणि माझं लग्न लागलंय, आणि आम्ही एक झालोय."

"रेश्चलचा मॅडॉक? हा! हा! माझे नियम तुमच्या नियमांपेक्षा कठोर आहेत." मोठ्या घमेंडीनं ग्विदायरनं खुणावलं. त्याच्या लोकांनी लाकडी वल्ही हातात घेऊन त्यात लपवलेले भाले उपसले. ते तीक्ष्ण भाले हातात धरून, आदेशाची वाट पाहत उभे राहिले.

अविश्वास आणि संतापामुळे वाऱ्याच्या लोकांनी आरडाओरडा करायला सुरुवात केली.

"नाही! नाही!" मॅडॉक खूप मोठ्यानं ओरडला. त्याच्या आवाजात प्रचंड संताप होता. त्याच्या मोठ्यानं ओरडण्यामुळे ढोलांचा आवाज, भाले घेतलेल्या सैनिकांचा पुकारा, वाऱ्याच्या लोकांचा संताप, हे सगळे आवाज दबून गेले. तो म्हणाला, "इथे ओवेनच्या पुत्रांमुळे अजिबात रक्तपात होणार नाही." झिल आणि रेश्चलपासून थोडंसं दूर होऊन तो ग्विदायरला सामोरा गेला. तो त्याला म्हणाला, "हे बघ, ही तुझ्या आणि माझ्यातली बाब आहे." जरा हसत तो पुढे म्हणाला, "तुला मॅडॉकची भीती वाटतेय का? तुझं रक्षण करण्यासाठी, तुला या भाले घेतलेल्या क्रूर रानटी लोकांची गरज आहे?"

चिडून ग्विदायर म्हणाला, "आणि तुझ्या त्या शांतिप्रिय वाऱ्याच्या लोकांचं काय रे?"

मॅडॉकनं वळून बघितलं. सगळ्या तरुणांनी आपले फुलांचे हार खडकाच्या पायथ्याशी फेकले होते. त्या हारांचा ढीग पडला होता, आणि त्यांच्या हातात फुलांऐवजी भाले आणि धनुष्यबाण होते.

गांभीर्यानं रेश्चल म्हणाला, "कालच्या सूर्यास्तापासूनच, मी हे युद्धाचे नगारे वाजताना ऐकले होते. आपणही तयारीत असलेलं जास्त चांगलं, असं मला वाटलं."

मॅडॉकनं आपले हात उंचावून पूर्ण पसरले, आणि तो बोलू लागला, "माझ्या बंधूंनो, तुमची शस्त्रं खाली ठेवा. मी शांततेच्या शोधात तुमच्याकडे आलो होतो. मी युद्धाचं कारण बनणार नाहीये."

सगळे तरुण आळीपाळीनं मॅडॉककडे, आणि त्या भाले दाखवत धमकावणाऱ्या पलीकडच्या लोकांकडे बघू लागले.

मॅडॉक ग्विदायरला म्हणाला, "हे बघ भावा, तुझ्या लोकांना भाले खाली ठेवायला लाव. की तू माझ्याशी लढा द्यायला घाबरतो आहेस?"

ग्विदायरनं गुरगुरत तशी आज्ञा दिली. सगळ्या माणसांनी हातातले भाले जमिनीवर, आपल्या जवळच ठेवले, गरज पडल्यास पटकन उचलता यावे म्हणून.

मग रेश्चलनं त्याच्या तरुणांना मानेनं खूण केली, आणि त्यांनीही आपली शस्त्रं खाली ठेवली.

ग्विदायर ओरडून म्हणाला, "जर आपण म्हाताऱ्याच्या मुलीसाठी द्वंद्व करणार असू, तर शस्त्राची निवड मी करीन."

"ठीक आहे." मॅडॉकनं उत्तर दिलं.

चिंतातुर होऊन झिल रडवेली झाली. तिनं आपला हात मॅडॉकच्या दंडावर

ठेवला.

"मी अग्नीची निवड करतो." ग्विदायरनं जाहीर केलं.

मॅडॉक गाऊ लागला :

अग्निदेवता, जलदेवता, आणि देवता वसुधेची,
सांग कुठे गवसेल मला, कामना माझ्या मनीची?

"ठीक आहे मग. अग्नी हे आपलं शस्त्र असेल. पण कुठल्या स्वरूपात?"

"तू स्वत: तुझा अग्नी तयार करायचा आहेस. लढता लढता, जर तुझा अग्नी माझ्या अग्नीच्या आधी विझला, तर मी या सर्व भूभागाचा राजा असेन, आणि म्हाताऱ्याच्या मुलीवरही माझाच हक्क असेल." ग्विदायर म्हणाला. त्याचे डोळे लालसेनं चमकत होते.

रेश्चल सावकाश चालत ग्विदायरपाशी जाऊन म्हणाला, "ग्विदायर, ओवेनचा सहावा पुत्र, अहंकारामुळे तुझ्या डोळ्यांवर झापड चढली आहे. तुला त्यापुढे काहीही स्पष्ट दिसत नाहीये. तुला माझी मुलगी कधीही मिळणार नाही."

ग्विदायरनं रेश्चलला जोरात ढकलून दिलं, त्यामुळे तो किनाऱ्यावरच्या वाळूत पालथा पडला. झिल किंचाळली खरी, पण तिची किंकाळी अर्धवटच राहिली, जणू अर्ध्यावरच हवेत अडवावी तशी.

मॅडॉक मदतीसाठी धावला, आणि जमिनीवर एक गुडघा टेकून रेश्चलला उठायला मदत करू लागला. रेश्चलचे डोळे एका ठिकाणी खिळले होते, त्या दिशेला मॅडॉकनं पाहिलं. वाळूच्या किनाऱ्यावर एका बऱ्याच मोठ्याशा खड्ड्यात पाणी साठलं होतं. ते पाहून तोही जागीच खिळला. फक्त त्या खळग्यातल्या पाण्यातलं प्रतिबिंबच तेवढं हलत होतं. हवेमुळे हलणाऱ्या त्या पाण्यात ग्विदायरच्या चेहऱ्याचं प्रतिबिंब दिसत होतं. त्याचा चेहरा मॅडॉकसारखा होताही, आणि नव्हताही. दोघांचे डोळे एकसारखे निळे होते, पण ग्विदायरचे डोळे नाकाच्या जवळ होते. त्याचं नाक जणू क्रौर्य आणि लालसेनं चेमटलेलं होतं. "हा, माझ्यासोबत ग्विनेथ सोडून आलेला माझा भाऊ नक्कीच नव्हे." मॅडॉकच्या मनात आलं. "की तो आधीपासून असाच होता? त्याचे खरे रंग कधी दिसलेच नाहीत. मला तर तो फार वेगळा वाटत होता, माझ्या मनात जसा होता, तसाच तो प्रत्यक्षातही असेल, असंच मला वाटत होतं."

त्या खळग्यातले तरंग बाजूला झाले. पाण्यातलं प्रतिबिंब आता ग्विनेथमधल्या त्या द्रष्ट्या ज्योतिषाकडच्या जादुई आरशासारखं चमकायला लागलं.

त्या भविष्य दाखवणाऱ्या आरशाला मॅडॉक नेहमी घाबरायचा, तसाच तो

आताही जरासा घाबरला. त्या खळग्यातल्या पाण्यातलं, ग्विदायरच्या चेहऱ्याचं प्रतिबिंब आता मोठं आणि जास्त काळसर होऊ लागलं. ते प्रतिबिंब, पाण्यावर हेलकावत, तसंच मोठं आणि काळसर बनत राहिलं. सरतेशेवटी तो एका माणसाचा चेहरा न राहता, एका किंचाळणाऱ्या लहान बाळाचा चेहरा बनला. काही वेळानं मॅडॉकला तिथे एक काळ्या केसांची बाई दिसली. ती बाई त्या छोट्या मुलाला कुशीत घेऊन झुलवत होती. ती त्या बाळाला म्हणाली, ‘‘छोटुल्या मॅडॉग, तू खूप महान होणार आहेस, हे सगळं जग तुझंच असेल, मग तू ते जग तसंच सांभाळ, किंवा त्याचा नाश करून टाक. हे जग फार दुष्ट आहे रे पिटुकल्या मॅडॉग.’’ त्या बाळानं तिच्याकडे पाहिलं. त्याच्या डोळ्यांची ठेवण ग्विदायरसारखीच नाकाच्या जवळ होती, आणि ते डोळे आतल्या बाजूला वळलेलेदेखील होते. त्यामुळे ते डोळे ग्विदायरसारखे तिरळेही दिसत होते, आणि ओठ नाराज झाल्यासारखे बाहेर काढलेले होते. त्यामुळे त्याचा चेहरा अतिशय दुर्मुखलेला दिसत होता. आता हा चेहरा पुन्हा मोठा मोठा होत गेला. मग तो एका अत्यंत उद्धट आणि संतापी स्वभावाच्या माणसाच्या चेहऱ्यासारखा दिसू लागला. तो चेहरा बोलू लागला, ‘‘आई, आपण त्यांचा नाश करूया.’’ आता पाण्यावर पुन्हा तरंग उठले. तो चेहरा हेलकावू लागला आणि मग काही वेळानं त्या चेहऱ्याचा एक लंबगोलाकार गोळा बनला. त्या गोळ्यावर अनेक डाग होते. त्यातले हिरवे आणि तपकिरी डाग जमीन दर्शवत होते, निळे आणि राखाडी डाग समुद्राचे निदर्शक होते, तर काळसर रंगाचे डाग ढगांचे निदर्शक होते. या ढगांमधून विचित्र काळसर वस्तू जमिनीवर आणि समुद्रात पडल्या. या वस्तू जिथे जिथे पडल्या, तिथून भलेमोठे धुराचे ढग निर्माण होऊन वर उठले. जमिनीवर, समुद्रावर त्या ढगांचं जणू छत तयार झालं. या ढगांच्या खाली आग लागलेली होती. आगीच्या लालभडक ज्वाळा वाऱ्यामुळे पसरत जाऊ लागल्या.

त्या खळग्यातल्या पाण्यावरून ग्विदायरचा आवाज तरंगत आला, ‘‘मी अग्नीची निवड केली आहे हं. तुझा अग्नी कुठे आहे रे?’’

खळग्यातली आग विझली. आता त्या पाण्यात काहीच दिसत नव्हतं. एक चुकार ढग सूर्यासमोरून तरंगत गेला. फक्त तो ढग तेवढा दिसला.

त्या खळग्यातलं भीषण दृश्य गायब झालेलं होतं. मॅडॉकनं रेश्चलला हात देऊन उठायला मदत केली. तसं करताना त्याचा पाय त्या खळग्यात पडला. त्यातलं थोडं पाणी उसळून बाहेर आलं. तो रेश्चलला म्हणाला, ‘‘मागे उभे राहा. मी हा जादुई आरसा मोडून टाकतो.’’ त्यानं त्या खळग्यातल्या उरल्यासुरल्या पाण्यात जोरजोरात पाय आपटले आणि सगळं पाणी बाहेरच्या वाळूवर उडवलं.

मधल्या होडीतून एक सैनिक जळते निखारे असलेली शेगडी घेऊन आला.

ग्विदायरनं एक भाला घेऊन त्याचं धारदार टोक त्या निखाऱ्यांवर ठेवलं, आणि म्हणाला, ''मॅडॉक, अरे तुझा अग्नी तू स्वत: तयार करायला हवा हं!'' ग्विदायर उपहासानं, त्याला चिडवल्यागत हसला.

मॅडॉक वळून खडकाकडे गेला. सगळ्या तरुणांनी खडकाच्या पायथ्याशी गळ्यातले हार टाकले होते, तिथे जाऊन त्यानं ती सगळी फुलं गोळा केली, आणि त्या रिकाम्या खळग्यात आणून टाकली. आधी याच खळग्यात ते भीषण प्रतिबिंब दाखवणारं पाणी होतं. त्यानं आपल्या डोक्यावरचा फुलांचा मुकुट काढून त्या हारांच्या ढिगावर टाकला. त्याला प्रतिसाद म्हणून झिलनंही आपला मुकुट त्या ढिगात टाकला. एकेक करून सगळे पुरुष, स्त्रिया, लहान मुलं पुढे आली, आणि त्या सगळ्यांनी आपले मुकुट त्या फुलांच्या ढिगावर टाकले. सगळ्यात शेवटी रेश्चलनं आपला मुकुट टाकला.

''अरे, हे काय करतोयस तू? तुला तरी कळतंय का?'' ग्विदायर ओरडला. तो वाळूवर थयथय नाचत होता. त्यानं एकाएकी आपला धगधगता भाला उगारला, आणि तो मुसंडी मारून मॅडॉकच्या अंगावर धावून गेला.

मॅडॉक उडी मारून चपळाईनं बाजूला होत म्हणाला, ''ए... ग्विदायर, थांब जरा. तू अग्नी निवडला आहेस नं... मग आता मला आगीशी आगीनंच लढू दे.''

''अरे तू...तू स्वत:, एकट्यानं अग्नी तयार करायचा आहेस. हे माझे नियम आहेत.''

शांतपणे मॅडॉक उत्तरला, ''ग्विदायर, माझ्या भावा, तू नेहमी स्वत:चेच नियम लागू करतोस हं.''

''हो मग? अरे, मी राजा आहे, ऐकलंस ना...मी.. राजा.. आहे.'' उन्मादानं ग्विदायरचा आवाज चढत गेला.

आपल्या भावाच्या बोलण्याकडे दुर्लक्ष करून मॅडॉकनं त्या फुलांच्या ढिगावर नजर एकवटली. त्याच्या निळ्या डोळ्यांतल्या तेजामुळे त्या चुरगळलेल्या फुलांचा वास दरवळू लागला. मॅडॉकनं आपले दोन्ही हात त्या ढिगाऱ्याच्या तळाशी खुपसले, आणि फुलांचा ढीग उचलून बाजूला सारला. आता पुन्हा तो खळगा दिसू लागला. त्या खळग्यात वाळूखालून अगदी थोडंसं पाणी वर आलं होतं.

''आता तिथे त्या ग्विदायरची वाईटसाईट स्वप्नं दिसायलाच नकोत.'' त्यानं त्या पाण्याकडे एकटक बघत, आज्ञा दिली. उन्हात ते पाणी चमकत होतं. आता त्या पाण्यावर पुन्हा तरंग उठले आणि त्यात बाळाला कुशीत घेतलेली एक आई दिसायला लागली. हे बाळ मात्र खूप वेगळं होतं. त्या बाळाच्या चमकदार निळ्या डोळ्यांची ठेवण नाकापासून लांब होती. हे खूप आनंदी, हसरं बाळ होतं. त्याची आई त्याच्याशी हळुवार आवाजात बोलत होती, ''एल झार्को, माझ्या निळ्या

डोळ्यांच्या बाळा, तू तुझ्या लोकांचं भलं करशील हं. तुझे निळे डोळे शांततेचा शुभशकुन देतात. प्रार्थनेचं फळ, मला तुझ्या रूपात मिळालंय. हा निळा रंग नवजीवनाचा आणि आनंदाचा सूचक आहे.''

मग त्या खळग्यातलं पाणी चमचमायला लागलं. त्या पाण्यात आता फक्त वरच्या ढगाळलेल्या आकाशाचं प्रतिबिंब पडलं होतं. आकाशाकडे मान वर करून बघत, मॅडॉक मोठ्यानं म्हणू लागला,

''मी मॅडॉक, या दैवाधीन संकटसमयी
ठेवतो अखिल स्वर्ग, त्याच्या शक्तीसह,
आणि सूर्य त्याच्या देदीप्यमान तेजासह,
आणि बर्फ, त्याच्या आरस्पानी शुभ्रतेसह,
आणि अग्नी त्याच्या सर्वंकष प्रखर ताकदीसह...''

ढग दूर सारून सूर्य प्रकटला. त्याचे प्रखर किरण फुलांच्या ढिगावर पडले. गुलाबाच्या सुगंधात आता धुराचा वास मिसळू लागला. हा धूर त्या चुरगळलेल्या फुलांमधून येत होता. त्या ढिगातून एक आगीची ज्वाळा लपलपत बाहेर आली. मॅडॉकनं आपल्या भावाच्या अंगावर झेप घेत म्हटलं, ''ग्विदायर, तो बघ माझा अग्नी.'' त्यानं ग्विदायरच्या हातातला भाला हिसकावून घेतला, आणि सर्व शक्तीनिशी तलावात फेकून दिला. ''आता आपण कुस्ती करत द्वंद्वयुद्ध करू.'' असं म्हणून, त्यानं ग्विदायरला मिठीत जखडून ठेवलं.

खूप खूप काळ ते दोन भाऊ मल्लयुद्ध करत होते. दोघांनाही आता दमल्यानं धाप लागली होती, पण कोणीही हार मानायला तयार नव्हतं. त्यांची शरीरं लयबद्ध हालचाली करत होती. वाऱ्याचे लोक आणि तलावापलीकडचे लोक हे युद्ध मूकपणे बघत होते.

सूर्यानं आकाशातला आपला प्रवास पूर्ण केला, आणि तो घनदाट अरण्यात लुप्त झाला. तरीदेखील या भावांचा लढा सुरूच होता. दोघांनीही एकमेकांना यातना देत जखडून ठेवलं होतं. त्यांचे श्वासोच्छ्वास वाऱ्याच्या आवाजापेक्षाही मोठ्यानं ऐकू येत होते.

हळूहळू फुलांचे सगळे हार आगीत जळून खाक झाले. तिथे फक्त राख उरली, आणि त्याच वेळी मॅडॉकनं ग्विदायरला ओढतओढत तलावात नेलं. त्याचं डोकं पाण्याखाली बुडवून तसंच दाबून धरलं. पाण्यातून बुडबुडे यायला लागले आणि त्यावरून मॅडॉकला कळलं की त्याचा भाऊ दयेची भीक मागतोय. मग त्यानं ग्विदायरला पाण्याबाहेर काढलं. त्याच्या तोंडातून पाण्यासोबत रक्त

बाहेर पडलं आणि तो लोळागोळा होऊन मॅडॉकच्या बाहुपाशात लोंबकळू लागला.

मॅडॉकनं तलावापलीकडच्या लोकांना खुणावलं. त्यानं फर्मावलं, "तुमच्या होड्या काढा आणि तुमच्या राजाला, तुमच्या भागात परत घेऊन जा." त्याच्या आवाजात घृणा आणि दुःख डोकावत होतं. त्याचे निळे डोळे आसवांनी डबडबले.

तिन्ही होड्या पाण्यात ढकलल्या गेल्या. त्या लोकांनी आपले भाले पुन्हा वल्ह्यांच्या दांड्यांमध्ये ठेवून दिले. मॅडॉकनं, धान्याचं पोतं फेकावं तसं, ग्विदायरचं शरीर होडीत टाकलं. तो म्हणाला, "जा... आणि आता पुन्हा आम्हाला कधीही युद्धाच्या नगाऱ्यांचे आवाज ऐकवू नका." मॅडॉकनं ग्विदायरच्या डोक्यावरचा सोनेरी मुकुट काढून तलावात दूरवर भिरकावून दिला.

आणि मग तो त्यांच्याकडे पाठ फिरवून किनाऱ्यावर आला.
तिथे झिल त्याची वाट पाहत होती.
तिच्याकडे बघत मॅडॉक गाऊ लागला,

"अग्निदेवता, जलदेवता, आणि देवता वसुधेची,
वरुणदेवता, पवनदेवता, आणि देवता हिमाची,
मुळीच उरली नाही आता, अभिलाषा कशाची,
प्राप्त झाली आहे मजला, मुलगी म्हाताऱ्याची,
झाली हो पूर्ण आता, कामना माझ्या मनीची."

प्रत्युत्तर म्हणून झिल गाऊ लागली,
"सोडून देऊ अश्रू आपण, आनंदोत्सव करण्यासाठी,
आता गाऊ सारे आपण, केवळ त्या नवजन्मासाठी."

मॅडॉक तिला मिठीत घेत म्हणाला. "माझ्या भावाच्या मृत्यूबद्दल मी उद्या रीतसर शोक व्यक्त करीन. फार वाईट प्रकारे मृत्यू झाला त्याचा. पण आता मात्र फक्त आनंदोत्सव."

लहान मुलं चढ्या सुरात गाऊ लागली. सगळे वाऱ्याचे लोक त्यांच्यासोबत गाऊ लागले. हलक्या आवाजात रेश्चल मॅडॉकला म्हणाला, "त्या जादुई आरशासारख्या खळग्यातल्या पाण्यात, आपल्याला जे भयंकर दृश्य दिसलं ना, ते आपण खरं मानावं, अशीच ग्विदायरची इच्छा होती. ते त्याच्या स्वप्नाचाच एक भाग होतं. कदाचित त्याच्या स्वप्नांपेक्षा आपली स्वप्नं अधिक बळकट असतील."

"हो, खरंय." मॅडॉक म्हणाला. त्याला मात्र, आकाशातून पडणाऱ्या त्या विचित्र वस्तू सतत डोळ्यांसमोर येत होत्या. त्या वस्तू खाली पडल्यावर उठणारे ते विचित्र मशरूमसारखे ढग, ती आग हे सगळं आठवलं आणि त्याचं अंग शहारलं. त्यानं त्या खळग्याकडे नजर टाकली. त्यात थोडं पाणी पुन्हा झिरपून वर आलं होतं, पण त्या पाण्यात आता फक्त चंद्राचं प्रतिबिंब पडलं होतं.

थोड्या वेळानं चंद्रही झाडांमागे मावळला. तारे लुकलुकत होते, जणू त्यांचं प्रथेनुसार विधिवत नृत्य सुरू होतं. तलावाच्या पलीकडचे लोक ग्विदायरच्या देहाकडे पाहत राहिले. त्याचा सोनेरी मुकुट गायब झाला होता, आणि त्याचसोबत त्याची शक्तीही.

मॅडॉक झिलला मिठीत घेऊन झोपला होता, झोपेतच तो रडू लागला. त्याच्या बंद डोळ्यांआडून आसवं ओघळू लागली. झिलनं त्याच्या डोळ्यांचं चुंबन घेऊन ती आसवं पुसून टाकली.

"चल." गॉडियर म्हणाला.

चार्ल्स वॉलेस डोळ्यांची उघडझाप करत त्या एकशिंगी घोड्याशेजारी उभा होता. त्यानं विचारलं, "हे स्वप्न होतं का रे?" खडकाजवळच्या तलावाकडे त्यानं नजर टाकली. तिथे कोणीही नव्हतं.

गॉडियरनं रुपेरी बुडबुडे सोडले, ते त्याच्या दाढीवर आपटून खाली तरंगत आले. तो म्हणाला, "तू मॅडॉकच्या शरीरात होतास. या वेळेस चांगलाच मिसळून गेला होतास हं तू."

"मॅडॉक, ग्विनेथचा राजा असलेल्या ओवेनचा पुत्र. मी वाचलेल्या त्या पुस्तकातला मॅडॉक. इथे लीफ एरिकसनच्याही आधी वेल्श खलाशी आले होते, असंही मानलं जातं ना? ... काहीतरी असंच होतं पुस्तकात... निळे किंवा राखाडी डोळे असलेल्या रेड इंडियन्सबद्दल..."

वैतागानं गॉडियर म्हणाला, "तुलाच माहीत असायला हवं नं, तू तर मॅडॉकच्या शरीरात होतास."

"हे सगळं खरंच असं घडलं असेल? मला नाही वाटत तसं."

"अरे बाबा, त्या काळातलं वास्तव वेगळंच होतं. मॅडॉकसाठी तरी ते सगळं खरं होतं." गॉडियर म्हणाला.

"आणि त्या फुलांमधून निघालेली आग? अगदी तीसुद्धा खरी होती?"

"गुलाब बऱ्याच वेळा पेट घेतात. त्यातून निघालेली ज्योत सगळ्यात शुद्धीकारक असते."

"आणि तो जादुई आरसा... म्हणजे त्यासारखं ते पाणी... मॅडॉकला त्या पाण्यात जे दिसलं, ते ... ते एका प्रकारचं प्रक्षेपित दृश्य म्हणता येईल का?"

गॉडियरच्या शिंगातला प्रकाश थरथरला. "ग्विदायर हा दुष्ट शक्तींना सामील झाला होता. त्यामुळे ती प्रक्षेपित दृश्यं, इक्थ्रॉय सहजगत्या निर्माण करू शकले."

"म्हणजे ते भयानक दिसणारं बाळ एक प्रक्षेपित दृश्य होतं? इक्थ्रॉयना भविष्यात जे घडायला हवंय, तेच त्यांनी दाखवलं का?"

"मला प्रक्षेपित दृश्यांबद्दल फारसं कळत नाही." गॉडियरनं मान्य केलं.

"आणि ते दुसरं बाळसुद्धा होतं नं..." चार्ल्सनं डोळे बंद करून ते आठवायचा प्रयत्न केला. "ते निळ्या डोळ्यांचं बाळ... प्रार्थनेचं फळ... तो सगळीकडे शांतता प्रस्थापित करणार होता... आठवलं? म्हणजे हे असंसुद्धा घडू शकतं, हो ना?"

"अरे, हे सगळं फार गोंधळात टाकणारं आहे. आपण...म्हणजे तू आणि मी... कदाचित आपण वेगवेगळ्या मितीत असल्यानं असेल तसं." गॉडियरनं आपली आयाळ झटकत म्हटलं.

चार्ल्स आपली बोटं कपाळावर घासत म्हणाला, "हे सगळं त्या पुस्तकात कुठेतरी आहे रे... मला आठवत का नाहीये? आठवायला लागलो की जणू मानसिक अडथळा येतोय, असं का होतंय?" गॉडियर काहीही बोलला नाही. चार्ल्स पुन्हा बोलू लागला, "युद्धाला विरोध करणारं पुस्तक. मॅडॉक आणि ग्विदायरच्या कथांबद्दलचं पुस्तक... वेल्सहून या देशात आलेले दोन भाऊ... आणि आणखी काय बरं? मला काही कळतच नाही..."

"जाऊ दे रे." गॉडियरनं त्याला सुचवलं.

चार्ल्सनं त्याच्या अंगावर रेलून, आपलं कपाळ त्याच्या चंदेरी कातडीवर टेकवलं. मनात येणारे विचार तो मोठ्यानं बोलून दाखवू लागला, "आपल्याला फक्त एवढंच माहीत आहे, की मॅडॉक नावाचा एक वेल्श राजपुत्र, त्याच्या ग्विदायर या भावासोबत, या नवीन जगात आला, आणि मॅडॉकनं वाऱ्याच्या लोकांमधल्या झिलशी लग्न केलं. गॉडियर, अरे...मी जेव्हा मॅडॉकच्या शरीरात होतो, तेव्हा नकळत मी त्याला तो मंत्र दिला असेल का? आणि जर, मी त्याला तो मंत्र दिलेला असेल, तर 'बदलण्यायोग्य' अशी घटना, त्या मंत्रामुळे बदलली, असं आपण म्हणू शकतो का?"

गॉडियर म्हणाला, "हे सगळं फार गुंतागुंतीचं आहे रे."

"का मॅडॉकला तो मंत्र आधीपासूनच माहीत होता? पण हा मंत्र तर आयर्लंडच्या सेंट पॅट्रिकचा होता, मग त्याला हा मंत्र कसा माहीत असेल?"

गॉडियरनं आपले चंदेरी ओठ वाकडे करून दात विचकले. मग डोकं वर

करून, तोंड उघडून भरपूर हवा आत ओढून घेतली, जणू काही तहान भागवण्यासाठी घटाघटा पाणी प्यावं तशी.

विचारात गढलेल्या चार्ल्सनं इकडेतिकडे पाहिलं. सगळं दृश्य पाण्यातल्या प्रतिबिंबासारखं तरंगतं दिसायला लागलं. तो तलाव थोडा मागे हटला आणि तिथे दरी दिसू लागली. तो खडक आता तिरपं पठार न राहता, तारे पाहायचा सपाट खडक बनला. त्या खडकावर बर्फाचा किंचितसा पातळ थर जमला होता.

गॉडियरनं मान खाली केली. तो म्हणाला, ''तुला माहितीये? ग्विदायर मेला नव्हता, तर जिवंत होता; पण त्यानंतर मात्र तो त्या तलावापलीकडच्या लोकांसोबत राहिला नाही.''

''हं... नसेलच राहिला... पण हे तुला कसं माहीत?''

आपल्या दाट भुवया उंचावत गॉडियर म्हणाला, ''मी आत्ताच वाऱ्याशी बोलत होतो. विटंबना झाल्यानं अपमानित होऊन त्यानं तो भूभाग सोडला, आणि तो दक्षिणेकडे निघून गेला. सरतेशेवटी तो दक्षिण अमेरिकेत जाऊन पोचला.''

कपाळावर हात मारत चार्ल्स म्हणाला, ''अरे हो, खरंच की! अरे, हेसुद्धा त्या पुस्तकात आहे, ग्विदायर पॅटॅगोनियाला गेल्याचा उल्लेख आहे. आणि व्हेसप्युजिया हा पॅटॅगोनियाचाच एक भाग आहे. आणि आणखीही एक संदर्भ होता...पण तो हरवला होता ... आणि मग शोधावा लागला होता, पण नक्की काय होता तो? मला अगदी आठवायला लागतं सगळं...आणि मग मात्र जणू माझ्या 'आठवणींच्या साठ्याची' (स्मृतिकोशाची) दारं कुणीतरी घट्ट बंद करून टाकतं.''

फूत्कार टाकत गॉडियर म्हणाला, ''हं... कदाचित इक्थ्रॉयच करत असतील तसं. 'बदलण्यायोग्य' याच्यापर्यंत नेणारा प्रत्येक सूचक इशाराही ते अडवतील, किंवा नष्ट करतील. तू ते शोधून काढावं, अशी इक्थ्रॉयची अजिबात इच्छा नाहीये.''

चार्ल्सनं मान डोलावली, आणि म्हणाला, ''तो मॅड डॉग ब्रॅन्झिलो आहे नं... त्याचा जन्म व्हेसप्युजियातच झालाय. इथे, याच ठिकाणी मॅडॉक आला होता, आणि त्यानं झिलशी लग्न केलं होतं. शांततेसाठी त्यानं गुलाबांना पेट घ्यायला लावला. बरं... त्या वाऱ्याच्या लोकांचं पुढे काय झालं? आता ते कुठे आहेत?''

गॉडियरनं पटकन उत्तर दिलं, ''अरे, ते शांतताप्रिय लोक होते रे. तुमच्या ग्रहावर शांतताप्रिय लोकांना कधीही चांगली वागणूक दिली जात नाही.''

चार्ल्स वॉलेस त्या खडकावर बसला, त्यामुळे बर्फाचा पातळ थर कडकडत मोडला. त्यानं आपलं डोकं गुडघ्यांवर टेकवलं, आणि म्हणाला, ''वेल्स आणि व्हेसप्युजिया यांच्यातला संबंध, तसंच मॅडॉक, ग्विदायर आणि मॅड डॉग ब्रॅन्झिलो यांच्यातला संबंध मला शोधून काढायलाच हवा.''

•••

इकडे मेगनं चुळबुळत डोळे उघडले. तिचा हात अजूनही आनंदीच्या अंगावरच होता. झोपेतच पुटपुटली, "काय स्वप्न होतं रे फोर्टिनब्रास... किती विचित्र स्वप्न." तिची अर्धमिटली नजर घड्याळाकडे गेली, आणि ती अचानक खाडकन जागी झाली. "आनंदी! अगं, क्षणभर मला तू फोर्ट असल्यासारखं वाटलं गं. आणि ते स्वप्न नव्हतंच...हो ना? ते तर कायथिंग होतं, पण तितकंसं स्पष्ट नव्हतं. चार्ल्स हार्सेल्सच्या शरीरात होता, तेव्हा जितकं स्पष्ट कायथिंग होतं, तसं आता मात्र नव्हतं हं. या वेळी तो मॅडॉकमध्ये खोलवर मिसळून गेला होता, त्यामुळे त्याच्यापर्यंत पोहोचण्यासाठी मलाही खोल जावं लागत होतं. मी काहीतरी शोधावं असं चार्ल्सला वाटतंय...पण नक्की काय?" तिनं केसांतून बोटं फिरवली, आनंदीच्या अंगावर हात ठेवला, आणि डोळे घट्ट बंद करून ती लक्ष केंद्रित करू लागली. "अं...तलावाबद्दल काहीतरी...जळत्या गुलाबांविषयी... दोन भाऊ लढतायत...हो...आणि मॅड डॉग ब्रॅन्झिलो आणि वेल्स. हां... हेच ...मी मॅड डॉग ब्रॅन्झिलो आणि वेल्स यांच्यातला संबंध शोधावा, असं चार्ल्सला वाटतंय...पण ते तर अशक्यच वाटतंय मला." ती रात्रीच्या शांततेमधले आवाज ऐकत राहिली, हे आवाज एवढे ओळखीचे होते की, ते त्या शांततेचाच भाग बनून गेले होते. त्यांचं जुनं झालेलं घर जरासं कुरकुरलं. खिडकीबाहेर सौम्य वारा वाहत होता. "आज कोणाला झोप येत नसेलच, निदान आजतरी नाहीच. सॅंडीनं इतिहासाचा खूप बारकाईनं अभ्यास केलेला आहे, मी त्यालाच विचारते." मेग मनात म्हणाली.

ती पलंगावरून खाली उतरली, पायात फरच्या स्लिपर्स सरकवल्या आणि खाली गेली. जुळ्यांच्या खोलीत अजून दिवा दिसत होता, म्हणून तिनं दारावर टकटक केली.

"काय गं? का जागतेयस तू?" डेनीसनं विचारलं. "तुला व्यवस्थित झोप मिळण्याची गरज आहे."

"अहो डॉक्टरसाहेब, झोपेची गरज तर तुम्हालाही आहे. तुम्ही ज्या कारणामुळे जागे आहात, त्याच कारणामुळे मीही जागी आहे."

"मी बऱ्याच वेळा रात्री उशिरापर्यंत अभ्यास करत असतो. बरं, पण तू का आलीयेस? तुला काय मदत हवीये?" डेनीस म्हणाला.

"ऐक ना... तुला व्हेसप्युजियाबद्दल काय माहिती आहे?"

डेनीस म्हणाला, "ए मेग... केस मोकळे सोडल्यावर तू अगदी पंधरा वर्षांची वाटतेस."

“ए बाबा, मी लग्न झालेली मोठी बाई आहे. ते जाऊ दे, पण व्हेसप्युजियाबद्दल सांग ना.”

सँडीनं उत्तर दिलं, “मी आत्ताच विश्वकोशात त्याबद्दल वाचत होतो. साधारणपणे अर्जेंटिना आणि चिलीच्या मध्ये जो भूभाग आहे, त्याला पूर्वी पॅटॅगोनिया असं नाव होतं. याच पॅटॅगोनियाचा एक भाग म्हणजे व्हेसप्युजिया.”

“ब्रॅन्झिलोचा जन्म इथेच झाला नं?”

“हो–”

“तिथे येऊन व्हेसप्युजियावर कोणी राज्य केलं होतं?”

“अगं, तो गोंधळच आहे. स्पॅनिश, काही इंग्लिश लोक, आणि वेल्समधूनही एक गट इथे आला होता. तेव्हाही तो पॅटॅगोनियाचाच एक भाग होता.”

“मॅडॉकही वेल्सहूनच आला होता.” तिनं सजगतेनं विचारलं, “वेल्स... कधी घडलं होतं हे?”

“त्याबद्दल एक दंतकथा आहे. अगदी लीफ एरिकसनच्याही आधी, काही वेल्श लोक उत्तर अमेरिकेत आले होते. त्यातला एक उबदार हवामानाच्या शोधात दक्षिणेकडे गेला, आणि तिथेच, म्हणजेच व्हेसप्युजियात राहिला...किंवा आता जिथे व्हेसप्युजिया आहे, तिथे राहिला होता, असंही म्हणता येईल. अगं, पण ती फक्त एक दंतकथा असली तरीही, १८६५ साली, लोकांचा एक गट वेल्स सोडून पॅटॅगोनियाला गेला, आणि चुबुत नदीच्या काठाजवळच्या ओसाड जमिनीवर राहू लागला, या घटनेचीदेखील नोंद आहे.”

“म्हणजे? बहुदा मॅड डॉग ब्रॅन्झिलोच्या धमन्यांमधून वेल्श रक्तही वाहत असेल की काय?”

“हो, नक्कीच शक्य आहे, पण ब्रॅन्झिलो हे वेल्श नाव वाटत नाही गं.”

“त्या गटानं कुठल्या वर्षी वेल्स सोडलं?”

“१८६५.”

“फक्त या एकाच वर्षी, वेल्सचा व्हेसप्युजियाशी निगडित उल्लेख केलेला आहे का?”

“हो, या विश्वकोशात तरी.”

मिनिटभर विचार करून ती म्हणाली, “बरं, ठीक आहे. १८६५ साली, मला माहीत असायला हवं, असं काय काय महत्त्वाचं घडलं होतं?”

डेनीस म्हणाला, “मेग, हे बघ, तू जर आता सँडीला इतिहास शिकवायला लावणार असशील, तर आधी खाली बस बरं. हे काय चाललंय? तुला काय इतिहासाचे डोहाळे लागलेयत का? स्ट्रॉबेरीचे लागले होते, तसे?”

“स्ट्रॉबेरीचे नाही...रास्पबेरीचे लागले होते, आणि या इतिहासाचा, माझ्या डोहाळ्यांशी किंवा मी गरोदर असण्याशी काहीही संबंध नाहीये.”

“थांब हं, मला *‘इतिहासातील सनावळ्या’* हे पुस्तक काढू दे०” सँडीनं पुस्तकांच्या शेल्फवरून एक मोठा, जीर्ण ग्रंथ काढला. पानं उलटत तो म्हणाला, “हां...हे बघ...१८६५... आता बघूया हं. या वर्षी ९ एप्रिलला, ॲपमॅटक्स या गावात झालेल्या, अमेरिकेतील अंतर्गत नागरी युद्धात, अमेरिकन सरकारी सैन्यानं बंडखोर राज्यांच्या सेनेचा पराभव केला, आणि हे अंतर्गत युद्ध संपलं. मग लगेचच १४ एप्रिल रोजी लिंकनचा खून झाला. २६ मे रोजी, हे अंतर्गत नागरी युद्ध पूर्णपणे समाप्त झालं.”

“चांगलंच खळबळजनक होतं की हे वर्ष.”

“हो ना. याच वर्षी इंग्लंडमध्ये तत्कालीन पंतप्रधान लॉर्ड पामेर्स्टन यांचा मृत्यू झाला, आणि त्यांच्या जागी लॉर्ड जॉन रसेल पंतप्रधान झाले.”

“मला त्यांच्याबद्दल फारशी माहिती नाहीये.”

“हं...आणि आता पुन्हा आपल्या अमेरिकेचा इतिहास...या वर्षी, कायदेशीररीत्या गुलामगिरी समाप्त करण्यात आली.”

“व्हेसप्युजियातदेखील त्या काळी गुलामगिरीची प्रथा असेल का रे?”

“नक्की माहीत नाही गं. हे बघ हं...१८३० या वर्षी बॉलीव्हरचा मृत्यू झाला, त्याच्या कार्याचा परिणाम व्हेसप्युजियापर्यंत पोहोचलाच असणार. त्यामुळे तिथे गुलामगिरी असेल, असं मला तरी वाटत नाही.”

“ठीक... चांगलं आहे.”

“बरं, आणि हे बघ, १८६५ साली, अनेक वर्षं चाललेलं ॲटलांटिक केबलचं काम अखेर यशस्वीपणे पूर्ण झालं. ही केबल ॲटलांटिक सागराच्या खालून टाकण्यात आली होती. युरोप आणि अमेरिकेला जोडणाऱ्या या टेलिग्राफ केबलमुळे या दोन खंडांत संदेशवहन वेगानं होऊ लागलं. अरे डेन, हे बघ, तुला आवडेल असंही आहे : याच वर्षी, डॉ. लिस्टर यांनी, शल्यक्रिया करताना जंतुरोधक द्रव्याचा वापर केला जावा असा आग्रह धरला होता, आणि त्यामुळे बरीच खळबळ माजली होती. खोल जखमांवर उपचार करण्यासाठी, कारबॉलिक ॲसिडचा वापर करावा, असंही ठाम मत त्यांनी मांडलं होतं.”

डेनीसनं त्याचं कौतुक केलं. तो म्हणाला, “तू म्हणजे तर चार्ल्ससारखा खराखुरा चालताबोलता विश्वकोश आहेस रे.”

“अरे नाही रे, ही सगळी माहिती चार्ल्सच्या डोक्यात असते, पण मला मात्र पुस्तकात बघावं लागतं. माझी माहिती मर्यादितच असते. बरं, हे बघ आणखी...याच

वर्षी मेंडेलनं त्याचा आनुवंशिकतेचा नियम मांडला होता.'' त्यानं पुन्हा पुस्तकात डोकं घालून पाहिलं, आणि म्हणाला, ''आणि 'कू क्लक्स क्लॅन'(Ku Klux Clan) या गुप्त संघटनेची स्थापनाही याच वर्षी झाली. ही संघटना, प्रामुख्यानं दक्षिणेकडील गोऱ्या, प्रोटेस्टंट उग्रवादी अमेरिकन लोकांची होती. ते त्याद्वारे कृष्णवर्णीय लोक, ज्यू आणि इतर अल्पसंख्याक लोकांवर हिंसेचा अवलंब करत असत. याच वर्षी एडवर्ड व्हिम्पर या ब्रिटिशानं, आल्प्समधील मॅटरहॉर्न या पर्वतावर यशस्वीपणे चढाई केली. हा पर्वत चढून जाणारा तो पहिला गिर्यारोहक होता. याच वर्षी लुईस कॅरोल या लेखिकेनं *'ॲलिसेस् ॲडव्हेंचर्स इन वंडरलँड* (Alice's Adventures in Wonderland) हे पुस्तक लिहिलं.''

''खरंच हं, १८६५ हे वर्ष खासच होतं,'' डेनीस म्हणाला, ''मग काय मेग? काय काय शिकलीस तू?''

''खूप काही. तुम्हा दोघांना धन्यवाद.''

''मग झोपायला जा बरं आता.'' डेनीसनं तिला फटकारलं, ''मध्यरात्र झालीये आणि थंडगार वारा सुटलाय. उगाच कशाला फिरतेयस तू? थंडी वाजून सर्दीखोकला होईल ना.''

''अरे, मी उबदार कपडे घातले आहेत,'' तिनं आपल्या गरम, जाडजूड अंगरख्याकडे, पायातल्या स्लिपर्सकडे बोट दाखवलं, ''मी नीट काळजी घेतीये रे...पण धन्यवाद हं.''

''थोडंसं चॉकलेट आणि कोको पावडर घातलेलं गरमगरम दूध दिलं, तर तू घेशील का?''

''मी आता गरम चॉकलेट पिऊ शकत नाही.''

''बरं, मग थोडंसं सूप घेशील का?''

''नाही रे, खरंच मला काही नकोय. मी जाते झोपायला.''

तिला हाक मारून सँडी म्हणाला, ''ए मेग... हे बघ गं... १८६५ साली रुडयार्ड किपलिंग या लेखकाचा जन्म झाला, आणि वेर्लेन या फ्रेंच कवीनं *'पोएम सॅटर्निअन्स'* लिहिलं. याच वर्षी जॉन स्टुअर्ट मिल या ब्रिटिश तत्त्वज्ञानं *'ऑगस्ट कॉम्टे अँड पॉझिटिव्हिझम'* (Auguste Comte and Positivism) हे पुस्तक लिहिलं, आणि याच वर्षी 'परड्यू', 'कॉर्नेल' आणि 'मेन' या प्रमुख विद्यापीठांची स्थापना झाली.''

निरोपादाखल हात हलवून ती दाराबाहेर पडू लागली, पण तेवढ्यात त्याच्या पुढच्या वाक्यामुळे ती जागीच थबकली. तो म्हणाला, ''आणि याच वर्षी मॅथ्यू मॅडॉक्सनं लिहिलेली, *'वन्स मोर युनायटेड'* (Once More United) ही कादंबरी

प्रकाशित झाली.''

मागे वळून तिनं आवाजावर ताबा ठेवत विचारलं, ''मॅडॉक्स? पण मी तर या लेखकाचं नावही ऐकलेलं नाहीये.''

''शाळेत असताना गणिताशिवाय दुसरं काही आवडायचंही नाही तुला.''

''हो रे, इंग्रजीचा अभ्यास करताना कॅल्विन मला नेहमी मदत करायचा. या मॅथ्यू मॅडॉक्सनं आणखी दुसरं काही लिहिलंय का?''

पानं उलटता उलटता सँडी म्हणाला, ''बघतो हं...१८६६, १८६७ या वर्षांत काहीही नाही... पण १८६८... हं... हे बघ... *'द हॉर्न ऑफ जॉय'* (The Horn of Joy).''

''अच्छा...ते पुस्तक होय... आत्ता आठवलं. मी कॉलेजच्या दुसऱ्या वर्षात शिकत असताना एकोणिसाव्या शतकातील अमेरिकन वाङ्मयाचा अभ्यास केला होता. तेव्हा मॅथ्यू मॅडॉक्सनं लिहिलेलं हेच पुस्तक मी वाचलं होतं. हे त्याचं दुसरं आणि अखेरचं पुस्तक होतं. माझे प्राध्यापक म्हणाले होते, की जर त्याचा मृत्यू झाला नसता, तर त्याला हॉथॉर्न आणि जेम्स या प्रसिद्ध साहित्यिकांचा दर्जा मिळाला असता. जरासं विचित्र पुस्तक होतं हं ते. अगदी पोटतिडकीनं युद्धांच्या विरोधात लिहिलेलं...मला आठवतंय ना. भूतकाळात खूप मागे जाऊन लिहिलेलं. एक विचित्रच सिद्धान्त मांडला होता त्यात... भविष्याचा भूतकाळावर परिणाम होतो... की असलंच काहीतरी... मला मुळीच आवडलं नव्हतं.''

''पण तरीही तुझ्या लक्षात आहे ते.'' मेग म्हणाली.

''हो, लक्षात आहे गं... काही कारणामुळे राहिलंय लक्षात. 'एक वेल्श राजपुत्र होता. त्याची भावंडं सत्ता मिळवण्यासाठी आपसातच लढत होती. त्याच्या एका भावाला सोबत घेऊन त्यानं वेल्स सोडलं. त्याचं जहाज वादळात सापडून फुटलं, आणि तो कुठेतरी ईशान्य अमेरिकेच्या किनाऱ्यावर, म्हणजेच न्यू इंग्लंडच्या किनाऱ्यावर, येऊन पोचला. पुढेही बरंच काही आहे, पण मला ते आत्ता आठवत नाहीये.''

''थँक्स रे'' मेग म्हणाली, ''खूप खूप धन्यवाद.''

जिन्यापाशी आनंदीनं खूश होऊन तिचं स्वागत केलं. मेगनं तिचा कान कुरवाळला. ''खरं तर काहीतरी गरमगरम प्यायला मला खूप आवडलं असतं, पण मग सँडी आणि डेनीसही माझ्यासोबत खोलीत आले असते, आणि गप्पा मारत बसले असते. आपल्याला तर चार्ल्ससोबत कायथ करायचं आहे ना, त्यावरच लक्ष केंद्रित करायला हवं.'' मेग पलंगावर बसली आणि आनंदीही उडी मारून तिच्या

शेजारी जाऊन बसली. घड्याळाचे काटे पंधरा मिनिटं पुढे सरकले होते. एवढा वेळ तिनं सँडी आणि डेनीससोबत घालवला होता. वेळच तर अत्यंत महत्त्वाचा होता. पण हा घालवलेला वेळ सत्कारणी लागला आहे, असं तिला वाटलं. तिला त्या पुस्तकाचा लेखक आणि पुस्तकाचं शीर्षक समजलं होतं. तसंच १८६५ साली, वेल्स आणि व्हेसप्युजियाचा काहीतरी संबंध आलेला असल्याचंही समजलं होतं, ''पण त्याचा नेमका अर्थ काय होता? मॅडॉक वेल्श होता, पण तो व्हेसप्युजियाला गेलाच नव्हता, तो इथे आला, आणि इथेच लग्नही केलं.'' तिच्या मनात विचार येत होते.

तिनं डोकं हलवलं, ''कदाचित चार्ल्स आणि गॉडियर मिळून या माहितीचा अर्थ लावतील.''

पण ह्या सगळ्याचा सौ. ओ'कीफ यांच्याशी काय संबंध असेल... हे अजूनही रहस्यच होतं.

६

विजेचा लोळ, त्याच्या शीघ्र क्रोधासह

''**ध**न्यवाद गं मेग,'' चार्ल्स वॉलेस कुजबुजला, ''गॉडियर, अरे, तिनं खरंच खूप मदत केली नं, तिनं आणि माझ्या जुळ्या भावांनी.'' त्यानं पुढे वाकून गॉडियरच्या मानेवर आपला गाल टेकवला. तो पुढे म्हणाला, ''ते पुस्तक मॅथ्यू मॅडॉक्सनं लिहिलेलं होतं. मी ते वाचलं नाहीये बहुतेक, पण डेनीस त्याबद्दल नेहमी बोलत असायचा. सौ. ओ'कीफ यादेखील मॅडॉक्स कुटुंबातल्या होत्या, त्या नक्की मॅथ्यूच्याच वंशावळीतल्या असतील.''

''मॅथ्यूच्या वंशज? काहीतरीच तुझं.'' गॉडियर म्हणाला.

''तू त्यांना पाहिलंस ना, की मग तुला कळेल.'' चार्ल्स म्हणाला. जरा विचारात पडून तो पुढे म्हणाला, ''१८६५. आपण तिथे जाऊ शकू का?''

''तेव्हा, असं म्हण. तिथे, नाही,'' गॉडियरनं लगेच दुरुस्ती केली, ''तुला ते तितकंच महत्त्वाचं वाटत असेल, तर आपण प्रयत्न करूया. त्यासाठी योग्य प्रकारे वाहणारा वारा मिळायला हवा. तो मिळेल, अशी आपण आशा करूया.''

चार्ल्सनं साशंक होऊन विचारलं, ''म्हणजे? आपण पुन्हा एखाद्या प्रक्षेपित दृश्यात वाहत जाऊ, असं वाटतंय की काय तुला?''

''असा धोका तर आहेच ना. इक्थ्रॉय, आपल्याला अडवण्यासाठी आपल्या मागे लागले आहेत, हे माहीत आहे की तुला. त्यामुळे तू मन घट्ट कर हं.''

''हो, अगदी नक्कीच. माझा निग्रह पक्का आहे. माझ्या आयुष्याचा प्रश्न आहे. पुन्हा एखाद्या प्रक्षेपित दृश्यात वाहत जायची मला मुळीच इच्छा नाहीये.''

दातांच्या फटींमधून हवा बाहेर सोडत गॉडियर म्हणाला, ''आत्ता जी माहिती आपल्याला मिळाली ना, तिची फारशी मदत होईल, असं मला वाटत नाहीये.''

''अरे, पण ती महत्त्वाची असू शकेल की. १८६५ साली वेल्श लोकांचा एक गट दक्षिण अमेरिकेत जातो. अं... मला वाटतंय, की आपण व्हेसप्युजियाला

जाण्याचा प्रयत्न करायला हवा.''

''फार लांब आहे. एकशिंगी घोडे वेगवेगळ्या ठिकाणी व्यवस्थितपणे जाऊ शकत नाहीत. ठिकाण आणि काळ, दोन्ही बदलत प्रवास करायचा ... अं मला नाही आवडत.'' त्यानं शेपूट हलवत म्हटलं.

''बरं. मग आपण ठिकाण हेच ठेवू, पण १८६५ सालात जाण्याचा प्रयत्न करू. याच वर्षी मॅथ्यू मॅडॉक्सनं त्याची पहिली कादंबरी प्रकाशित केली होती ना... हे चालेल का? आणि मग त्यानंतर आपण १८६५ सालातलं हे ठिकाण बदलू, आणि १८६५ सालातल्या व्हेसप्युजियामध्ये जाऊ, म्हणजे तसा प्रयत्न तरी करूया. कदाचित त्या मॅथ्यू मॅडॉक्सकडून आपल्याला काहीतरी समजू शकेल.''

''हो, हे ठीक आहे. जागा आणि काळ, दोन्ही एकाचवेळी बदलण्याऐवजी आधी काळ बदलूया आणि मग नंतर जागा बदलू. असं करण्यात धोकाही कमी आहे.'' असं बोलून गॉडियर चौखूर दौडू लागला. वाऱ्याच्या एका झोतावर त्यानं स्वत:ला झोकून दिलं, आणि पंख पसरून त्यानं उंच भरारी घेतली.

ते दोघे ताऱ्यांमधून जात असताना, अत्यंत अनपेक्षितपणे त्यांच्यावर हल्ला झाला. ते ज्या वाऱ्याच्या झोतावर स्वार झाले होते, त्याच्यावर हाडं गोठवणाऱ्या थंडगार वादळी झोताचा स्फोटक हल्ला झाला. चार्ल्स घुसमटून गेला. त्यानं गॉडियरची आयाळ आणखी घट्ट पकडली. थंडीमुळे त्याची बोटं पांढरी पडली होती. त्याला नीट पकडता यावं, म्हणून आयाळीचे केस स्टीलच्या तारांसारखे मजबूत बनले. काळोख्या शक्तीसोबत चाललेल्या गॉडियरच्या लढ्याची भीषणता चार्ल्सला जाणवत होती. ही लढाई जणू एकशिंगी घोड्यांच्या विरोधात सुरू होती. दुष्ट, नकारात्मक पंखांची फडफड आणि पोलादी खुरांची आदळआपट जाणवत होती. तो इक्श्रॉयसोबत असणारा भयंकर घाणेरडा वास पुन्हा चार्ल्सच्या नाकापाशी घुटमळू लागला, आणि तो वास सहन न झाल्यामुळे त्याच्या हातातून गॉडियरची आयाळ निसटली. काळोख्या पंखांनी त्याला गॉडियरच्या पाठीवरून जोरात ढकलून दिलं, आणि त्याला बाह्य अंतराळातल्या त्या अतिप्रचंड थंडगार वातावरणाची जाणीव झाली. हे तर एखाद्या प्रक्षेपित दृश्यापेक्षाही जास्त भयानक होतं. हवेच्या अभावामुळे त्याची फुप्फुसं कमजोर पडू लागली. 'मी आता नुसतंच एक निर्जीव शरीर बनणार, जवळच्याच एखाद्या सूर्याभोवती परिभ्रमण करणारा उपग्रह होणार...' त्याच्या मनात येऊ लागलं.

कुणीतरी त्याला जोरात खेचलं, आणि त्याच्या चुरडल्या जाणाऱ्या फुप्फुसांत हवा शिरली. मान धरून कुणीतरी ओढून धरलंय, असं त्याला जाणवलं. त्याचा निळा ॲनोरॅक मानेवरून ओढला जात होता आणि त्यामुळे गळ्यापाशी घट्ट होऊ लागला होता. तो त्रासदायक घाणेरडा वास आता नाहीसा होऊन, चार्ल्सला आता

गॉडियरचा श्वास जाणवत होता. त्याच्या श्वासाला ताऱ्यांचा आणि बर्फाचा वास होता. गॉडियर, आपल्या मोठ्या मोठ्या मजबूत चंदेरी दातात चार्ल्सचा ॲनोरॅक घट्ट पकडून, त्याला उचलून दूर घेऊन जात होता.

गॉडियरचे इंद्रधनुषी पंख त्या काळोखात जोरजोरात फडफडत होते. चार्ल्सनं श्वास रोखून धरला होता. इक्थ्रॉय तर चार्ल्स गॉडियरच्या तोंडातून निसटण्याचीच वाट पाहत होते. त्याचा ॲनोरॅक स्वेटर मानेवर ओढला जात होता, आणि त्यामुळे काखांपाशी ताणला जाऊन, त्याच्या बगलांमध्ये रुतत होता. तरीही, आपण आता अजिबात हालचाल करू नये, ही गोष्ट मात्र त्याला नीट कळून चुकली होती. श्रमांमुळे गॉडियर दमला होता, त्याला धाप लागली होती. त्याच्या घट्ट आवळलेल्या दातातून त्याचा श्वास चांगलाच जोरजोरात बाहेर पडत होता.

मग, काही वेळानं, त्याच्या चंदेरी खुरांचा जमिनीला स्पर्श झाला. ते त्यांच्या तारे पाहायच्या खडकावर सुखरूप उतरले होते. गॉडियरनं तोंड उघडलं आणि चार्ल्सला खडकावर सोडलं. चार्ल्सला प्रचंड थकवा आला होता, काही वेळ तो नुसताच खडकावर पडून राहिला. मग कसाबसा धडपडत उठून उभा राहिला. नुकतंच संकटातून पार पडल्यामुळे त्याचे पाय लटपटत होते. ओढ बसलेल्या खांद्यांना आणि काखांना आराम मिळावा म्हणून त्यानं आपले हात ताणले. गॉडियरही जोरजोरात धापा टाकत होता. त्याचं पोट जोरात वर-खाली होत होतं.

भोवताली वाहणाऱ्या वाऱ्याच्या झुळकेमुळे त्यांच्या चेमटलेल्या फुप्फुसांत हवा भरली गेली आणि जरा बरं वाटू लागलं.

गॉडियरनं तोंड उघडून ओठांचा चंबू केला, आणि ती स्वच्छ हवा तो पिऊ लागला. नंतर त्यानं खाली वाकून आपल्या नाकानं चार्ल्सला कुरवाळलं. चार्ल्सबद्दल वाटणारी माया त्यानं आत्ता पहिल्यांदाच इतक्या स्पष्टपणे दाखवली. तो म्हणाला, "आपली सुटका होईल, असं वाटलं नव्हतं. वाऱ्यानं तुला मॅडॉकच्या शरीरात जाऊ दिलं, म्हणून इक्थ्रॉयना प्रचंड संताप आलाय. आता ते तुला इतर कोणाच्याही शरीरात शिरू देणार नाहीत, तुला अडवतील ते."

चार्ल्स त्याचं डोकं थोपटत म्हणाला, "तू मला वाचवलंस. तू माझा ॲनोरॅक पकडून मला घट्ट धरलं नसतंस, तर मी अंतराळात कायमचा गटांगळ्या खात फिरत राहिलो असतो."

"अरे बाबा, दशलक्षात एक, एवढीच शक्यता होती, आणि वाऱ्यानंही मला मदत केली." गॉडियरनं सांगितलं.

चार्ल्स वॉलेसनं उठून गॉडियरच्या बाकदार मानेभोवती हात टाकले, आणि म्हणाला, "अरे, मदत मिळाली असली तरीही ते सोपं काम नव्हतं. तुला खूप खूप धन्यवाद हं."

गॉडियरनं खांदे उडवल्यासारखा आविर्भाव केला, अन् त्याची कुरळी दाढी थरथरली. तो म्हणाला, "ए बाबा, एकशिंगी घोड्यांना कुणी धन्यवाद दिले की शरमल्यागत होतं. प्लीज, तसलं काही करू नकोस."

तो ऐन उन्हाळ्यातला दिवस होता. क्षितिजावर पावसाचे मोठमोठे ढग दाटून आले होते. आता तिथे तलाव नव्हता. त्यांच्या ओळखीची दरी पल्याडच्या डोंगररांगांपर्यंत पोहोचली होती. रान म्हणजे तर भल्यामोठ्या एल्म वृक्षांचं, उंच उंच ओक आणि हेमलॉक वृक्षांचं जंगल होतं. दूरवर लाकडी ओंडके वापरून बनवलेल्या खोल्या दिसत होत्या.

"हे १८६५ वर्ष असेल, असं मला वाटत नाहीये." चार्ल्स म्हणाला.

"ए, आता हे माझ्यापेक्षा तुलाच जास्त माहीत असेल हं. पृथ्वीचा इतिहास शिकायची फारशी संधी मिळालीच नाही मला. मला हे पृथ्वीवरचं काम नेमून दिलं जाईल, असं वाटलंच नाही ना."

"गॉडियर, पण आपण कोणत्या काळात आलोय, हे समजायला हवं रे."

"का?"

कसाबसा संयम बाळगत चार्ल्स म्हणाला, "अरे, जर आपल्याला 'बदलण्यायोग्य' असं काही शोधून काढायचं असेल, तर आपल्याला त्याचा काळ माहीत असायला हवा, हो की नाही?"

गॉडियरदेखील उतावीळ झाला होता. त्याचा संयम संपून तो उड्या मारत म्हणाला, "अरे, पण का? आपल्याला सगळंच कशाला कळायला हवं? आपल्यावर एक जबाबदारी सोपवली आहे, आणि त्यानुसारच आपण वागायचं आहे. आत्ता या वेळी तू स्वत:च सगळं ठरवायला लागलास, आणि आपल्याला इक्थ्रॉयनं पकडलं."

चार्ल्स काहीही बोलला नाही.

जराशा नाराजीनंच गॉडियरनं कबूल केलं, "हां...म्हणजे अगदी सगळाच दोष तुझा नव्हता म्हणा...पण मलातरी वाटतंय, की आपण काळ किंवा ठिकाण हे स्वत:च ठरवायला नको. आपल्याला जिथे पाठवलं जाईल, तिथे आपण जाऊ. इक्थ्रॉयमुळे आपल्यावर दुर्दैवी प्रसंग ओढवले असले, तरीही तू अजूनही स्वत:च्याच शरीरात आहेस, आणि कोणाच्यातरी आतमध्ये जाणार आहेस."

"ओह...पण मग मी काय करायला हवं?"

आपल्या फुलवलेल्या नाकपुड्यांतून गॉडियरनं एक मोठा नि:श्वास सोडला, आणि म्हणाला, "ते मला वाऱ्याला विचारावं लागेल." त्यानं डोकं वर करून तोंड उघडलं. चार्ल्स अस्वस्थपणे वाट पाहत होता. बऱ्याच वेळानं आपलं डोकं खाली करून, गॉडियरनं एक पंख पसरला, "माझ्या जवळ ये." त्यानं फर्मावलं.

चार्ल्स त्याच्या पंखाखाली गेला आणि त्याला चिकटून उभा राहिला. चार्ल्सनं विचारलं, "आपण कुठल्या काळात आहोत, हे वाऱ्यानं सांगितलं का?"

"तुझ्या फारच जास्त मागण्या असतात हं." गॉडियरनं फटकारलं, आणि आपला पंख घट्ट मिटून घेतला. चार्ल्स त्या पंखाखाली गुदमरला, श्वास घेण्याची धडपड करू लागला. पंख ढकलून देऊ लागला, पण गॉडियरनं पंख तसाच घट्ट मिटून, चार्ल्सला तसंच जखडून ठेवलं. सरतेशेवटी त्याची धडपड थांबली.

चार्ल्सनं डोळे उघडले, तेव्हा दिवस संपून रात्र झाली होती. झाडं, खडक, सगळा आसमंत चांदण्यात न्हाऊन निघाला होता.

चार्ल्स कुणाच्यातरी शरीरात होता. त्या खडकावर आडवा पडून चंद्रप्रकाशानं निथळणाऱ्या आकाशाकडे पाहत होता. या तेजस्वी चंद्रप्रकाशाची तुलना, फक्त अगदी सगळ्यात तेज:पुंज ताऱ्याशीच होऊ शकत होती. त्याच्या अवतीभोवती खास उन्हाळी आवाज ऐकू येत होते. एक लांब शेपूटवालं, करड्या, राखाडी रंगाचं कबुतर, काळोखात दडलेल्या त्याच्या जागेवरूनच तक्रार करत होतं. एक बेडूक-आजोबा जोरात ओरडले. पक्ष्यांचा किलबिलाट ऐकू आल्यानं तो उठून बसला, आणि त्यानं स्वागतपर हाक मारली, "झाइल!"

त्या काळोख्या जंगलातून एक तरुणी बाहेर आली. छान उंच, सडपातळ बांध्याची, गर्भवती तरुणी होती ती, तिचं पोट वाढलेलं होतं. ती म्हणाली, "मला भेटल्याबद्दल धन्यवाद हं, ब्रॅन्डन."

चार्ल्स वॉलेस ब्रॅन्डन ऱ्होकायच्या शरीरात शिरला होता. त्यानं तिला क्षणभर मिठीत घेतलं. तो म्हणाला, "झाइल, तुझ्याबरोबर काहीही काम करताना मजाच येते गं."

चार्ल्स आता पुन्हा हार्सेल्ससारख्या लहान मुलाच्या शरीरात शिरला होता. त्याचं वयही पंधरापेक्षा कमीच होतं... बहुदा अकरा किंवा बारा वर्षांचा असावा तो, अजून लहानच होता. एक हुशार, उत्साही आणि प्रेमळ मुलगा होता तो.

ती त्याच्याकडे बघून हसत म्हणाली, "माझ्या बाळाच्या जन्माच्या वेळी त्रास होऊ नये म्हणून मला काही औषधी वनस्पती हव्या आहेत. त्या फक्त पौर्णिमेच्या रात्रीच मिळतात, आणि इथेच सापडतात. जर ही गोष्ट गुडी ॲडम्सना कळली तर त्या फार नाराज होतील, असं रिचीला वाटतं."

'गुडी... गुडवाईफ या शब्दाचं लघुरूप, किंवा शॉर्टफॉर्म. सौ. या शब्दाऐवजी वापरला जाणारा शब्द. त्या यात्रेकरूंनीही तसंच सांगितलं होतं. म्हणजे हे वर्ष नक्कीच १८६५ नाहीये, त्याच्या शंभर-दोनशे वर्षांपूर्वीचं असणार हे वर्ष. म्हणजे हा ब्रॅन्डन ऱ्होकाय, नक्कीच अगदी सुरुवातीच्या काळातल्या, वसाहत करून राहणाऱ्या,

लोकांपैकी एखाद्याचा मुलगा असणार...' चार्ल्सच्या मनात विचार येत होते.

"ए बाबा, स्वत:ला पूर्णपणे समर्पित कर," गॉडियर ओरडला, "तू स्वत:ला विसरून ब्रॅन्डन बन."

"अरे, पण आपण इथे का आलोय?" विरोध करत चार्ल्सनं विचारलं, "इथे काय कळणार आहे आपल्याला?"

"प्रश्न विचारू नकोस."

"पण मला वेळ वाया घालवायचा नाहीये रे..." चिंतेत पडून चार्ल्स म्हणाला.

वैतागानं खिकाळून गॉडियर म्हणाला, "तू इथे आहेस, आणि तू ब्रॅन्डनच्या शरीरात आहेस. चल आता, स्वत:ला ब्रॅन्डनमध्ये पूर्णपणे मिसळून जाऊ दे."

"सोडून दे. मिसळून जा.

तू ब्रॅन्डन बन."

झाइल बोलू लागली, "मी त्यासाठी इथे आल्याचं जर रिचीलादेखील कळलं नाही, तर फारच उत्तम होईल. ब्रॅन्डन, माझा तुझ्यावर पूर्ण विश्वास आहे हं. त्यामुळे तू तुझं तोंड बंद ठेव. कोणालाही काहीही सांगू नकोस, कारण त्यामुळे काहीच चांगलं होणार नाही."

ब्रॅन्डननं शरमून डोकं खाली घातलं, मग परत वर करून तिच्याकडे पाहिलं. तिच्या सावळ्या चेहऱ्यावर निळेभोर डोळे वेगळेच, अगदी लक्षवेधी दिसत होते. तो तिला म्हणाला, "आपल्या मनात एखादं गुपित दडवून ठेवलं, तर काहीच नुकसान होत नाही, असं मी वाऱ्याच्या लोकांकडून शिकलोय."

एक सुस्कारा टाकून झाइल म्हणाली, "नुकसान तसं काहीच नाही रे. पण खरं सांगू, आपल्याला मिळालेल्या खास क्षमतांबद्दल, आपण दोघेही, आपल्याच प्रेमाच्या माणसांना काही सांगू शकत नाही नं, त्या गोष्टीचं मला फार वाईट वाटतं."

मान डोलावत ब्रॅन्डन म्हणाला, "मला दिसणारी चित्रं, किंवा दृश्यं आहेत ना...ती मी पाहू नयेत, असंच माझ्या आई-बाबांना वाटतं गं."

"माझ्या लोकांमध्ये तर तू एक द्रष्टा सिद्धपुरुष, किंवा भविष्यवेत्ता म्हणून प्रसिद्ध आहेस. तुला आता प्रार्थनेचं, विश्वासूपणाचं प्रशिक्षण देण्यात येणार आहे. त्यामुळे तुझी ही खास क्षमता देवापर्यंत पोहोचेल. देवच आपल्याला या खास क्षमता देत असतो नं... मॅडॉकला ही क्षमता मिळालेली असेल, अशी माझ्या बाबांना आशा होती. एकाच पिढीतल्या दोन्ही अपत्यांचे निळे डोळे असणं, हे फार क्वचितच घडतं नं...पण माझ्या छोट्या भावाला तर वेगळीच क्षमता मिळालेली आहे. त्याला हवामानाबद्दल, पेरणी केव्हा करावी, पिकांची कापणी केव्हा करावी, हे सगळं फार छान समजतं. तेदेखील खूप गरजेचं आणि उत्तमच

कौशल्य आहे रे.'' झाइल म्हणाली.

''ए...मला मॅडॉकची खूप आठवण येते गं,'' कपाळाला आठ्या घालत खडकावर नजर रोखून ब्रॅन म्हणाला, ''आता तो आपल्या वस्तीत कधीही येत नाही.''

झाइलनं हलकेच त्याच्या खांद्यावर हात ठेवला, आणि म्हणाली, ''आता आपल्या वस्तीत सगळं बदललंय रे, इथल्या खूपशा घरांमध्ये मॅडॉकला आता आपलेपणा जाणवत नाही. कोणी त्याचं अगत्यानं स्वागत करत नाही, असं त्याला वाटतं.''

''अगं, पण मी तर त्याचं किती आपलेपणानं स्वागत करतो की!''

''हो रे, त्यालाही ते माहितीये. त्यालाही तुझी आठवण येते. आपली वसाहत मोठी आहे, एवढंच फक्त कारण नाहीये. मॅडॉकही आता मोठा झालाय, त्याला घरीही बरंच काम करावं लागतं. पण तरीही तो तुझा मित्रच राहील हं.''

''हो, आणि मीही त्याचा मित्र असेन, अगदी कायम.''

त्याच्याकडे रोखून पाहत झाइलनं त्याला विचारलं, ''तुला ती जी दृश्यं, किंवा चित्रं दिसतात ना... ती पाहणं, तू तुझ्या मर्जीनं, थांबवू शकतोस का रे?''

''कधीकधी, नेहमी नाही. मी जेव्हा जेव्हा एखाद्या प्रतिबिंबाकडे पाहतो नं, तेव्हा कधीकधी ती चित्रं दिसतातच. मग मला ती पाहायची असोत किंवा नसोत. पण ती दिसण्यासाठी, मी स्वतःहून प्रयत्नही करत नाही.''

''तुला त्या चित्रात काय दिसतं, हे मला सांगितलंस तर चालेल का? तू मॅडॉकला ते नेहमी सांगायचास.''

''अगं, रिचीला त्यांची भीती वाटते.''

त्याचा खांदा हलकेच दाबत ती म्हणाली, ''रिचीनं आयुष्यभर नुसते कष्ट उपसले आहेत रे. अशी दृश्यं किंवा स्वप्नं बघायला त्याला वेळच नाहीये. तुझी आई मला सांगत होती, की वेल्समध्ये असे द्रष्टे लोक आहेत, आणि या क्षमतेबद्दल इतर लोक त्यांना घाबरत असतीलही, पण तरीही त्यांना कुणी कमी लेखत नाही.''

''रिची तर म्हणतो, की लोक त्याबद्दल नापसंती दर्शवतील. अगं, इथे वेल्सपेक्षा सगळं वेगळं आहे. तो पाद्री मॉर्टमेन इथे आला, आणि त्यानं ते चर्च बांधलं. जेव्हा मॅडॉक इथे, आपल्या वसाहतीत यायचा, तेव्हा तो पाद्री चिडून कपाळावर आठ्या घालायचा. फार काय, मी रेड इंडियन लोकांच्या वस्तीच्या कुंपणापाशी गेलेलंदेखील त्याला चालायचं नाही. तेव्हापासून सगळंच बदललं गं.''

''अरे, गोऱ्या लोकांना रेड इंडियन लोकांपासून दूर ठेवण्याचाच प्रयत्न करणार नं तो.''

''अगं, पण का? आपण तर एकमेकांचे चांगले मित्र होतो की.''

"आपण अजूनही मित्रच आहोत रे." तिनं त्याला दिलासा दिला. तिनं विचारलं, "तुला नुकतंच एखादं चित्र दिसलं का? आणि केव्हा दिसलं?"

"आजच, रात्री," तो तिला सांगू लागला, "आईनं ती तांब्याची किटली नुकतीच छान घासूनपुसून ठेवली होती. त्या किटलीवर मेणबत्तीचं प्रतिबिंब पडलं होतं. मला इथलंच, अगदी ह्याच जागेचं चित्र दिसलं. पण त्या चित्रात हा खडक मात्र जास्तच उंच होता, आणि तिथे ना..." दरीकडे बोट दाखवून तो पुढे म्हणाला, "...तिथे एक मोठा तलाव होता. त्यातलं पाणी उन्हामुळे चमकत होतं."

आश्चर्यचकित होऊन तिनं त्याच्याकडे नजर टाकली, आणि म्हणाली, "हो, ना? या दरीच्या जागी पूर्वी मोठा तलाव होता, असं माझे बाबा, झिलो नेहमी सांगतात."

"आणि मी मॅडॉकचं चित्र पाहिलं होतं...पण तो मॅडॉक नव्हता, तो म्हातारा होता, आणि गोरा होता. तो इतका मॅडॉकसारखा दिसत होता ना, की आधी मला तो मॅडॉकच वाटला होता"

"ती दंतकथा," ती पुटपुटली. ती पुढे म्हणाली, "ए ब्रॅन्डन, तुझ्यात आणि माझ्यात खूप जवळीक निर्माण झालीय. आपल्याला आपल्या खास क्षमता लोकांपासून लपवून ठेवाव्या लागतात नं, त्यामुळे असेल कदाचित." बोलता बोलता तिनं गवतात उगवलेली काही रोपटी गोळा केली. त्या रोपट्यांवर कळ्या उमलल्या होत्या. तिनं ती रोपटी, त्या कळ्या चंद्रप्रकाशात उंच धरल्या. ती म्हणाली, "मला औषधी वनस्पती कुठे शोधायच्या, ते चांगलं कळतं. कडाक्याच्या थंडीत लहान बाळांचा बचाव करणाऱ्या वनस्पती, उन्हाळ्यातले आजार बरे करणाऱ्या वनस्पती कुठे आणि कशा शोधायच्या, तेही मला माहीत आहे. पण तुझ्या आईनं मात्र मला ही गोष्ट कुणालाही कळू न देण्याचं बजावून सांगितलं आहे. लोकांना ते आवडणार नाही म्हणून. माझ्यासाठी, तसंच रिची आणि माझ्या बाळाचा जन्म विनासायास व्हावा, सुदृढ बाळ जन्माला यावं म्हणून, मी ह्या वनस्पती माझ्याजवळच ठेवणार आहे." तिनं त्या वनस्पती खडकावर पसरून ठेवायला सुरुवात केली. चंद्रप्रकाश पडताच सगळ्या कळ्या, फुलं, पानं जणू चंदेरी प्रकाशानं आतून उजळून निघाली. झाइल चंद्राकडे बघत गायला लागली,

"अग्निदेवता, जलदेवता, आणि देवता वसुधेची,
पवनदेवता, गगनदेवता, आणि देवता चंद्राची,
या हो तुम्ही, सांगते मुलगी त्या म्हाताऱ्याची
निघून या सारे, आमच्या गत पूर्वजांकडून
आणा निळा रंग, त्या दूरस्थ डोळ्यांकडून.

अग्निदेवता, जलदेवता, आणि देवता वसुधेची
वरुणदेवता, पवनदेवता, आणि देवता हिमाची,
सफल होऊ दे, द्या हो मजला, कामना माझ्या मनीची.
नवजीवन लाभो, जन्मासह सदैव येतसे वेदना
परंतु येईल ती निळाई, आमच्याकडे फिरुनी पुन्हा''

मग ती खाली वाकली, आणि तिनं त्या कळ्यांचा, फुलांचा वास घेतला. सगळ्या कळ्या, फुलं तिनं हातात गोळा केली, आणि आपल्या कपाळावर, ओठांवर, वक्षावर आणि वाढलेल्या पोटावर टेकवली.

ब्रॅन्डननं विचारलं, ''आता ही फुलं आपण घरी घेऊन जाणार आहोत का?''

''गुडी ॲडम्सनं ती बघू नयेत, असं मला वाटतं.''

''माझा आणि रिचीचा जन्म झाला नं, तेव्हा आपल्या वसाहतीत एकही सुईण नव्हती.''

''अरे, गुडी ॲडम्स ही खूप चांगली सुईण आहे,'' झाइल त्याला दिलासा देत म्हणाली, ''तेव्हा जर ती इथे असती ना, तर रिची आणि तुझ्यामधली ती छोटीछोटी बाळं, म्हणजेच तुमचीच भावंडं दगावली नसती. आत्ता मात्र मी जे केलंय नं, ते तिला मुळीच आवडणार नाही. ही फुलं आपण पक्ष्यांसाठी, चंद्रासाठी आणि वाऱ्यासाठी इथेच सोडून जाऊया. त्यांनी मला मदत देऊ केली आहे.''

''अं...झाइल...बाळाचा जन्म केव्हा होणार आहे? तुला माहीत आहे का?''

उभी राहत ती म्हणाली, ''उद्या. आता मात्र घरी जायला हवं हं. रिची झोपेतून जागा झाला तर मला शोधत सुटेल, आणि नेमकं तेच मला नकोय.''

पुढे होऊन ब्रॅन्डननं तिची लांबसडक बोटं हातात घेतली. तो तिला म्हणाला, ''ज्या दिवशी रिचीनं तुझ्याशी लग्न केलं ना...तो दिवस जगातला सगळ्यात सुंदर दिवस होता.''

ती हसली खरी, पण तिच्या डोळ्यांत चिंतेची छटा डोकावत होती. ती म्हणाली, ''वसाहतीतले लोक एका रेड इंडियन वधूला त्यांच्यात सामील होताना पाहून साशंक झाले होते, त्यातून मी निळ्या डोळ्यांची इंडियन, मग तर जास्तच शंकेखोरपणे सगळे माझ्याकडे पाहत होते.''

''त्यांनी जर आमची वेल्समधली कहाणी आणि तुझी कहाणी ऐकून घेतली असती ना...''

त्याची बोटं दाबत ती म्हणाली, ''खूप पूर्वी, या भूखंडात जेव्हा फक्त रेड इंडियन्स राहत होते, तेव्हा काही गोरे लोक आमच्याकडे आले होते. मात्र या कथेबद्दल, अजिबात काहीही न बोलण्याची सक्त ताकीद रिचीनं मला दिलीय.''

"खूप पूर्वी नं?"

"अरे बाबा, खूप खूप पूर्वी. समुद्र ओलांडून आलेला होता तो, जगाच्या दुसऱ्या टोकाशी असलेल्या देशातून. अतिशय शूर होता तो. त्याला सत्तेची किंवा जमिनीची अजिबात लालसा नव्हती. माझ्या छोट्या भावाला त्याचंच नाव ठेवलं आहे."

"आणि ते गाणं?"

"ते खूप जुनं आहे रे. ती प्रार्थना आहे. समुद्र ओलांडून आलेल्या राजकुमाराची ताकद, निळ्या डोळ्यांच्या बाळाला मिळावी, म्हणून ती प्रार्थना म्हणायची वाऱ्याच्या लोकांची प्रथा आहे. इतक्या वर्षांत त्या मूळ प्रार्थनेचे शब्द बदलले असतील. मी स्वत:सुद्धा बदललेच की, गोऱ्या लोकांत मिसळून गेले. वाऱ्याच्या लोकांमध्ये त्या राजकुमारानं जसं जुळवून घेतलं असेल, तसंच. एका अनोळखी देशाच्या राजकुमारीच्या प्रेमाखातर तो तिथेच तिच्यासोबत राहिला, आणि तिची जीवनशैली त्यानं आत्मसात केली. मीदेखील प्रेमासाठीच माझे लोक सोडून रिचीशी लग्न केलं आणि त्याच्यासोबत राहू लागले. माझं प्रेम अगदी खरं, अगदी मनाच्या तळापासून आहे रे, त्यामुळेच तर मी माझं घर सोडू शकले. मी ती प्रार्थना म्हणते कारण ती माझ्या रक्तात भिनलेली आहे, आणि ती म्हणायलाच हवी. माझ्या बाळाला, तो अर्धा रेड इंडियन आहे, हे सांगायची परवानगी असेल का? माझ्यापुढे प्रश्नच आहे हा."

"तो?"

"तो मुलगा असेल."

"तुला कसं माहीत?"

"चंद्रप्रकाशात आपल्या पानांच्या सळसळीतून झाडांनी मला सांगितलं आहे. मला मुलगी आवडली असती, पण मुलगा झालेला पाहून रिची अगदी खूश होईल."

गवतामधल्या पायवाटेवरून चालत ते दोघे एका झऱ्यापाशी पोहोचले. चांदण्यात त्यातलं पाणी चमचमत होतं. हलत्या पानांच्या सावल्या पाण्यावर हेलकावे घेत होत्या. त्या झऱ्यावर एक दगडी पूल होता. त्या पुलावर जाऊन झाइल थांबली. पुलाखालच्या वाहत्या पाण्याकडे एकटक पाहत राहिली.

तिच्या शेजारी ब्रॅन्डन उभा राहिला. वाऱ्यामुळे झाडांची पानं हलत होती. त्या दोघांचं प्रतिबिंब पाण्यावर हेलकावत होतं. ब्रॅन्डन झाइलच्या प्रतिबिंबाकडे बघत होता. पाण्यावरच्या तरंगांमुळे तिचा प्रतिबिंबातला चेहरा हसरा दिसत होता. त्यानं त्या प्रतिबिंबात तिच्या हातात एक बाळदेखील पाहिलं. काळ्याभोर केसांचं, सोनेरी झाक असलेल्या निळ्या डोळ्यांचं बाळ होतं ते.

बघता बघता त्या बाळाचे डोळे बदलले. त्या डोळ्यात खिन्नता, वैताग दिसू

लागला. आता तो चेहरा एका बाळाचा न राहता, एका माणसाचा चेहरा बनला. झाइल कुठेही दिसत नव्हती. त्या माणसानं एक विचित्र गणवेष घातलेला होता, आणि त्यावर अनेक पदकं लटकत होती. त्याचे जबडे काळसर होते आणि खालचा जबडा अभिमानानं पुढे आलेला होता. तो माणूस विचार करत होता; पण ते विचार मात्र फार क्रूर, खुनशी होते, आणि तेवढ्यात ब्रॅन्डनला तिथे आग भडकलेली दिसली... उग्र, धगधगती आग.

त्याचं सगळं अंग थरथरलं. एक मोठा श्वास घेऊन त्यानं झाइलकडे पाहिलं, आणि घाबरून पुन्हा त्या झऱ्यातल्या पाण्यात पाहिलं. आता ती आग गायब झाली होती, आणि फक्त त्या दोघांचे चेहरेच तेवढे दिसत होते.

तिनं विचारलं, ''काय दिसलं तुला?''

आपले डोळे त्या दगडी पुलावर रोखून त्यानं तिला ते सांगितलं. ती दृश्यं पुन्हा आठवू नयेत असं त्याला वाटत होतं, तो तसा प्रयत्नही करत होता.

हळूच मान हलवत ती म्हणाली, ''मला तर याचा अर्थच कळत नाहीये, पण तो नक्कीच चांगला नसणार.''

त्याची नजर अजूनही खालीच रोखलेली होती. तो म्हणाला, ''मला दिसणाऱ्या दृश्यांबद्दल मला भीती घालण्यात आली होती नं, त्याच्याआधी ती चित्रं, दृश्यं अशी भीतिदायक नसायची, फक्त सुंदर असायची.''

त्याचा हात दाबून ती म्हणाली, ''या दृश्याबद्दल माझ्या बाबांना सांगायला आवडेल मला. त्यांना अशा दृश्यांचा अर्थ लावता येतो.''

जरासं बिचकतबाचकत ब्रॅन्डन म्हणाला, ''बरं ठीक आहे, जर तुला तसं वाटतंय तर ...ठीक आहे.''

''माझ्या मनाला बरं वाटेल, त्यांनी मला जरा धीर द्यावा, असं वाटतंय मला.''

तो झरा पार करून, ते एक शब्दही न बोलता घरी गेले, लाकडी घरांची वसाहत होती ती.

स्होकाय कुटुंबाचं घर सगळ्यात पहिलं होतं. बऱ्यापैकी मोठं घर होतं ते. मध्यभागी बैठकीची आणि जेवणाची खोली होती, आणि तिच्या दोन्ही बाजूंना झोपायच्या खोल्या होत्या. ब्रॅन्डनची खोली म्हणजे त्याच्या आई-बाबांच्या खोलीला लागूनच बांधलेली एक नुसती पडवी होती. अगदी लहानशी होती ती. त्यात एक पलंग, एक लहान कपाट आणि एक खुर्ची, एवढंच कसंबसं मावत असे. कशीही असली तरी ती पूर्णपणे त्याची एकट्याची खोली होती. रिचीनं बाळाचा जन्म झाल्यानंतर भिंतीत एक छानशी खिडकी करून देण्याचं कबूल केलं होतं. त्या वसाहतीतले लोक तसं करू लागले होते.

ब्रॅन्डनच्या खुराड्यासारख्या खोलीत अंधार पसरला होता, पण खोली त्याच्या

सवयीची असल्यामुळे तो अगदी सहजपणे हालचाली करू लागला. कपडे न बदलता तो पलंगावर आडवा पडला. दूरवर ढग गडगडू लागले, आणि त्यासोबतच अगदी हलक्या आवाजात लयबद्ध आवाज ऐकू यायला लागला. ब्रॅन्डननं हा आवाज लगेच ओळखला. वाऱ्याचे लोक ढोल वाजवत पावसासाठी प्रार्थनागीत गात होते. त्या ढोलांचा आवाज होता तो.

सकाळी त्याला जाग आली, तेव्हा मधल्या खोलीत गजबजाट सुरू होता. त्याबद्दल तो आईला विचारायला गेला, तर त्याची आई एका भल्यामोठ्या काळ्या किटलीत पाणी उकळत होती. शेकोटीत आग पेटवलेली होती आणि त्या आगीवर, एका मजबूत हूकवर ती किटली टांगलेली होती. ती सुईण, गुडी ॲडम्स, इकडून तिकडे मोठ्या तोऱ्यात लगबगीनं फिरत होती.

''हे तिचं पहिलंच बाळंतपण आहे,'' ती म्हणाली, ''त्या रेड इंडियन पोरीसाठी खूप जास्त गरम पाणी लागेल हं.''

''झाइल आमची मुलगीच आहे.'' ब्रॅन्डनच्या आईनं तिला बजावलं.

''अहो गुडी स्होकाय, ती रेड इंडियनच राहणार ना शेवटी. अर्थात, ती लग्न करून आपल्यातली झाली. त्याबद्दल तिचे उपकारच मानायला हवेत. त्यामुळेच तर त्या रानटी, असंस्कृत लोकांबरोबर आपण शांततेत जगू शकतोय.''

ब्रॅन्डननं चिडून बोलायला सुरुवात केली, ''ते तसे नाहीयेत...''

पण त्याच्या आईनं त्याला थांबवत म्हटलं, ''ब्रॅन्डन, तू तुझं आवरून तुझी कामं कर बरं.''

ओठ चावत तो बाहेर गेला.

सकाळची छान मोकळी हवा होती, जरासं विरळ धुकं हवेत तरंगत होतं. त्यामुळे डोंगररेषा अंधुक दिसत होती. सूर्य वर आल्यावर हे धुकं गायब होणार होतं. त्या वसाहतीत राहणारे सगळे या धुक्याचे, दवाचे आभारी होते; कारण त्यामुळेच तर त्यांची पिकं वाळून गेली नव्हती. पौर्णिमेच्याही कितीतरी आधीपासून तिथे पाऊस पडलाच नव्हता.

ब्रॅन्डन त्यांच्या गायीला बाहेर काढण्यासाठी घरामागच्या गोठ्यात गेला. तो दिवसभर तिला इतर गुरांसोबत चरायला सोडून देत असे, आणि संध्याकाळी त्याच्या छोट्याशा घोड्यावर बसून, त्या गायीला परत घरी आणायला जात असे. त्यानं गोठ्यात जाऊन छोट्या घोड्याला ओट्स खाऊ घातले, आणि मोठ्या घोड्यालाही खायला दिलं. त्याला दुरून हातोड्याची ठकठक ऐकू आली. गुडमन स्होकाय आणि त्यांचा मुलगा रिची हे त्या भागातले सर्वोत्कृष्ट सुतार होते. त्यांच्याकडे नेहमीच लोकांच्या मागणीप्रमाणे सुतारकाम चालू असे.

'त्या गुडी ॲडम्सनं झाइलच्या लोकांना रानटी आणि असंस्कृत म्हटलं. पण

ते रिचीनं ऐकलं नाही, हे मात्र फार बरं झालं... तो नेहमीच झाइलच्या पाठीशी उभा राहतो, हे फारच चांगलं आहे.' ब्रॅन्डनच्या मनात विचारचक्र सुरू होतं. तो घरी जायला लागला. आदल्या रात्री झऱ्यात पाहिलेलं दृश्य त्याला अस्वस्थ करत होतं. त्या क्रूर, काळ्या माणसाची आणि त्या आगीची त्याला भीती वाटत होती. तो ती दृश्यं जितकी विसरून जायचा प्रयत्न करत होता, तितकीच त्याची भीती वाढत चालली होती.

तो घरी पोहोचला. बाहेरची ताजी हवा आत येण्यासाठी दार उघडंच ठेवलं होतं. रिची तिथल्या शेकोटीपाशी अस्वस्थ होऊन येरझाऱ्या घालत होता. त्याची आई बेडरूममधून बाहेर येत रिचीला म्हणाली, "रिची, तुझे बाबा तुला बोलावतायत. झाइल जरा आराम करतीये. तिला गरज असेल, तेव्हा मी तुला लगेच बोलावीन हं."

गुडी ॲडम्स हळूच पुटपुटली, "ती इंडियन पोरगी रडतच नाहीये. हे काही चांगलं लक्षण नाहीये हं."

आपली मान उडवत रिची म्हणाला, "अहो गुडी, ते इंडियन लोकांचं वैशिष्ट्य आहे. झाइल तुमच्यासमोर मुळीच आसवं गाळणार नाही."

"असंस्कृत..." गुडी ॲडम्सनं बोलायला सुरुवात केली.

पण गुडी स्होकाय त्यांचं बोलणं तोडत रिचीला म्हणाल्या, "रिची, ब्रॅन्डन, तुम्ही तुमच्या बाबांकडे जा बरं."

रिची तावातावानं दाराबाहेर पडला, गुडी ॲडम्सकडे बघण्याचीही तसदी त्यानं घेतली नाही. त्याला हाका मारत ब्रॅन्डन त्याच्यामागे धावला, "रिची... ए रिची..."

रिची मागे वळून न पाहता थांबला.

"मला ती गुडी ॲडम्स अजिबात आवडत नाही, तिरस्कार वाटतो तिचा." रागानं ब्रॅन्डन म्हणाला.

आपल्या लहान भावाकडे बघत रिची म्हणाला, "अरे बाबा, तिरस्कारानं काहीच चांगलं घडत नाही. गुडी ॲडम्सचा फटकळपणा वसाहतीत सगळ्यांना माहीत आहे. पण ती तिच्या कामात फार कुशल आहे. ती इथे असल्यापासून बालमृत्यू होत नाहीत किंवा त्यांच्या आयांना बाळंतरोगामुळे ताप येत नाही."

"मी लहान होतो, तेव्हा फक्त आपलं स्होकाय कुटुंब, हिगिन्स कुटुंब, आणि डेव्ही कुटुंब असेच लोक राहत होते, आणि मी मॅडॉकसोबत खेळायचो."

"हो रे, तेव्हा सगळं सोपं असायचं." रिचीनं मान्य केलं. तो पुढे म्हणाला, "सतत बदल होत राहणं, ही जगाची रीत आहे नं."

"बदल नेहमी चांगलाच असतो का रे?"

मान हलवत रिची म्हणाला, "हो रे, खरंच तेव्हा खूप मजा यायची. तेव्हा

तो पाद्री मॉर्टमेन नव्हता नं... तो सारखा आपल्या गोष्टींमध्ये, गाण्यांमध्ये लुडबुड करायचा. देवाला उगाचच चेहरे पाडून बसलेले लोक आवडत असतील, यावर माझा मुळीच विश्वास नाहीये. देव कशाला आपल्या मौजमजेच्या, आनंदाच्या आड येईल? आपण आनंदोत्सव साजरा केला तर देव रागावेल? मला नाही खरं वाटत. बरं, ते जाऊ दे ब्रॅन, मला काम आहे, आणि तुलाही आहेच. चल, कामाला लागूया.''

ब्रॅन्डननं आपलं काम संपवलं आणि तो घराकडे जाऊ लागला. मॅडॉकनं शिकवल्याप्रमाणे, एका पावलापुढे दुसरं पाऊल सरळ रेषेत ठेवत, शांतपणे चालत होता तो. रिचीदेखील काम संपवून घरी आला होता, दारातच उभा होता तो. दुपारची वेळ झाली होती. सूर्य माथ्यावर आला होता. सगळी लाकडी घरं, धूळभरली आवारं उन्हाचा तडाखा सोसत होती. गवत पिवळट पडू लागलं होतं, झाडांची पानंही निस्तेज दिसायला लागली होती.

डोकं हलवत रिची त्याला म्हणाला, ''अजून काही नाही. आज फारच जास्त गरम होतंय. पावसाचे ढग आलेत बघ.''

''अरे, ते ढग रोजच असतात तिथे.'' ब्रॅन्डन क्षितिजावर जमलेल्या ढगांकडे पाहत म्हणाला. ''पण एक थेंबही पाऊस पडत नाही, नुसतेच ढग.''

घरातून अगदी बारीक आवाजातलं कण्हणं ऐकू आलं, आणि रिची घाईघाईनं आत गेला. बेडरूममधून एक तीव्र किंकाळी ऐकू आली. एवढा उकाडा असूनही ब्रॅन्डनच्या अंगावर शहारा आला. 'देवा...देवा रे... झाइल ठीक असू दे.' त्यानं स्वच्छ निळ्या आकाशातल्या एका चुकार ढगावर नजर रोखली, आणि त्याला तिथे झाइल आणि त्या काळ्या केसांच्या, निळ्या डोळ्यांच्या बाळाचं चित्र दिसलं. तो एकटक बघत राहिला...आणि मग अचानक त्या चित्रातले आई आणि बाळ, दोन्ही बदलले. आई काळ्या केसांचीच होती, पण गोरी होती, आणि बाळ मात्र तांबूस सावळ्या रंगाचं आणि निळ्या डोळ्यांचं होतं. या दुसऱ्या चित्रातल्या आईच्या चेहऱ्यावरचा आनंद मात्र तसाच होता. ही गोरी आई एका वेगळ्याच उष्ण आणि निर्जन प्रदेशात दिसत होती. तिचे कपडेही वेगळे होते. घरी हातमागावर विणलेले किंवा चामड्याचे कपडे नव्हते ते, वेगळेच होते. इतके सुरेख कपडे ब्रॅन्डननं याआधी कधीही पाहिले नव्हते.

बाळाच्या रडण्याचा आवाज आला. हे रडणं त्या चित्रातून नव्हे, तर घरातून ऐकू येत होतं... निरोगी बाळाचं खरंखुरं रडणं होतं ते.

गुडी स्होकाय दारापाशी आल्या. त्यांचा चेहरा आनंदानं उजळला होता. त्या म्हणाल्या, ''ब्रॅन्डन, अरे तुला पुतण्या झालाय, छान गुटगुटीत मुलगा आहे. झाइलचा चेहरा आनंदानं तेजाळलाय. रात्रभर त्रास सहन करावा लागला तिला,

पण सकाळ मात्र आनंद घेऊन आलीय.''

''सकाळ कसली, आता तर दुपार झालीय.''

''अरे मुला, अगदी शब्दश: अर्थ काढू नकोस. जा पळ, आणि तुझ्या बाबांना ही बातमी दे. अगदी आत्ताच्या आत्ता जा!''

''पण मी झाइलला आणि बाळाला केव्हा बघायचं?''

''अरे, बाळाला सगळ्यात आधी पाहायचा मान आजोबांचा असतो. मग नंतर तू बघ हं. पण आता पळ!''

शेवटी जेव्हा गुडी ॲडम्स सगळं आटपून निघून गेली, तेव्हा सगळं स्होकाय कुटुंब आई आणि बाळाच्या भोवती जमलं. झाइल एका मोठ्या लाकडी, कोरीवकाम केलेल्या पलंगावर पहुडली होती. हा पलंग रिचर्ड स्होकाय यांनी, म्हणजेच रिचीच्या बाबांनी, बनवला होता, आणि तो पलंग त्यांनी रिची आणि झाइलला लग्नाची भेट म्हणून दिला होता. तिच्यावर बैठकीच्या खोलीतला उजेड पडला होता. तिनं बाळाला आपल्या हातात घेतलं होतं. त्या बाळाचे डोळे घट्ट बंद होते आणि ते बाळ आपल्या इवल्या इवल्या मुठी हवेत हलवत होतं. जणू ते बाळ ही अनोळखी हवा पीत असल्यागत, त्याचं तोंड सारखं उघडत होतं, बंद होत होतं.

''बघ नं,'' झाइल पुटपुटली, आणि तिनं आपले ओठ त्या बाळाच्या काळ्या मखमली जावळावर टेकवले. नुकतंच जन्मल्यामुळे आणि उकाड्यामुळे त्याचं तांबूस अंग अजूनही किंचित ओलसर होतं. दूरवरून ढगांचा गडगडाट ऐकू आला.

''त्याचे डोळे कसे आहेत?'' कुतूहलानं ब्रॅन्डन कुजबुजला.

''निळे. गुडी ॲडम्स म्हणतात, की डोळ्यांचा रंग नंतर बदलतो. पण माझ्या ब्रॅनच्या डोळ्यांचा रंग नाही बदलणार. तुझ्यासारखा सगळ्यात छान काका माझ्या बाळाला मिळालाय... ए... आम्ही त्याला तुझंच नाव ठेवू का रे? चालेल तुला?''

ब्रॅन्डननं लाजून मान डोलावली, आणि एका बोटानं बाळाच्या गालाला स्पर्श केला.

रिचर्ड स्होकाय, वापरून जुनं झालेलं बायबल उघडून, वाचू लागले, ''माझं देवावर प्रेम आहे. देवानं माझी नम्र विनंती आणि प्रार्थना ऐकली. मृत्यूचे दोर माझ्याभोवती आवळले जात होते, नरकातील यातनांनी माझा ताबा घेतला होता. मी खूप त्रासून गेलो होतो, दु:खी झालो होतो. मग मी प्रभूचं नाव घेतलं. तो परमेश्वर खूप दयाळू, कृपाळू आणि थोर मनाचा आहे. मी असहाय झालो होतो, मला कुणाची मदत नव्हती, आणि ईश्वरानं माझा उद्धार केला. माझ्या आत्म्या, तू शांत हो, परमेश्वर उदार मनानं तुझी काळजी घेतो आहे.''

''आमेन.'' झाइल म्हणाली.

रिचर्ड स्होकाय बायबल बंद करत म्हणाले, ''झाइल, तू माझी लाडकी मुलगी आहेस. जेव्हा रिचीनं लग्नासाठी तुझी निवड केली, तेव्हा सुरुवातीला मी आणि त्याची आई, आम्ही दोघेही साशंक होतो. तुझ्या लोकांनाही तशीच शंका वाटत होती, पण झिलोला म्हणजेच तुझ्या बाबांना आणि मला मात्र या विवाहामुळे दोन दंतकथांचं एकीकरण होईल, असं वाटत होतं. हा विवाह सुखद आणि अपरिहार्यच होता, हे काळानं शिकवलंय.''

''धन्यवाद, बाबा.'' त्यांचा हात हातात घेऊन ती पुढे म्हणाली, ''मला रडू आलं नव्हतं, ते गुडी ॲडम्सना आवडलेलं नाहीये.''

गुडी स्होकाय तिच्या चमकदार काळ्याभोर केसांवरून हात फिरवत म्हणाल्या, ''ती तुम्हा लोकांची पद्धत आहे, ही गोष्ट त्यांना माहीत आहे गं.''

'...रानटी, असंस्कृत, अधर्मी ... झाइलच्या माणसांबद्दल गुडी ॲडम्सना हे असंच वाटतं.' ब्रॅन्डनच्या मनात आलं.

ब्रॅन संध्याकाळी आपली कामं करायला गेला होता, तेव्हा एका मोठ्या पाईन वृक्षाआडून कोणीतरी बाहेर आलं, मॅडॉक होता तो.

त्याला पाहून ब्रॅन्डनला अतिशय आनंद झाला, तो म्हणाला, ''तुला भेटून किती आनंद होतोय! माझी कामं आटोपली, की बाबा मला तुम्हा इंडियन लोकांच्या भागात पाठवणारच होते, पण आता मी थेट तुलाच सांगू शकतो. अरे, बाळाचा जन्म झालाय! मुलगा झालाय, आणि बाकी सगळं अगदी ठीक आहे.''

मॅडॉकच्या चेहऱ्यावर हास्य उमटलं. झाइलसारखाच त्याच्याही डोळ्यांचा निळा रंग अगदी लक्षवेधी होता. तो म्हणाला, ''माझ्या बाबांना खूप आनंद होईल. ए, आज रात्री बाळाला बघायला, तुझं कुटुंब आम्हाला तुमच्या घरी येऊ देईल ना?''

''अरे अर्थातच.''

मॅडॉकचे डोळे गढुळले, तो म्हणाला, ''ते तितकं सोपं राहिलेलं नाहीये रे. आता तर मुळीच नाही.''

''स्होकाय कुटुंब तसं नाहीये. तुमचं स्वागतच होईल. ऐक नं...मॅडॉक, तुला आत्ता इथे यावंसं का वाटलं रे?''

''मी काल झाइलला भेटलो होतो. बाळाचा जन्म आज होईल, असं तिनंच मला सांगितलं होतं.''

''पण मला तर तू दिसला नाहीस.''

''अरे, तू एकटा नव्हतास, तुझ्याबरोबर डेव्ही हिगिन्स होता.''

''पण डेव्ही, तू आणि मी, आपण तिघं नेहमी एकत्र खेळायचो की रे. आपलं मस्त त्रिकूट होतं.''

''आता तसं राहिलं नाहीये नं. ही तुमची वसाहत सोडून, आमच्या भागात येण्याची डेव्हीला परवानगी नाहीये. तुमचा तो औषधवाला माणूस आहे नं, त्याचे देव आमच्या देवांना मानत नाहीत, त्यांचा आदर करत नाहीत.''

एक मोठा सुस्कारा टाकून ब्रॅन्डन म्हणाला, ''पाद्री मॉर्टमेन. आमचे देव तुमच्या देवांना मानत नाहीत, असं मुळीच नाहीये हं. त्या पाद्री मॉर्टमेनला तुमचे देव आवडत नाहीत.''

मॅडॉक मान डोलावत म्हणाला, ''हो ना, आणि त्याचा मुलगा डेव्हीच्या बहिणीसोबत फिरत असतो. त्याला तिच्याशी लग्न करायचं आहे.''

हसत हसत ब्रॅन्डन म्हणाला, ''आपल्याला 'औषधवाला माणूस' म्हणतात, असं त्या पाद्री मॉर्टमेनला जेव्हा कळेल नं, तेव्हा त्याचा चेहरा अगदीच पाहण्यालायक होईल. मला फार आवडेल त्याचा तसा चेहरा बघायला.''

''अरे, तो औषधवाला माणूस चांगला नाहीये हं. त्याच्यामुळे सगळ्यांनाच फार त्रास होईल.'' मॅडॉक म्हणाला.

''हो, त्यानं त्रास द्यायला सुरुवात केलीच आहे. त्याच्यामुळेच तर डेव्ही तुला भेटू शकत नाही नं.''

ब्रॅन्डनच्या डोळ्यांत एकटक बघत मॅडॉक म्हणाला, ''माझ्या बाबांनी तुला सावध राहायला सांगितलं आहे हं, हा निरोपही द्यायचा होताच मला.''

''सावध राहायचं? पण कशापासून?''

''आमचे संदेशवाहक गुप्तहेर आहेत नं, त्यांनी सांगितलं. गावामध्ये चेटूक, जादूटोणा या असल्या गोष्टींची चर्चा चालू आहे.''

चेटूक, जादूटोणा... अत्यंत वाईट, ओंगळ शब्द होते ते. ''अरे, इथे असलं काही नाही हं.'' ब्रॅन्डन म्हणाला.

''म्हणजे अजून तरी नाही. पण तुमचे लोक त्याची चर्चा मात्र करतायत हं.''

''कसली चर्चा?'' तीव्र आवाजात ब्रॅन्डननं विचारलं.

''बाळाला जन्म देतेवेळी माझी बहीण अजिबात रडली नाही, तिच्या डोळ्यांत पाणी आलं नाही...त्याची चर्चा.''

''अरे, पण ती इंडियन लोकांची प्रथा आहे, हे सगळ्यांना माहीत आहे.''

''ते चेटकिणीचंदेखील लक्षण आहे. गावातले लोक सांगतायत, की बाळाच्या जन्माच्या वेळी झाइलनं तिच्या वेदना एका मांजराच्या शरीरात घातल्या, आणि म्हणून ते मांजर त्याच वेळी ओरडत ओरडत रस्त्यावरून धावत गेलं.''

''हा तर अगदीच मूर्खपणा आहे.'' ब्रॅन्डन त्रासून म्हणाला.

''माझे बाबा सांगतात, की दुष्ट शक्ती अस्तित्वात असतात. त्या माणसाचं मन कठोर बनवतात. निष्पाप निरागसतेत दुष्ट शक्तींचं अस्तित्व पाहायची अनेकांना

लालसा असते. ब्रॅन्डन, माझ्या मित्रा, माझ्या भावा, तू झाइल आणि बाळाची काळजी घे हं."

"तिला बाळंतपणाचा त्रास होऊ नये म्हणून मी तिच्यासोबत औषधी वनस्पती गोळा केल्या होत्या." ब्रॅन्डननं हलक्या आवाजात कुजबुजत सांगितलं.

"हो. झाइलला ते सगळं शिकवलंय, आणि तिच्यात उपचार करण्याची खास क्षमता आहे. पण ती गोष्टसुद्धा काहीतरी जादूटोण्याचाच प्रकार वाटेल."

"अरे, पण ते काही जादूटोणा किंवा चेटूक नाहीये."

"नाही नं, मुळीच नाही. तो औषधी वनस्पतींचा, उपचार करण्यासाठी, केलेला अभ्यास आहे. माहीत नसलेल्या ज्ञानाचा स्वीकार करायला लोक तयार नसतात, त्यांना भीती वाटते त्याची. माझ्या बाबांना झाइलची आणि तुझीही फार काळजी वाटते."

विरोध करत ब्रॅन्डन म्हणाला, "अरे, पण आम्ही तर देवभोळे लोक म्हणून प्रसिद्ध आहोत, आमचं देवावरचं प्रेम सगळ्यांनाच माहीत आहे. असला विचार कोणीही करणार नाही..."

"अरे, तुम्ही तसे आहात, म्हणूनच त्यांना तसला विचार करावासा वाटेल. तू वसाहतीतल्या इतर मुलांमध्ये मिसळत जा. ते काय म्हणतात, ते ऐकून घेत जा. माझ्या बाबांचा खास तुझ्यासाठी हा निरोप आहे. आपण आधीच तयार असलेलं जास्त बरं. मीदेखील माझे कान नीट उघडे ठेवणार आहे." असं म्हणून, निरोपही न घेता, मॅडॉक जंगलात निघून गेला.

रात्र झाली. वसाहतीतले जवळजवळ सगळे लोक झोपल्यावर, रानातून झाइलचे लोक गुपचूप रांगेनं एकामागून एक आले. घराच्या मागच्या दारानं आत आले.

ते सगळे झाइल आणि बाळाभोवती गोळा झाले. त्यांना, गुडी स्होकाय यांची खासियत असलेला जडीबुटीमिश्रित थंडगार काढ्यासारखा चहा, नुकताच भाजलेला ताजा गरम पाव, त्यावर वितळणारं सोनेरी चीज आणि गोडसर बटर असं खायला दिलं.

झिलोनं आपल्या नातवाला कुशीत घेतलं. त्यांच्या एरवी भावनाशून्य असणाऱ्या चेहऱ्यावर कोवळीक दाटून आली. कुशीत झोपलेल्या बाळाला हातात झुलवत ते पुटपुटले, "ब्रॅन्डन... वाऱ्याच्या लोकांची झाइल आणि सुदूर वेल्सच्या राजकुमाराचा वंशज रिची स्होकाय यांचा पुत्र. ब्रॅन्डन... निळाई धारण करणारा..."

ब्रॅन्डनला डोळ्यांच्या कोपऱ्यातून एक इंडियन बाई त्याच्या आईकडे जाऊन, तिच्याशी हलक्या आवाजात बोलताना दिसली. त्याच्या आईनं तिचं बोलणं ऐकून काळजीनं आपल्या डोक्यावर हात मारला.

ते सगळे इंडियन लोक परत जाण्याआधी झिलोनं ब्रॅन्डनच्या बाबांना एका बाजूला बोलावलं.

बाळाला आपलं नाव ठेवल्याचा ब्रॅन्डनला आनंद झाला असला, तरीही त्याचं मन उदास होतं. तो झोपायला गेला. उकाड्यामुळे, त्या खिन्नतेमुळे त्याला झोप येत नव्हती. शेजारच्या खोलीत त्याचे आई-बाबा रिचीशी बोलत होते, ते त्याला ऐकू येत होतं. नीट ऐकू यावं म्हणून त्यानं आपली जागा बदलली.

गुडी स्होकाय बोलत होत्या, ''लोकांना स्वत:पेक्षा वेगळे असलेले लोक आवडत नाहीत. झाइलचं इंडियन असणं, हेच तिच्यासाठी फार अवघड आहे; शिवाय वेगळ्या मानल्या जाणाऱ्या कुटुंबातदेखील ती वेगळीच पडते.''

रिचीनं तीक्ष्ण आवाजात विचारलं, ''वेगळं मानलं जाणारं? आपण तर इथले पहिले रहिवासी आहोत.''

''अरे, आपण मूळचे वेल्समधले आहोत. ब्रॅन्डनच्या खास क्षमतेची इतरांना भीती वाटते.''

रिचर्डनं आपल्या बायकोला विचारलं, ''त्या इंडियन लोकांपैकी तुला कोणी सावधगिरीचा इशारा दिलाय का?''

''हो, त्यातल्या एका बाईनं. आपल्या वसाहतीला, या जादूटोण्याची, चेटकीण शोधून काढायच्या रोगाची लागण लागू नये, असं मला सतत वाटायचं.''

गुडमन स्होकाय म्हणाले, ''तसलं काही आपल्या घरापासून सुरू होऊ नये, यासाठी आपण सगळे प्रयत्न करायलाच हवेत. निदान हिगिन्स कुटुंब तरी आपली साथ देईल.''

''खरंच ते साथ देतील?'' रिचीनं प्रश्न केला. ''त्या पाद्री मॉर्टमेनचा गुडमन हिगिन्सवर चांगलाच प्रभाव पडलाय. आधी डेव्ही हिगिन्सदेखील ब्रॅन्डनसोबत त्याची नेहमीची कामं करायला आपल्याकडे यायचा, पण आजकाल तो आपल्याकडे खूप दिवसांपासून फिरकलाही नाहीये.''

रिचर्ड म्हणाले, ''मला झिलोनं ब्रॅन्डनबद्दलही सावधगिरीचा इशारा दिलाय.''

''ब्रॅन्डन...'' गुडी स्होकायचा श्वास अडकल्यागत झाला.

''काल रात्री त्याला एक दृश्य दिसलं.''

हे ऐकून ब्रॅन्डन धावत धावत त्या मोठ्या खोलीत आला. त्यानं विचारलं, ''तुम्हाला झाइलनं सांगितलं का?''

''तिनं काही सांगितलेलं नाहीये, आणि दुसऱ्यांचं बोलणं असं चोरून ऐकलं, तर कानावर चांगलं काहीही पडत नाही. तू झाइलला तिच्या बाबांशी बोलायची परवानगी दिलीस नं, तेव्हा तिनं ते तिच्या बाबांना सांगितलं, आणि मग त्यांनी ते मला सांगितलं. आम्हाला ते सगळं सांगायची तुला काय लाज वाटत होती का

रे?'' त्याचे बाबा म्हणाले.

''लाज? अहो, नाही हो बाबा, लाज नव्हती वाटत. ती चित्रं, दृश्यं दिसू नयेत म्हणून मी खूप प्रयत्न करतो. मला चित्रं दिसू नयेत, अशी तुमचीही इच्छा असते. ती मला दिसतात, तेव्हा तुम्ही अस्वस्थ होता, माहितीये मला. म्हणूनच मी तुम्हाला सांगत नाही. तुम्हालाही तसंच वाटत असेल नं.''

डोकं खाली घालून त्याचे बाबा म्हणाले, ''हं...तुला असं वाटतंय, ते समजू शकतो मी. ती जर देवाची देणगी असेल, तर ती दृश्यं बघू नकोस, असं तुला सांगण्यात आमची चूक होत असेलही कदाचित.''

आश्चर्यानं ब्रॅन्डननं विचारलं, ''अहो, ती दृश्यं देवाशिवाय दुसरं कोण पाठवणार?''

''अशी देणगी देवच देतो, असं वेल्समध्ये मानलं जातं. तिथे इथल्यासारखी दुष्ट शक्तींची भीती नसते.''

''मला दिसणारी दृश्यं देवाकडूनच येतात, असं झाइल आणि मॅडॉक म्हणतात.''

त्याचे बाबा म्हणाले, ''हे बघ, तुझ्या चित्रांबद्दल कुणाशीही काहीही बोलू नकोस हं, विशेषतः त्या पाद्री मॉर्टमेनसमोर तर मुळीच नाही. मला झिलोनं ही गोष्ट तुला बजावून सांगायला सांगितलं आहे.''

''डेव्हीचं काय? त्याला सांगू?''

''अगदी कोणालाही नाही.''

''अहो, पण डेव्हीला त्याबद्दल माहीत आहे. आम्ही लहान असताना, मी त्याला आणि मॅडॉकला, मला दिसणाऱ्या चित्रांचं वर्णन करून सांगायचो.''

त्याच्या आई-बाबांची नजरानजर झाली. ''ती खूप पूर्वीची गोष्ट झाली. आता डेव्ही हे सगळं विसरून गेला असेल, अशी आशा करूया.''

रिचीनं मूठ वळून लाकडी पलंगावर जोरात गुद्दा हाणला. खबरदारी म्हणून रिचर्डनं हात उंचावून त्याला थांबवलं. ''श्शश... तुझी बायको आणि बाळ झोपले आहेत, ते उठतील. जरा उन्हाळा कमी झाला नं, की लोकांची चिडचिडही कमी होईल. ब्रॅन्डन, तू झोपायला जा बरं आता.''

आपल्या खोलीत परत जाऊन ब्रॅन्डन पेंढा भरलेल्या गादीवर अस्वस्थपणे कूस बदलत राहिला. सगळं घर शांत झालं, तरी त्याला झोप येईना. दुरून त्याला ढोलांचे आवाज ऐकू आले, पण पाऊस काही पडला नाही.

दुसऱ्या दिवशी संध्याकाळी, तो चरायला गेलेल्या गायीला घरी परत आणायला गेला होता. तिथे त्याला डेव्ही हिगिन्स भेटला. त्याच्या जवळ येऊन तो म्हणाला, ''ए ब्रॅन, त्या पाद्री मॉर्टमेननं मला तुझ्याशी बोलायची मनाई केली आहे रे.''

''आत्ता तर बोलतोयस की तू.''

''ए... अरे, आपण जन्मापासून एकमेकांना ओळखतो. मला जमेल तेवढा वेळ मी तुझ्याशी बोलीन. अरे, पण लोकांमध्ये मात्र चर्चा रंगली आहे, की झाइलच पाऊस पडू देत नाहीये. सगळी पिकं कोमेजली आहेत. आम्हाला कुणालाच त्या इंडियन लोकांचा अपमान करायचा नाहीये, पण तो पाद्री मॉर्टमेन मात्र सांगत फिरतोय की झाइल खरीखुरी इंडियन मुळीच नाहीये, तिचे निळे डोळे हीच गोष्ट सिद्ध करतात. त्या इंडियन लोकांनादेखील तिची भीती वाटते, आणि म्हणूनच तर त्यांनी तिला आपल्यावर लादलंय. हे असलं सांगत फिरतोय तो.''

''हे अजिबातच खरं नाहीये, तुलासुद्धा माहीत आहे की रे! इंडियन्सना तर निळ्या डोळ्यांचा अभिमान वाटतो.'' ब्रॅन्डन रागावून म्हणाला.

डेव्ही म्हणाला, ''अरे, हे मला आणि तुला माहितीये, पण आपण अजून लहान मुलं आहोत रे, हे मोठे लोक लहान मुलांचं काही ऐकून घेत नाहीत. इंडियन लोकांच्या भागाकडे फिरकायचीदेखील मनाई केलीय त्या पाद्री मॉर्टमेननं. मॅडॉकला इथे कुणी येऊ देत नाही. तो पाद्री जे काही सांगेल, त्या सगळ्यावर माझे बाबा डोळे झाकून विश्वास ठेवतात. त्याच्या मुलाला माझ्या बहिणीशी लग्न करायचं आहे. अगदी निस्तेज पांढुरक्या चेहऱ्याचा आहे तो डथबर्ट. ए ब्रॅन, ऐक नं, या सगळ्याबद्दल तुला काही चित्रं दिसली का रे? काय होतं त्या चित्रांमध्ये?'' तिरक्या नजरेनं डेव्ही त्याच्याकडे पाहू लागला.

त्याच्या नजरेला नजर भिडवत ब्रॅन्डन म्हणाला, ''हे बघ डेव्ही, मी आता लहान नाहीये, बारा वर्षांचा झालोय. आता मला ती लहानपणीची चित्रं, दृश्यं, काहीही दिसत नाही.'' डेव्हीला तिथेच सोडून आपल्या गायीला घेऊन ब्रॅन्डन घरी आला. ती चित्रं दिसतात, हे नाकारून आपण डेव्हीचा विश्वासघात केलाय, असंच त्याला वाटत होतं.

मॅडॉक गोठ्यापाशी आला. तो म्हणाला, ''काही धोका उद्‌भवला, तर मदतीसाठी माझ्या बाबांनी मला तुझ्याकडे पाठवलंय. मी सतत तुझ्या पाठी राहायचं आहे, पण कुणालाही न दिसता. तुला तर आम्हा इंडियन्सच्या पद्धती माहीत आहेत, तुला मी दिसत राहीन. तुला ही गोष्ट माहीत असायला हवी, म्हणून मी तुला सांगायला आलोय. माहीत असलं म्हणजे तुला भीती वाटणार नाही.''

''मी घाबरलो आहे.'' ब्रॅन्डननं थेट सांगून टाकलं.

''निदान पाऊस जरी पडला ना...तरी बरं होईल रे.''

''हवामानाबद्दल तुला सगळं कळतं. पाऊस पडेल का रे?''

मान हलवत मॅडॉक म्हणाला, ''हवेत ढगांच्या गडगडाटाचा सुगंध आहे खरा, पण येत्या पौर्णिमेपर्यंत तरी पाऊस पडणार नाही. विजांचं अस्तित्व जाणवतंय,

त्यामुळे लोकांच्या मनावर परिणाम होतो. बरं, पण झाइल कशी आहे? आणि बाळ?''

आता ब्रॅन्डनच्या चेहऱ्यावर हसू उमटलं. ''अगदी छान आहेत.''

त्या दिवशी, संध्याकाळी प्रार्थना म्हणताना स्होकाय कुटुंबीयांचे चेहरे गंभीर झालेले होते. रिचर्डनं सगळ्यांना सुबुद्धी मिळावी, सगळे विवेकी बनावे आणि लवकरच पाऊस पडावा, अशी प्रार्थना केली. तसंच मैत्रीतला विश्वास, प्रामाणिकपणा अबाधित राहावा, धैर्य मिळावं अशीही प्रार्थना केली आणि देवाकडे पुन्हा एकदा पावसाचं दान मागितलं.

दूरवरून ढगांच्या गडगडण्याचा किंचितसा आवाज येत होता. उदासवाणं आभाळ भरून आलेलं होतं. क्षितिजावर मध्येच एखादी वीज हलकेच चमकून जात होती. मात्र पावसाचा एकही थेंब पडला नाही.

•••

वसाहतीतली सगळी मुलं ब्रॅन्डनशी बोलत नव्हती. डेव्हीसुद्धा शरमिंदा होऊन नजर चुकवून निघून जायचा. ब्रॅन्डनला सामोरे जाऊन मि. मोर्टमेन म्हणाले, ''अरे, तुमच्या घरात अशुभ शक्ती राहतेय. तिला घराबाहेर काढायचं बघा जरा.''

ब्रॅन्डननं ही गोष्ट घरी सांगितली. रिची तर चांगलाच भडकला, ''त्या मि. मोर्टमेनचं मनच अशुभ आहे. त्याच्याच मनात दुष्ट विचार येतात.''

त्या प्रचंड उकाड्यासारखंच अशुभाचं सावट पसरत चाललं होतं.

संध्याकाळी स्होकाय कुटुंबाच्या घरी पाद्री मोर्टमेन आला. त्याच्यासोबत त्याचा मुलगा डथबर्ट आणि गुडमन हिगिन्सदेखील आले होते. तो पाद्री म्हणाला, ''आम्हाला त्या इंडियन पोरीशी बोलायचं आहे.''

''ती माझी बायको ...'' रिचीनं बोलायला सुरुवात केलीच होती, पण त्याच्या बाबांनी त्याला गप्प केलं.

''आता खूप उशीर झालाय पाद्री मॉर्टमेन. माझी सून आणि तिचं बाळ झोपायला गेलेत.'' रिचर्ड म्हणाले.

''मग त्यांना उठवायला हवं. ती इंडियन मुलगी ख्रिश्चनच आहे, की आणखी दुसरं काही, हेच शोधायचं आहे आम्हाला.''

आतापावेतो झाइल बाळाला घेऊन बैठकीच्या खोलीत आली होती. ती म्हणाली, ''दुसरं काही म्हणजे काय पाद्री मॉर्टमेन?''

डथबर्टनं तिला नीट न्याहाळलं, त्याच्या डोळ्यांत लालसा उमटली.

गुडमन हिगिन्सनं तिला सौम्यपणे विचारलं, ''झाइल, तू ख्रिश्चन आहेस,

असं आम्हाला वाटतं. ते खरं आहे नं?''

''हो, गुडमन हिगिन्स. मी जेव्हा रिचीशी लग्न केलं, तेव्हाच मी त्याच्या श्रद्धास्थानांचा आनंदानं स्वीकार केला होता.''

''त्याच्या श्रद्धा, तुम्हा लोकांच्या श्रद्धांच्या विपरीत होत्या, तरीही तू स्वीकारलं?'' पाद्री मॉर्टमेननं विचारलं.

''अहो पण, त्या श्रद्धा एकमेकींच्याविरुद्ध, किंवा विपरीत नव्हत्याच मुळी.''

''इंडियन लोक पेगन, म्हणजेच अधर्मी, असतात.'' डथबर्ट म्हणाला.

त्या फिकुटलेल्या तरुणाकडे पाहत झाइल म्हणाली, ''मला अधर्मी या शब्दाचा अर्थ माहीत नाहीये. मला फक्त एवढंच माहितीये, की नाझरेथचा येशू ख्रिस्त अगदी खरंखुरं गीत गातो. त्याला प्राचीन संगीताची, सुसंवादी स्वरमेळांची माहिती आहे.''

काहीतरी भयंकर ऐकल्यासारखा आविर्भाव करून पाद्री मॉर्टमेननं जोरात श्वास घेतला. ''अगं, आमचा देव, आमचा रक्षणकर्ता गातो, असं म्हणतीयेस तू! आता आणखी काय ऐकायचं बाकी राहिलंय?''

''अहो, पण त्यानं का नाही गायचं?'' झाइलनं प्रश्न केला. ''सगळे तारे, त्यांचं स्वर्गीय नृत्य करत, फिरताना गातात. ते त्या सृष्टिकर्त्याची स्तोत्रं गातात. आपणदेखील आपल्या सामूहिक प्रार्थनास्थळी एकत्र जमून ईश्वराची स्तुतिगीतं गातोच की.''

चिडून, कपाळावर आठ्या चढवून पाद्री मोर्टमेन झाइलकडे, स्होकाय कुटुंबाकडे, गुडमन हिगिन्सकडे आणि त्यांच्या मुलाकडे रागारागानं पाहू लागले. त्यांच्या मुलाची नजर झाइलच्या सौंदर्यावरून हटत नव्हती. पाद्री मॉर्टमेन म्हणाले, ''ते वेगळं आहे. तू तर अधर्मी आहेस गं, तुला काही कळणारच नाही.''

झाइल अभिमानानं मान उंचावत म्हणाली, ''देव प्रत्येक माणसावर प्रेम करतो, असं धर्मग्रंथात लिहिलं आहे. धर्मग्रंथातल्या स्त्रोत्रातदेखील तसंच लिहिलंय. देवाला तुमच्याविषयी जसं प्रेम वाटतं, तसंच माझ्या लोकांविषयीसुद्धा वाटतं. देवाला तसं वाटत नसेल, तर मग तो देव नाहीच मुळी.''

हिगिन्स तिला ताकीद देत म्हणाले, ''ए मुली, ईश्वराची निंदानालस्ती करू नकोस.''

पाद्री मॉर्टमेननं प्रश्न केला, ''तू पावसाला का रोखून धरलंयस?''

''अहो, पावसाला रोखावंसं मला कशासाठी वाटेल? तुमच्यासारखीच आमचीही मक्याची पिकं सुकून जात आहेत. आम्ही तर पाऊस यावा म्हणून अगदी दररोज, सकाळी आणि संध्याकाळी, दोन्ही वेळेस प्रार्थना करतो.''

''आणि ते मांजर?'' डथबर्टनं विचारलं, ''त्या मांजराचं काय?''

"अहो, वसाहतीतल्या इतर लोकांकडे उंदरांना पळवून लावण्यासाठी मांजरं असतात नं, त्याच कारणासाठी ते आमच्याकडेही आहे."

पाद्री मोर्टमेन म्हणाले, "गुडी ॲडम्स तर सांगत होत्या, की ते मांजर तुला हवेत उडायला मदत करतं."

डथबर्टनं आ वासला. रिची चिडून ओरडला, पण झाइलनं खुणावून त्याला गप्प केलं. तिनं त्या पाद्र्याला विचारलं, "पाद्री मॉर्टमेन, तुमची मांजर तुम्हाला हवेत उडायला मदत करते का हो? नाही नं? मग माझीही मांजर तसं नाही करत. जे अगदी सगळ्यात पवित्र लोक असतात नं, फक्त त्यांनाच हवेत उडू शकण्याची देणगी मिळालेली असते. मी तर इतर बायकांसारखीच एक सामान्य बाई आहे."

गुडमन हिगिन्सनं फर्मावलं, "ए मुली, गप्प बस. स्वत:ला कमी लेखू नकोस."

"तू खरीखुरी इंडियन आहेस की नाहीस, तेवढं सांग." पाद्री मॉर्टमेननं दरडावून म्हटलं.

होकारार्थी डोकं हलवत ती म्हणाली, "मी वाऱ्याच्या लोकांपैकी आहे."

"इंडियन लोकांचे डोळे निळे नसतात."

"अहो, पण तुम्ही तर आमची दंतकथा ऐकली आहे की."

"दंतकथा?"

"हो... आणि ती खरी आहे, असा आम्हाला विश्वास आहे. माझ्या बाबांचे आणि माझ्या लहान भावाचे डोळेसुद्धा निळेच आहेत की."

"खोटं बोलतीय ती!" पाद्री मॉर्टमेन ओरडला. "असल्या दंतकथा सांगणं हे सैतानाचं लक्षण आहे."

आता मात्र रिचर्ड स्होकाय त्या बुटक्या पाद्र्याच्या पुढ्यात येऊन म्हणाले, "पाद्री मॉर्टमेन, अहो, तुम्ही असं म्हणावं हे किती विचित्र आहे...आपल्या धर्मग्रंथात तर, येशूनं वेगवेगळ्या कथा सांगत, त्या कथांच्या माध्यमातून शिकवलं, असंच लिहिलंय. 'प्रभूनं त्यांना फक्त अनेक दाखले देऊन, कथा सांगूनच शिकवलं...दाखल्यांच्याशिवाय तो दुसरं काहीही बोलला नाही,' हे असं मॅथ्यूच्या अनुसार, येशूच्या शिकवणीतील तेराव्या अध्यायात लिहिलेलं आहे."

उग्र आणि कठोर चेहऱ्यानं पाद्री मॉर्टमेन म्हणाले, "ही इंडियन बाई एक चेटकीण आहे, असं मला तरी वाटतंय. जर ती चेटकीण असेल, तर तिला चेटकिणीचंच मरण यायला हवं. हेसुद्धा धर्मग्रंथात लिहिलेलंच आहे." गुडमन हिगिन्स आणि डथबर्टला खुणावून ते पुढे म्हणाले, "आपण चर्चमध्ये भेटू आणि काहीतरी निर्णय घेऊ."

''कोण घेणार आहे हा निर्णय?'' बाबांच्या इशाऱ्याकडे दुर्लक्ष करून रिचीनं प्रश्न केला. ''वसाहतीतले सगळे लोक नि:पक्षपातीपणे चर्चा करून निर्णय घेणार, की पाद्री मॉर्टमेन, फक्त तुम्ही एकटे निर्णय घेणार?''

''सांभाळून हं रिची, सांभाळ स्वत:ला.'' गुडमन हिगिन्स बोलले.

रिचर्ड स्होकाय म्हणाले, ''डेव्हिड हिगिन्स, या वसाहतीत, सर्वांत आधी आपल्या दोन कुटुंबांची घरं बांधली गेली. तुम्ही आम्हाला कित्येक वर्षांपासून ओळखता. माझा मुलगा एखाद्या चेटकिणीशी लग्न करेल, असं तुम्हाला तरी वाटतंय का?''

''जाणूनबुजून नसेल केलं त्यानं, त्यालाही ती चेटकीण असल्याचं माहीत नसेल रिचर्ड.''

''अगदी सुरुवातीला ते इंडियन लोक संध्याकाळी आपल्याकडे आपली कहाणी ऐकायला यायचे, तेव्हा तूदेखील हजर असायचास की. आपणदेखील त्यांची, आपल्या कहाणीशी जुळणारी दंतकथा ऐकलेली आहेच नं. त्या एकमेकांशी जुळणाऱ्या, इंडियन आणि वेल्श दंतकथांमुळेच वाऱ्याचे लोक आणि आपण शांततेनं राहत होतो. तुलाही माहीतच आहे ते, पण आता तुला ते पटेनासं झालंय का डेव्हिड?''

''हो, तेही खरंच आहे म्हणा.''

पाद्री मॉर्टमेन त्यांचं बोलणं तोडत मध्येच म्हणाले, ''गुडमन हिगिन्सनं मला तुमच्या कथाकथनाच्या कार्यक्रमाबद्दल सगळं सांगितलंय, आणि त्यानंतर तुमचा तो धर्मग्रंथ-वाचनाचा निरर्थक उद्योग चालायचा.''

''धर्मग्रंथ-वाचन हा आमच्यासाठी निरर्थक उद्योग मुळीच नव्हता हं पाद्रीबुवा. सुरुवातीची काही वर्षं आम्हाला फार कठीण गेली. डेव्हीला जन्म देताना गुडी हिगिन्सचा मृत्यू झाला, आणि त्यांच्या मृत्यूनंतर एका आठवड्यातच डेव्हिडची तीन मुलं घटसर्प होऊन मरण पावली. जेमतेम एक वर्षानंतर त्याचं आणखी एक मूल खोकल्यानं दगावलं. माझ्या बायकोनंदेखील रिची आणि ब्रॅन्डनच्या मधली चार मुलं गमावली. एक मूल जन्माच्या वेळीच दगावलं, आणि बाकीची तीन मुलं जरा मोठी झाल्यावर वारली. या सगळ्या कठीण प्रसंगांमध्ये आम्हाला धर्मग्रंथानंच आधार दिला, बळ दिलं. अजूनही आम्हाला धर्मग्रंथच तारतो आहे. दंतकथांचं म्हणाल, तर हिवाळ्यातल्या लांबलचक संध्याकाळी, एकीकडे काम करताकरता वेळ घालवण्यासाठी, चांगल्या वाटायच्या अशा कथा.''

गुडमन हिगिन्सनं आपल्या शरीराचं वजन एका पायावरून दुसऱ्या पायावर तोलत म्हटलं, ''अहो, पाद्री मॉर्टमेन, त्या कथांमुळे नुकसान होत नव्हतं हो, मी तुम्हाला सांगितलं होतं तसं.''

"तुमचं नसेल झालं नुकसान," पाद्री मॉर्टमेन म्हणाले, "चला आता."

गुडमन हिगिन्स मान खाली घालून पाद्री मॉर्टमेन आणि डथबर्टच्या मागोमाग घराबाहेर पडले.

भयानक स्वप्नागत होतं हे सगळं. ब्रॅन्डनला आरडाओरडा करत त्या स्वप्नातून जागं व्हावंसं वाटत होतं, पण तो तर झोपलेला नव्हताच. हे जे घडत होतं, ते स्वप्न नसून सगळं प्रत्यक्षात घडत होतं. दुसऱ्या दिवशी आपली नेहमीची कामं करत असताना, मॅडॉक तिथेच असल्याचं त्याला जाणवलं. तो कुणालाही न दिसता ब्रॅन्डनवर लक्ष ठेवून होता. काही वेळा तो झाडाच्या मागे असल्याचं, फांद्यांच्या सळसळाटावरून ब्रॅन्डनला समजायचं. काही वेळा एखाद्या झाडामागे, घराच्या किंवा कोठाराच्या कोपऱ्यामागे, त्याची पुसटशी झलक दिसायची. ब्रॅन्डन जिथे जिथे जायचा, तिथेतिथे न चुकता मॅडॉकही हजर असायचा. याचा अर्थ असाच होता की, वसाहतीत जे चालू होतं, त्या सगळ्याची बातमी इंडियन लोकांपर्यंत पोहोचतच होती.

त्या वसाहतीतलं एक तान्हं बाळ कडाक्याच्या उन्हाळ्यामुळे आजारी पडून दगावलं. उन्हाळ्याच्या दिवसांत नेहमी असं व्हायचं. उन्हाळा हे वसाहतीतल्या बाल-मृत्यूचं महत्त्वाचं कारण होतं. आता मात्र सगळा दोष झाइलच्या माथी मारण्यासाठी, एवढं निमित्त पुरेसं होतं.

पाद्री मॉर्टमेननं लगेच, मानवी रूपातली चेटकीण शोधून काढण्यात निष्णात असणाऱ्या माणसाला बोलावणं धाडलं. आत्तापर्यंत त्या माणसामुळे अनेक लोकांना वधस्तंभावर फाशी देण्यात आलेलं होतं.

"ह्या कारणासाठी त्या माणसाला 'निष्णात' म्हणायचं का?" रिचीनं प्रश्न केला.

सगळ्या वसाहतीत उन्माद उसळला होता. लोकांना या सगळ्याची मजा वाटत असावी, अशी शंका ब्रॅन्डनला वाटू लागली. तिथल्या धूळभरल्या रस्त्यावरून हिगिन्स कुटुंबातली ती मुलगी मान खाली घालून डथबर्टसोबत चालत गेली. त्याच्या चेहऱ्यावर मात्र खुनशी हास्य होतं. पाद्री मॉर्टमेन आणि तो चेटकिणी शोधणारा माणूस चर्चसमोर आलेले असताना, लोक आपापल्या घरांच्या अंगणात घुटमळत त्या दोघांकडे एकटक पाहू लागले. डेव्ही हिगिन्स बाहेर न येता, घरातच बसून राहिला. इतर मुलं मात्र आपल्या पालकांएवढीच चेटकीण शोधायला उत्सुक होती.

त्या माणसानं पाद्री मॉर्टमेन आणि गावातल्या इतर ज्येष्ठ लोकांना आपला निवाडा सुनावला : झाइल निःसंशय चेटकीणच आहे आणि त्याबद्दल त्याच्या मनात कसलीही शंका नाही.

तिथे जमलेल्या घोळक्यातून, उत्सुकतेचे, भीतीचे, छुप्या आनंदाचे उद्‌गार बाहेर पडले.

त्या संध्याकाळी, ब्रॅन्डन नेहमीप्रमाणे सामायिक कुरणात चरायला गेलेल्या गायीला घरी आणायला गेला होता. तेव्हा त्याच्याकडे पाहून एक मुलगा जमिनीवर थुंकला आणि तिथून निघून गेला. आपल्या गायीला वेसण घालण्याचा प्रयत्न करत डेव्ही हिगिन्स म्हणाला, ''चेटकीण मरायला हवी, अशी देवाची इच्छा आहे.''

''झाइल चेटकीण नाहीये.''

''अरे, पण ती अधर्मी आहे.''

''ती ख्रिश्चनच आहे. तुझ्यापेक्षाही जास्त चांगली ख्रिश्चन आहे.''

''अरे, ती गुन्हेगार चेटकीण आहे रे, आणि उद्या तिला गावातल्या तुरुंगात डांबून ठेवणार आहेत. अर्थात फाशी देण्यासाठी तिला परत इथे आणतील म्हणा...''

''हो नं, म्हणजे आपल्याला सगळ्यांनाच ते पाहायला मिळेल.'' एका मुलानं अपेक्षेनं ओठांवरून जीभ फिरवत म्हटलं.

''नाही... नाही...!'' ब्रॅन्डन ओरडला.

त्याला थांबवत डेव्ही म्हणाला, ''तू तोंड सांभाळून बोल रे, नाहीतर मी पाद्री मॉर्टमेनना तुझ्याबद्दल अशा काही गोष्टी सांगीन ना की ते तुझ्यावरही जादूटोण्याचा आरोप करतील.''

ब्रॅन्डननं रागावून डेव्हीच्या नजरेला नजर भिडवली. बाकीची मुलं, डेव्हीनं ब्रॅन्डनबद्दल सांगावं म्हणून, त्याला भडकावू लागली.

मग मात्र शरमून डेव्ही म्हणाला, ''नाही नाही, मला तसं म्हणायचं नव्हतं. ब्रॅन्डन माझा मित्र आहे. त्याच्या भावानं एका चेटकिणीशी लग्न केलं, त्यात त्याची काय चूक आहे?''

''अहो, काय हे? तुम्ही त्यांना झाइल आणि बाळाला इथून नेऊ कसं दिलं?'' आपल्या आई-बाबांना आणि रिचीला ब्रॅन्डननं जाब विचारला. ''असं कसं करू शकता तुम्ही? का नेऊ दिलं त्यांना?''

रिचर्ड स्होकाय म्हणाले, ''बेटा, झाइल इथे सुरक्षित नाहीये. लोक फारच चिडलेत. तिला ताबडतोब फाशी द्यावी, असं वाटणारे लोकही आहेत रे. उद्या तुझा भाऊ आणि मी शहरात जाणार आहोत. तिथे काही ओळखीचे लोक आहेत, त्यांच्याशीही आम्ही बोलू. ते आपल्याला मदत करतील, असं वाटतंय.''

हा चेटकीण शोधण्याचा रोग फारच बळावला होता. कुणाचीही मदत मिळाली नाही. कोणीही विवेकानं विचार करत नव्हतं. फक्त मोठं दुःस्वप्न जणू.

गुडी स्होकाय शहरातच झाइल आणि बाळासोबत राहिल्या होत्या. तितपत

परवानगी मिळाली होती, पण त्यामागे दया नव्हती; तर झाइल स्वत:च आत्महत्या करायचा प्रयत्न करेल, अशी शंका काही लोकांना वाटत होती. काही लोकांना तर अशीही शंका होती की काहीतरी होईल, आणि जाहीररीत्या फाशी देण्याचा कार्यक्रम त्यांना बघता येणार नाही.

वधस्तंभ उभारायला रिचर्ड आणि रिचीनं ठाम नकार दिला.

त्यांची नजर चुकवत गुडमन हिगिन्सनं विनवलं, "अहो, असा नकार देऊ नका. नाहीतर तुमच्यावरदेखील आरोप केला जाईल. शहरात तर त्यांनी अशी अनेक अख्खी कुटुंबं दोषी ठरवून शिक्षा दिलीय."

रिचर्ड म्हणाले, "यापूर्वी एक दुसराच सुतार होता. त्यानंदेखील हे असलं काम करायला नकारच दिला असता. मीदेखील या कामासाठी नकारच देईन."

इतर अनेक लोक वधस्तंभ उभारण्यासाठी आनंदानं तयार झाले असते. घर बांधण्यापेक्षा, किंवा पलंग, टेबलं तयार करण्यापेक्षा वधस्तंभ तयार करणं सोपं असतं.

फाशी देण्याची तारीख ठरली.

आदल्या दिवशी संध्याकाळी, ब्रॅन्डन जरा उशिरानंच गायीला आणायला गेला. त्याला इतर मुलांना टाळायचं होतं. तो धान्याच्या कोठारापाशी आल्यावर त्याला तिथे मॅडॉक दिसला. तो तिथे त्याची वाट पाहत होता.

"माझ्या बाबांना तुला भेटायचं आहे."

"केव्हा?"

"आज रात्री. बाकीचे सगळे लोक झोपले की मग तू हळूच, कोणालाही कळू न देता, येऊ शकशील का?"

ब्रॅन्डन मान डोलवत म्हणाला, "हो, तूच मला ते शिकवलं आहेस. मी येईन हं. तू मला साथ देतोयस, ही गोष्ट माझ्यासाठी खूप महत्त्वाची आहे."

"आपण तर मित्र आहोत नं रे." मॅडॉक म्हणाला.

"येत्या काही दिवसांत पाऊस पडणार आहे का रे?"

"नाही रे. प्रार्थना करून परिस्थिती बदलेपर्यंत तरी नाही."

"तुम्ही तर रोज रात्री प्रार्थना करता. आम्हीही करतो."

"हो, खरंय. आम्ही रोज प्रार्थना करतो." असं बोलून, मॅडॉक हळूच रानात निघून गेला.

पहाटेच्या थोडं आधी, वसाहतीतले सगळे लोक आता झोपले असतील अशी खात्री झाल्यावर, ब्रॅन्डन हळूच घराबाहेर पडला. एखाद्या हरणाच्या पाडसासारखा वेगानं धावत जाऊन, तो पटकन काळोख्या जंगलात शिरला.

जंगलाच्या सीमेवर मॅडॉक त्याची वाट पाहत उभा होता. तो म्हणाला, ''ये, चल जाऊ या. अंधारात मला तुझ्यापेक्षा जास्त चांगला रस्ता कळतो.''

''झिलोला सगळं कळलंय का? तू सांगितलंस?''

''हो. पण त्यांना तुला भेटायचं आहे.''

''अरे, पण का? मी तर अजूनही लहानच आहे.''

''तुला चित्रं, दृश्यं दिसण्याची देणगी मिळालीय.''

ब्रॅन्डन थरारला.

''चल. माझे बाबा वाट बघतायत.'' मॅडॉक म्हणाला.

ते दोघे झपझप चालू लागले. मॅडॉक पुढे चालू लागला आणि ब्रॅन्डन त्याच्या मागोमाग. काळोखातच त्यांनी तो झरा ओलांडला.

इंडियन लोकांच्या जंगलातल्या वस्तीच्या सीमेपाशी झिलो उभा होता. त्याला मानेनं खुणावून मॅडॉक काळोखात निघून गेला.

गयावया करत ब्रॅन्डन त्याला म्हणाला, ''तुम्ही तसलं काहीही घडू देणार नाही, हो ना? अहो, झाइलला जराशी इजा जरी झाली नं, तर रिची ठार मारेल त्यांना.''

''आपण तसलं काहीही होऊ द्यायचं नाहीये.''

''त्या वेळी इंडियन लोक तिथे येतील, असं आमच्या वसाहतीतल्या लोकांना वाटतंय. त्यांच्याकडे बंदुका आहेत हो. कुणाचंही डोकं ठिकाणावर नाहीये, आणि ते गोळ्या झाडायलाही मागेपुढे पाहणार नाहीत.''

''त्यांना रोखायलाच हवं. आताशा तुला काही दृश्यं दिसली होती का?''

''ती दिसू नयेत म्हणून मी प्रयत्न करतोय. मला भीती वाटते हो.''

''तू इथे आलायस, हे कुणाला कळलं नाही नं?''

''नाही. फक्त मॅडॉकला माहितीये.''

झिलोनं एका बटव्यातून एक चांगला चकाकता धातूचा गोळा बाहेर काढला, आणि तो चंद्रप्रकाशात धरत ब्रॅन्डनला विचारलं, ''तुला काय दिसतंय?''

ब्रॅन्डन त्या गोळ्याकडे बघायला तयार होईना. त्यानं विचारलं, ''माझ्या बाबांना आवडत नसतानाही, हे असं बघणं योग्य आहे का...?''

झिलोचे डोळे भावनारहित झाले होते. तो म्हणाला, ''आज दिवसभर मी याच कृतीसाठी प्रार्थना करत होतो. खरं तर तुझ्या बाबांना देवाची देणगी नाकारायची नाहीये रे, आणि आमच्या लोकांपैकी कोणालाही ही चित्रं दिसण्याची देणगी मिळालेली नाहीये.''

ब्रॅन्डन त्या गोळ्याकडे एकटक बघू लागला. हळूहळू त्याला त्या गोळ्यात, ढग आकाशातून भराभर तरंगत जाताना दिसले. त्या ढगांचं पाण्यात प्रतिबिंब

पडलेलं होतं. त्या धातूच्या गोळ्यावरून नजर न हटवता ब्रॅन्डन म्हणाला, "दरी आहे नं, तिथे मला एक मोठा तलाव दिसतोय. मला आधीही एका दृश्यात हा तलाव दिसला होता. खूप सुंदर तलाव आहे तो."

मान डोलावून झिलो म्हणाला, "खूप खूप वर्षांपूर्वी इथे तलाव होता, असं म्हटलं जातं खरं. त्या दरीत लोकांना काही दगड सापडले आहेत, त्या दगडात माशांची हाडं अडकलेली आहेत."

"आकाशात खूप ढग जमा होतायत. आता पाऊस पडायला लागला आहे. तलावातल्या पाण्यावर पावसाचे थेंब नाचतायत." ब्रॅन्डन सांगत होता.

"तुला आग दिसत नाहीये का?"

"मला याआधीच्या दृश्यात आग दिसली होती, मग मी घाबरलो. आता मात्र फक्त पाऊस दिसतोय."

झिलोच्या चेहऱ्यावरचा उग्र कठोरपणा अगदी किंचितसा कमी झाला.

"हे दृश्य चांगलं आहे. बरं, मी आता तुला काही शब्द शिकवणार आहे. तू ते अगदी काळजीपूर्वक पाठ कर, आणि लक्षात ठेव, ते शब्द लगेचच वापरू नकोस. वाऱ्याच्या लोकांपैकी फक्त निळ्या डोळ्यांच्या मुलांनाच हे शब्द शिकवले जातात. आत्तापर्यंत आमच्या जमातीबाहेरच्या कुणालाही हे शब्द दिलेले नव्हते. आता मात्र झाइलला वाचवण्यासाठी मी ते तुला देतो."

फाशी देण्याचा दिवस उजाडला. झाइलला वसाहतीत परत पाठवण्यात आलं. तान्हुल्या ब्रॅन्डनला तिच्याकडून हिरावून घेऊन गुडी स्होकायकडे देण्यात आलं.

गुडी स्होकायनं विरोध करत म्हटलं, "अहो, तो आईवाचून राहू शकणार नाही, आईचं दूध तोडण्यासाठी किती छोटा आहे तो... उन्हाळ्यामुळे तो आजारी पडू शकेल."

पाद्री मॉर्टमेन म्हणाले, "चेटकीण आपल्याच बाळाला इजा करणार नाही."

रिची आणि रिचर्डला पकडून ठेवण्यासाठी, वसाहतीतली सहा ताकदवान माणसं लागली.

"त्या चेटकिणीचे हात बांधा." शहरातून आलेल्या त्या माणसानं फर्मान सोडलं.

गुडमन हिगिन्स म्हणाले, "मी बांधतो. बेटा, तुझे हात पुढे कर बरं."

पाद्री मॉर्टमेननं त्यांना धमकावलं, "हिगिन्स, तिच्याशी इतक्या सौम्यपणे बोलू नका हं, नाहीतर तुमच्यावरदेखील त्या चेटकिणीनं जादू केलीय असंच आम्हाला वाटेल. तुम्हीसुद्धा त्यांच्या त्या कथा ऐकल्या होत्या नं."

गुडी स्होकाय हातातलं रडणारं बाळ सावरत म्हणाल्या, "अहो, आत्तापर्यंत

कितीतरी वर्षं उन्हाळ्यामुळे आजारी पडून तान्ही बाळं मरत होतीच की. झाइल लग्न करून आमच्या घरी येण्याआधीदेखील, उन्हाळ्यामुळे असे बालमृत्यू होतच होते. मात्र तेव्हा कोणालाही जादूटोण्याचं सुचलं नव्हतं.''

जमलेल्या घोळक्यातून चिडके आवाज उमटू लागले, ''या चेटकिणीनं मारलंय त्या बाळाला. तिच्या पोरालाही मरू द्या.''

रिची आपली सुटका करून घेण्यासाठी धडपडत होता. एकदा तर त्यांच्या पकडीतून अगदी जवळजवळ सुटलाच होता तो.

पाद्री मॉर्टमेन त्याला म्हणाले, ''त्या चेटकिणीचा मृत्यू झाला नं, की मग तुमची डोकी ठिकाणावर येतील. अरे, आम्ही दुष्ट, पापी शक्तींपासून तुम्हाला वाचवतोय.''

वसाहतीतले लोक वधस्तंभाभोवती गोळा झाले, आता फाशी बघायला मिळेल, असली ओंगळ इच्छा त्यांच्या मनात होती. डेव्ही हिगिन्स त्याच्या घराच्या दारातच उभा राहिला.

गुडमन हिगिन्स आणि पाद्री मॉर्टमेन झाइलला धूळभरल्या आवारातून वधस्तंभाकडे घेऊन गेले.

ब्रॅन्डनचं हृदय इतक्या जोरजोरात धडधडत होतं, जणू आता ते शरीराबाहेर येईल, असं त्याला वाटलं. त्याला शेजारी कुणाचीतरी चाहूल लागली, मॅडॉक होता तो. त्याला कळलं की बाकीचे इंडियन लोकही जवळच आहेत.

''आत्ता.'' मॅडॉक पुटपुटला.

आणि मग ब्रॅन्डन, झिलोनं शिकवलेले ते शब्द, खूप मोठ्या आवाजात, ओरडत म्हणू लागला.

''या दैवाधीन संकटसमयी, झाइलसह
मी आवाहन करतो, अखिल स्वर्गाला, त्याच्या शक्तीसह!''
''आणि सूर्यास, त्याच्या देदीप्यमान तेजासह,
आणि बर्फास, त्याच्या आरसपानी शुभ्रतेसह,
आणि अग्नीस, त्याच्या प्रखर ताकदीसह
आणि विजेच्या लोळास, त्याच्या शीघ्र क्रोधासह...''

एरवी संध्याकाळ होईपर्यंत वादळी पावसाचे ढग गोळा होत नसत. आता मात्र आकाशात अचानक प्रखर लखलखती वीज चमकली, आणि सर्व शक्तीनिशी कडाडत चर्चवर कोसळली. आकाशाचा निळा रंग पालटून त्यात मंद पिवळसर छटा मिसळली. चर्चच्या दारात आगीच्या ज्वाळा पेटल्या.

सगळ्या वसाहतीला, इंडियन लोकांच्या अस्तित्वाची कल्पना येईपर्यंत, ते लोक पुढे येऊ लागले होते. मूकपणे पण तरी सरसावून चालत आले ते. वसाहतीतल्या अनेकांनी त्यांच्यावर बंदुका रोखल्या. डथबर्टनं गोळी झाडताक्षणीच पुन्हा वीज कडाडत पडली, आणि डथबर्ट आडवातिडवा खाली पडला. त्याची गोळी कुणालाही न लागता, हवेत उडाली. त्याच्या हाताला वीज चाटून गेली होती, हातावर भाजल्याची लांबलचक खूण उमटली होती. आगीच्या ज्वाळांनी चर्चच्या घंटाघराचा ताबा घेतला होता. त्या ज्वाळा घंटेवर जणू मुकुट ठेवल्यागत दिसत होत्या.

झिलो आवारातून धावत वधस्तंभाच्या पायऱ्या चढून गेला, आणि त्यानं आदेश दिला, ''बंदुका चालवू नका, नाहीतर पुन्हा वीज कडाडून पडेल, आणि या वेळेस ती जीव घेईल.''

डथबर्टनं वेदनेनं कण्हत फर्मावलं, ''बंदुका खाली ठेवा...गोळ्या झाडू नका...''

पाद्री मॉर्टमेनचा चेहरा विद्रूप दिसत होता. तो ओरडला, ''तुम्ही चेटूक करणारे आहात, तुम्ही सगळे...चेटके आहात! त्या स्होकायच्या मुलाला, इंडियन पोरीच्या सैतानानं मदत केली, आणि म्हणूनच त्याला वीज पाडता आली! तो मेलाच पाहिजे!''

सगळे इंडियन्स जवळ आले. मॅडॉक ब्रॅन्डनशेजारी ठाम उभा राहिला. घराच्या दारात उभा असलेला डेव्ही हिगिन्स बाहेर आला आणि तो ब्रॅन्डनच्या दुसऱ्या बाजूला उभा राहिला.

रिचीनं त्या माणसांपासून आपली सुटका करून घेतली, आणि तो धावत वधस्तंभाच्या पायऱ्या चढून वर गेला. तो सगळ्यांना उद्देशून ओरडला, ''वसाहतीतल्या लोकांनो, तुम्हाला काय वाटतंय? सगळी शक्ती काय सैतानाची, पिशाचाची असते? आत्ता आपण जे पाहिलं ना, तो देवाचा कोप होता!'' त्यानं जमावाकडे पाठ फिरवून झाइलला सोडवलं.

आता लोकांची मन:स्थिती बदलत चालली होती. त्या माणसांनी रिचर्डला सोडून दिलं. ते चालत पाद्री मॉर्टमेनजवळ गेले आणि म्हणाले, ''तू एका निष्पाप स्त्रीला ठार मारायचा प्रयत्न केलास, आणि म्हणूनच तुझ्या चर्चला आग लागली. तू आमच्या मित्रांना, शेजाऱ्यांना नरकाची भीती घालून, नरकातल्या छळाच्या कहाण्या सांगून घाबरवलंस. नाहीतर हा असला मूर्खपणा करायला कोणीही तयार झालं नसतं.''

गुडमन हिगिन्स त्या पाद्र्यापासून दूर सरकत म्हणाले, ''हो, अगदी बरोबर आहे. स्होकाय कुटुंब नेहमीच देवभक्त राहिलं आहे.''

इंडियन्स आणखी जवळ आले.

आपला एक हात झाइलभोवती वेढून रिचीनं मोठ्यानं सांगितलं, ''इंडियन लोकांनी सदैव आपल्याशी मैत्री निभावली आहे. आपण त्यांच्या मैत्रीची ही अशी परतफेड करणार आहोत का?''

''त्यांना थांबवा...'' पाद्री मॉर्टमेन घुसमटलेल्या आवाजात म्हणाले, ''त्या इंडियन्सना थांबवा कोणीतरी! अरे, ते मारून टाकतील आपल्याला...थांबवा त्यांना...''

रिची ओरडला, ''का थांबवायचं? तुला आमची दया आली होती का? आम्ही तुझ्यावर जास्त दया दाखवायला हवी, असं वाटतंय का तुला?''

त्याला आपल्याकडे वळवून झाइल म्हणाली, ''रिची! तू पाद्री मॉर्टमेनसारखा नाहीयेस. तुझं मन फार मोठं आहे. त्यांच्यावर दया कर!''

झिलोनं अधिकारानं हात उंचावला. ''हा सगळा दुष्टपणा आता थांबलेला आहे. हे असलं काही पुन्हा कधीही घडणार नसेल, तर तुम्हाला आमच्याबद्दल भीती बाळगायचं काहीही कारण नाही. पण हे मात्र पुन्हा कधीही घडता कामा नये.''

जमावातून आवाज उठले, ''कधीही नाही, मुळीच नाही, आम्हाला माफ करा, अशी चूक पुन्हा नाही होणार.''

पाद्री मॉर्टमेन कण्हत म्हणाले, ''अरे, आग लागलीय...आग... अरे देवा...चर्च...चर्च जळतंय.''

रिची झाइलला घेऊन खाली उतरला आणि त्याच्या आईजवळ गेला. त्याच्या आईनं बाळाला आपल्या सुनेकडे दिलं. मॅडॉक आणि डेव्हीच्या मध्ये उभा असलेला ब्रॅन्डन त्याच्या आईकडे आणि झाइलकडे, बाबांकडे आणि भावाकडे निरखून पाहत होता. ते सगळे जळत्या चर्चकडे पाठ फिरवून आवार ओलांडत घराकडे जाऊ लागले. चांगलाच धडा शिकलेले त्यांचे सगळे शेजारी, सगळीकडे लक्ष ठेवून असलेले इंडियन्स या सगळ्यांना मागे टाकून ते घरात गेले. ब्रॅन्डन मात्र तिथेच खिळल्यागत उभा राहिला. वसाहतीतले लोक बादल्या भरभरून पाणी आणून आग विझवायचा, आगीपासून आपली घरं वाचवायचा निष्फळ प्रयत्न करू लागले. सरतेशेवटी चर्चचं घंटाघरही आगीत जळून कोसळलं. हे उंच उभारलेलं घंटास्थान देवाच्या गौरवासाठी नसून पाद्री मॉर्टमेनच्या गौरवासाठी होतं.

मग त्याला पाऊस पडताना जाणवला, हलकासा रिमझिमता पाऊस... दिवसभर पडत राहून तहानलेल्या जमिनीत मुरेल असा भीजपाऊस... झाडांच्या कितीही खोल गेलेल्या मुळांना पिण्यासाठी पाणी मिळेतोवर पडत राहणारा पाऊस...आजूबाजूच्या घरांपर्यंत आग पोचायच्या आधीच ती विझवणारा पाऊस.

त्या तीन मुलांच्या मागे, वाऱ्याचे लोक मूकपणे सगळं बघत उभे होते. हळूहळू सगळे लोक आपापल्या घरी गेले. तिथे फक्त तो वधस्तंभ आणि तीन मुलं तेवढी राहिली. मग झिलोनं ओरडून आदेश दिला, आणि मग सगळ्या इंडियन्सनं तो कसाबसा उभारलेला उंच ओटा, त्यावरचा वधस्तंभ, हे सगळं मोडून, त्याची लाकडं चर्चच्या अजूनही किंचित धुमसत असलेल्या आगीत टाकून दिली. मग ते सगळे शांतपणे निघून गेले, एक शब्दही न बोलता...

•••

आता तो सगळा भयानक प्रकार संपला होता, पण तरीही आता पूर्वीसारखं काहीही राहणार नव्हतं.

शेवटी ब्रॅन्डन आणि मॅडॉक, ब्रॅन्डनच्या घरात गेले, तिथे झिलो बाळाला घेऊन उभा होता. किटली मंद आचेवर उकळत ठेवली होती, आणि गुडी स्होकाय सगळ्यांना हर्बल चहा देत होत्या. ''डोकी शांत करण्यासाठी.'' त्या म्हणाल्या.

ब्रॅन्डनच्या मागे उभ्या असलेल्या आईला रिचीनं सांगितलं, ''मला फार राग आलाय हं. तुझ्या चहामधल्या जडीबुटी माझा राग कमी करू शकणार नाहीत.''

''अरे, तुझं संतापणं स्वाभाविकच आहे.'' त्याचे बाबा म्हणाले, ''राग म्हणजे कडवटपणा नव्हे. मनात कडवटपणा ठेवला की तो कायम मन पोखरतच राहतो. राग काही वेळानं गायब होतो. आपला छोटासा ब्रॅन्डन तुझा राग शांत करायला मदत करील तुला.''

झिलोनं बाळ रिचीच्या हातात दिलं. त्यानं आपल्या मुलाला कुशीत घेऊन खांद्याशी धरलं. मग रिचीनं भावाकडे बघून त्याला विचारलं, ''वादळ येण्यापूर्वी तू जे शब्द मोठ्यानं म्हणालास, ते तू कुठून शिकलास?''

''झिलोनं शिकवले.''

''केव्हा?''

''काल रात्री. त्यानं मला बोलावलं होतं.''

रिचर्ड आणि रिची, दोघांकडे बघत झिलो म्हणाला, ''तुमचा हा धाकटा छोकरा खूप चांगला आहे हं.''

रिचर्ड स्होकाय ब्रॅन्डनच्या खांद्याभोवती हात वेढून म्हणाले, ''देवाची लीला गूढ असते, आपल्याला कळत नाही, आणि कळायची गरजही नाही. आपल्यापेक्षा खूप वेगळे मार्ग निवडतो देव, अर्थात, ते तसेच असावेत म्हणा. आपण ब्रॅन्डनला मिळालेल्या देणगीबद्दल काहीही समजून घेण्याची गरज नाहीये. ही त्याला देवानं दिलेली देणगी आहे, फक्त एवढंच लक्षात ठेवायला हवं आपण.'' त्यांनी बायबल घेऊन त्याची पानं उलटायला सुरुवात केली. त्यांना हवा असलेला

उतारा सापडला, आणि त्यांनी तो वाचायला सुरुवात केली. "देवावर विश्वास ठेवा. तो तुम्हाला ताकद देईल, आणि तोच तुम्हाला दुष्ट, सैतानी शक्तींपासून वाचवेल. देव तुमच्या मनाला प्रभूच्या प्रेमाकडे घेऊन जातो. आता तो शांतिदाता तुम्हाला सदैव शांती प्रदान करो..."

अत्यंत तणावामुळे, दहशतीमुळे, पूर्ण झोप न मिळाल्यामुळे ब्रॅन्डन थकून गेला होता. त्यानं आपल्या हातांवर डोकं टेकवलं आणि झोपून गेला. अर्धवट झोपेत त्याला रिचीचं बोलणं ऐकू येत होतं. रिची म्हणत होता की, आता तो या वसाहतीत राहू शकणार नाही. तो झाइल आणि बाळाला घेऊन वेल्सला जाईल, आणि तिथे ते आपल्या आयुष्याची नव्यानं सुरुवात करतील...

रिची, झाइल आणि बाळ वेल्सला निघून गेले, तेव्हा ब्रॅन्डनला सगळं जग सुनं सुनं झाल्यागत भकास वाटत होतं.

एक दिवस, तो आपली नेहमीची कामं करत असताना मॅडॉक तिथे आला. त्यानं शांतपणे त्याला मदत केली, आणि मग ते दोघे, रानातून इंडियन लोकांच्या वस्तीच्या दिशेनं जाऊ लागले. एका डेरेदार ओक वृक्षाखाली मॅडॉक थांबला. तो ब्रॅन्डनकडे एकटक बघू लागला, आणि जरा वेळानं म्हणाला, "रिचीसोबत झाइलही गेली, हे योग्यच झालं."

ब्रॅन्डननं त्याच्या नजरेला नजर भिडवली, आणि मग तो जमिनीकडे पाहू लागला.

"आणि आता आपण दोघं भाऊ बनणार आहोत, तेदेखील योग्यच होईल. माझे बाबा आज समारंभपूर्वक तो विधी करणार आहेत. त्या समारंभानंतर तू वाऱ्याच्या लोकांपैकीच एक बनशील."

ब्रॅन्डनचा चेहरा उजळला. तो खूश होऊन म्हणाला, "म्हणजे मग आपल्याला कोणीही वेगळं करू शकणार नाही."

"अगदी कुणीही नाही. मोठा झाल्यावर कदाचित तू वाऱ्याच्या लोकांपैकी एखाद्या मुलीशी लग्न करशील. कदाचित आपल्या दोघांची मुलं एकमेकांशी लग्न करतील, म्हणजे मग आपली कुटुंबं अगदी कायमची जोडली जातील आणि एकत्र राहतील... अगदी कायम... अनंत काळासाठी."

ब्रॅन्डन मॅडॉकचे हात आपल्या हातात घेऊन म्हणाला, "अगदी कायम... अनंत काळासाठी."

७

वाहते मार्गस्थ वारे, त्यांच्या झंझावाती वेगासह

चार्ल्स वॉलेस गॉडियरच्या पाठीवर बसला होता.

चार्ल्स मनातले विचार मोठ्यानं बोलून दाखवायला लागला, "मी सेलम ट्रायल्सबद्दल वाचलं होतं. ओह... गॉडियर, इतर ग्रहांवरसुद्धा असला भयानक प्रकार घडतो का रे?"

"जिथे जिथे इक्थ्रॉय जातात, तिथेतिथे भयानक प्रकार घडतातच."

"तो ब्रॅन्डन, अरे, तो माझ्यापेक्षाही लहान आहे. आणि तरीही... ए गॉडियर, मी ब्रॅन्डनसारखा आहे का रे? का तो माझ्यासारखा आहे?"

"तुझ्यापेक्षा अगदीच पूर्णपणे वेगळ्या असलेल्या यजमानाचं शरीर तुझा स्वीकार करील, असं मला वाटत नाही. अं...म्हणजे उदाहरणार्थ ग्विदायरचं शरीर तुझा स्वीकार करणार नाही."

"माझ्यामुळे ब्रॅन्डनला एवढा त्रास सहन करावा लागला...मला फार वाईट वाटतंय रे."

"तू स्वत:ला दोष देऊ नकोस हं." गॉडियर त्याला समजावत म्हणाला. "अरे, तू ब्रॅन्डनच्या शरीरात नसतास, तर काय झालं असतं, त्याची आपण कल्पनाही करू शकत नाही."

"त्याच्या शरीरात जाऊन काय कळलं? एक अनोखा त्रिकोण आहे हा : वेल्स आणि हा इथला भाग; वेल्स आणि व्हेसप्युजिया; इथला भाग आणि व्हेसप्युजिया. ही तीनही ठिकाणं एकमेकांशी जोडली गेली आहेत. त्यांच्यामधले हे दुवेच आपल्याला शोधायचे आहेत... ओह...अरे देवा!" अचानक काहीतरी लक्षात आल्यानं तो उत्तेजित होऊन गॉडियरपासून एक पाऊल मागे गेला.

"आता काय झालं?" गॉडियरनं विचारलं.

उत्तेजित झाल्यानं चार्ल्स मोठ्यानं बोलू लागला, "अरे, आपल्याला जर

मॅडॉक (Madoc) हा शब्द वेल्श भाषेत लिहायचा असेल, तर तो आपल्याला मॅडॉग (Madog) असा लिहावा लागेल! काही कळतंय का?''

गॉडियरनं एक लहानसा फुगा सोडला.

''मॅडॉग. मॅड डॉग. हा तर शब्दांचा खेळ आहे. मॅड डॉग ब्रॅन्झिलो हा खरा मॅडॉग असू शकेल. एल रॅबियोसो. मॅड डॉग. ही भलतीच भीषण शाब्दिक कोटी आहे रे. मॅडॉक : मॅडॉग : मॅड डॉग.''

एकशिंगी घोड्यानं त्याच्या लांब नाकावरून खाली पाहत म्हटलं, ''हं...तुझ्या बोलण्यात तथ्य असू शकेल.''

''म्हणजे आपल्याला आणखी एक दुवा मिळाला! गॉडियर, आपल्याला पॅटॅगोनियाला जायलाच हवं, पॅटॅगोनियातल्या व्हेसप्युजियाला. मला कळतंय, की एकशिंगी घोड्यांना स्थळ आणि काळ या दोन्हीतून एकाच वेळी प्रवास करणं अवघड जातं, पण तरीही तुला तसा प्रयत्न करायलाच हवा.''

आपले पंख आकाशाच्या दिशेनं उंचावून गॉडियर म्हणाला, ''अरे बाबा, आपण मागच्या वेळेला वाऱ्याला अगदी सविस्तर आणि अचूक दिशा सांगितली होती, पण मग नंतर काय झालं...तुला तर माहीतच आहे की.''

''अरे, आपण १८६५ या वर्षांत पोचलो नाही, पण आपल्याला मॅडॉकचे वंशज कोण, ते तर समजलं ना.''

''तुला फक्त तेवढंच आठवतंय का रे?'' पंख मिटून घेत गॉडियरनं विचारलं.

''त्या मॅथ्यू मॅडॉक्सच्या पुस्तकात आहे...''

गॉडियर म्हणाला, ''कसं कोण जाणे, पण आपण 'बदलण्यायोग्य' याच्याजवळ जाताना चुका करतोय. इक्थ्रॉयना आपण त्यांच्यापाशी पोहोचायला नकोय. आपण जितके त्याच्या जवळ जाऊ, ते तितकाच आपल्याला रोखायचा आटोकाट प्रयत्न करतील. आत्तापर्यंत तू काही लहानसहान गोष्टी बदललेल्या आहेतच, त्यामुळे ते संतापले आहेत.''

''मी? मी काय बदललं?''

''तुला माहीत नाही?''

मान खाली घालून चार्ल्स म्हणाला, ''इतर लोकांच्या वाईटसाईट पद्धती, हार्सेल्सनं बघू नये म्हणून मी प्रयत्न केला.''

''आणि...''

''झाइल... त्या लोकांनी तिला फाशी देऊ नये म्हणून मी प्रयत्न केला. तो मंत्र म्हटला नसता, तर तिला फासावर लटकावून टाकलं असतं का रे?''

''अशा अनेक गोष्टी माहीत असणं, हे एकशिंगी घोड्यांना गरजेचं वाटत नाही.''

"आणि सौ. ओ'कीफनं माझ्यावर टाकलेलं काम यशस्वीपणे पूर्ण करायचं असेल, तर आपल्याला काही गोष्टी कळणं गरजेचं आहे" अचानक कॅल्विनच्या आईची आठवण आल्यानं तो चकित झाला. "ही जबाबदारी आणि मंत्र, सौ. ओ'कीफ यांच्याकडून मिळावा, हे किती विचित्र आहे नं."

"यावरून तरी काही समजलं का?"

"हो, समजलं की. मला हे कळलं, की सौ. ओ'कीफ आणि मॅड डॉग ब्रॅन्झिलो यांच्यात असलेला संबंध शोधून काढण्यासाठी आपल्याला व्हेसप्युजियाला जायला हवं."

गॉडियरच्या शिंगातला प्रकाश मिणमिणू लागला.

"हो रे, मला समजतंय..." चार्ल्स वॉलेसनं त्याच्या मानेवरून हात फिरवला. तो म्हणाला, "आपण जेव्हा आपलं ठिकाण न बदलता, १८६५ सालात जाण्याचा प्रयत्न केला, तेव्हा इक्थ्रॉयनं आपल्याला जवळजवळ पकडलंच होतं. आपल्याला बहुतेक हा तारे पाहायचा खडक सोडून, १८६५ सालातल्या पॅटॅगोनियाला जायला हवं. त्याच वर्षी तो वेल्श लोकांचा गट तिथे पोचला होता नं. त्यांना कदाचित ग्विदायरचे वारस भेटले असतील. पॅटॅगोनियाला जाण्याशिवाय आपल्याकडे दुसरा पर्यायच नाहीये, असं मला वाटतंय."

"अरे, कदाचित ते आपल्यावर पुन्हा हल्ला करतील." गॉडियर चिंतेनं खिंकाळला, चंदेरी पातळ कपटे उधळले गेले. तो पुढे म्हणाला, "बरं, ठीक आहे, पण एक युक्ती सांगतो. तू माझ्या पाठीवर स्वत:ला बांधून घे. या वेळी, जर इक्थ्रॉयनं तुला माझ्या पाठीवरून पुन्हा खेचून काढलं, तर तुला पुन्हा दुसऱ्यांदा पकडणं मला जमणार नाही."

चार्ल्स वॉलेस विचार करत इकडेतिकडे बघू लागला. जंगल, खडक, दरी, त्यामागचे डोंगर एवढंच दिसत होतं. मग अचानक त्याला एक कल्पना सुचली. "मला माहीत आहे, काय करायचं ते!" असं मोठ्यानं म्हणून तो गॉडियरच्या पाठीवरून उतरला आणि म्हणाला, "मी या शरद ऋतूत आमचं दोरीनं विणलेलं झोळीसारखं हॅमॉक घरात घेऊन जायला विसरूनच गेलो होतो. नेहमी मेगच करते नं हे काम. इथून थोड्याशा अंतरावरच आहे ते, सफरचंदांच्या दोन झाडांमध्ये लटकावलं आहे. छान जाडजूड मजबूत दोर वापरून विणलं आहे ते, आणि ते झाडाला बांधायची दोरीसुद्धा चांगली मजबूत आहे. ती 'मॉर्टमेन जनरल स्टोअर्स' या दुकानातून आणली होती आम्ही... अरेच्या... मॉर्टमेन! गॉडियर, तुला वाटतंय का..."

"आपल्याला काहीही वाटून घेत बसायला वेळ नाहीये हं. स्वत:ला माझ्या पाठीवर बांधून घे आधी." गॉडियरनं बजावलं.

घाईघाईनं चार्ल्स हॅमॉकच्या दिशेनं जाऊ लागला. त्याच्या मागोमाग गॉडियरही होताच. वाटेवर बाजूच्या तुतीच्या झाडाच्या फांद्या आलेल्या होत्या, त्या काटेरी फांद्या लागून त्याची चंदेरी त्वचा सोलवटली जात होती.

''इथेच आहे ते. आईला हॅमॉक घरापासून जरासं लांब असलेलं आवडतं, म्हणजे मग तिला घरात वाजणारा फोन ऐकू येत नाही, आणि ती निवांतपणे हॅमॉकमध्ये झुलत बसते.'' चार्ल्स हॅमॉकचं झाडाला बांधलेलं एक टोक सोडवू लागला. सफरचंदाच्या झाडावर आता पानं नव्हती, पण काही वाळकी सफरचंदं मात्र अजूनही झाडाच्या वरच्या टोकाला लटकलेली होती. सफरचंदं जमिनीवर पडून चुरडली गेल्यानं, झाडाखालच्या जमिनीला ॲपल सायडर व्हिनिगरचा आणि जमिनीवर पसरलेल्या वाळक्या पानांचा वास येत होता.

''पटपट आटोप, पण सावकाश.'' गॉडियरनं सुचवलं. दोरीच्या गाठी सोडवता सोडवता, थंडीमुळे चार्ल्सची बोटं गारठली होती. गॉडियरनं मान वाकवून चार्ल्सच्या बोटांवर गरम श्वास सोडला, आणि तो म्हणाला, ''आत्ता फक्त गाठी सोडवण्याचा विचार कर. इक्थ्रॉय जवळ आले आहेत.''

थंडीनं गारठून आखडलेली चार्ल्सची बोटं गॉडियरच्या उष्ण श्वासामुळे जरा मोकळी झाली आणि त्यानं झटपट पहिली गाठ सोडली. आणखी दोन गाठी सोडल्यानंतर हॅमॉकचं एक टोक झाडापासून सुटलं आणि चार्ल्स दुसऱ्या झाडाकडे गेला. या झाडाच्या खडबडीत खोडाला हॅमॉक आणखीच घट्ट बांधलेलं होतं. मूकपणे त्यानं गाठी सोडवल्या आणि हॅमॉक सुटून खाली पडलं. त्यानं गॉडियरला सांगितलं, ''खाली वाक.''

चार्ल्सनं हॅमॉकचं एक टोक गॉडियरच्या पोटाखालून ओढून दुसऱ्या बाजूला नेलं. त्यामुळे हॅमॉकची विणलेली झोळी गॉडियरच्या भल्यामोठ्या पोटाखाली आली. चार्ल्सनं हॅमॉकचे दोर दोन्ही बाजूंनी मोठ्या कष्टानं त्याच्या कमरेवरून पाठीवर फेकले. मग तो पाठीवर चढला आणि त्यानं स्वत:ला त्या दोरखंडानं बांधून घेतलं. ''आई अगदी भरपूर लांब दोर शिल्लक ठेवते, अगदी पाच हॅमॉक बांधता येतील एवढा... हे किती चांगलं आहे.''

गॉडियरनं हलकेच खिंकाळत विचारलं, ''तू नीट घट्ट बांधून घेतलं आहेस ना?''

''हो. माझ्या जुळ्या भावांनी मला घट्ट गाठी बांधायला शिकवलंय.''

''माझ्या आयाळीलासुद्धा धरून बस.''

''हो, मी धरलंय.''

''मला हे मुळीच आवडत नाहीये,'' विरोध करत गॉडियर म्हणाला, ''आपण पॅटॅगोनियाला जाण्याचा प्रयत्न करायलाच हवा, अशी तुला खात्री पटली आहे?''

''माझ्या मते, आपण नेमकं तेच करायला हवंय.''

''पण मला काळजी वाटते आहे.'' गॉडियर पळायला लागला, पुरेशा वेगानं पळू लागल्यावर त्यानं झेप घेतली.

ताबडतोब हल्ला झाला. इक्थ्रॉय त्या दोघांभोवती जमा झाले. गॉडियरची आयाळ धरलेले चार्ल्सचे हात खेचून काढण्यात आले, पण त्यानं स्वत:ला दोरानं बांधून घेतलेलं असल्यामुळे तो घट्ट बांधलेलाच राहिला. जोरदार वादळी वाऱ्यानं तडाखा दिल्यामुळे, चार्ल्सचा श्वास घुसमटला, आणि त्याच्या पापण्या मिटून डोळ्यांना घट्ट चिकटल्या. एवढ्या वेगवान वादळी वाऱ्याचा तडाखा बसला तरीही चार्ल्स मात्र गॉडियरच्या पाठीला बांधलेलाच राहिला. इक्थ्रॉयना त्याला खेचून काढण्यात यश मिळालं नाही. दोर ताणले जाऊन कुरकुर आवाज येत होता, पण तरीही त्याच्या गाठी सुटल्या नाहीत.

गॉडियरला दम लागून त्याचे श्वास चंदेरी झिरमिळ्यांच्या रूपात बाहेर पडत होते. इक्थ्रॉयच्या या वादळी वाऱ्यामुळे पंख मोडून जाऊ नयेत, म्हणून त्यानं आपले पंख कमरेपाशी मिटून घेतले होते. त्या रौद्र वावटळीत ते दोघे स्थळ-काळाच्या मर्यादा ओलांडून कुठेतरी भिरकावले गेले होते.

थंडगार आणि घाणेरडा वास येत असलेल्या वाऱ्याच्या झोतानं त्यांना ताब्यात घेतलं, आणि ते अत्यंत जोरानं बलपूर्वक खाली फेकले जाऊ लागले. गॉडियरचा त्यावर कसलाही ताबा राहिला नव्हता. एका भयंकर अंधाराच्या दिशेनं ते खाली जाऊ लागले.

ते दोघे खाली आदळले.

ते प्रचंड जोरात आदळले होते. इक्थ्रॉयनं अगदी जोरानं त्यांना खडकावर आपटलंय, आणि आता सगळं संपलं, असा शुद्ध हरपण्याआधी चार्ल्सच्या मनात विचार आला खरा, पण अजूनही खाली जाणं थांबलंच नव्हतं. थंडगार काळोखात ते खोलवर जातच राहिले. श्वास घेता येत नव्हता, गळा आवळल्यागत वाटत होतं, कानठळ्या बसून कानात किर्रर आवाज येत होते. थोड्या वेळानं मात्र तो वर वर जातोय, असं त्याला जाणवलं. त्याच्या मिटलेल्या डोळ्यांना प्रखर उजेड जाणवला, आणि स्वच्छ, गार हवा त्याच्या फुप्फुसात शिरली. त्यानं डोळे उघडले.

ते दोघे खडकावर आदळले नसून पाण्यावर आदळले होते.

''गॉडियर!'' त्यानं मोठ्यानं हाक मारली, पण तो एकशिंगी घोडा मात्र काळोख्या पाण्यावर निर्जीवपणे आडवा पडून तरंगत होता. आडवा पडल्यामुळे, पाठीवर बांधलेल्या चार्ल्सचा एक पाय पाण्यातच होता. चार्ल्सनं त्याच्या मानेवरून

वाकून पाहिलं, त्याच्या रुपेरी नाकातून श्वास येत नव्हता. त्याची छाती वर-खाली हलत नव्हती, हृदय धडधडत नव्हतं. अत्यंत दुःखानं चार्ल्सनं त्याला मोठ्यानं पुन्हा हाक मारली, ''ए... गॉडियर! मरू नकोस नं रे...! ए गॉडियर!''

गॉडियर अजूनही तसाच निर्जीव तरंगत राहिला, लहानलहान लाटा त्याच्या चेहऱ्यावर येऊन आपटत होत्या.

''ए गॉडियर!'' आपली सगळी शक्ती एकवटून चार्ल्स त्याच्या शरीरावर गुद्दे मारू लागला. ''...तो मंत्र...तो मंत्र म्हणायला हवाय...'' त्याला सुचलं.

मात्र त्याच्या तोंडून फक्त गॉडियरचं नाव तेवढं बाहेर पडत होतं. ''गॉडियर! ... ए गॉडियर!''

त्याचं चंदेरी शरीर थरथरलं, आणि मग त्याच्या तोंडातून खूप जोरात श्वास बाहेर पडला, जणू अगदी मोठ्यानं ऑर्गनचे सगळे सूर एकदम वाजावेत, तसा. हायसं वाटून चार्ल्स हुंदके देऊ लागला. गॉडियरनं डोळे उघडले, आधी त्याचे डोळे सुस्त, थकलेले दिसत होते; पण मग हळूहळू ते स्वच्छ होत गेले आणि हिऱ्यासारखे चमकायला लागले. पाण्यात इकडेतिकडे पाहत त्यानं विचारलं, ''आपण कुठे आहोत?''

चार्ल्सला अत्यंत आनंद झाला होता. त्यानं वाकून त्याच्या मानेवरून, आयाळीवरून हात फिरवला, आणि म्हणाला, ''आपण एका महासागराच्या मध्यावर आहोत.''

''कुठला महासागर?'' चिडचिड करत त्यानं विचारलं.

''मला माहीत नाही रे.''

''अरे, तुझा ग्रह आहे हा. तुला माहीत असायलाच हवं नं.''

''हा माझा ग्रह आहे?'' चार्ल्सनं विचारलं. ''अरे, इक्थ्रॉयनं आपल्याला पकडलं होतं. आपण एखाद्या प्रक्षेपित दृश्यात तर फेकले गेलो नसू नं? तुला खात्री आहे तशी?''

त्या दोघांनी सभोवताली पाहिलं. चहूबाजूंना पाणीच पाणी दिसत होतं, अगदी क्षितिजापर्यंत. वरचं आकाश स्वच्छ होतं, अधूनमधून लहानसे ढग तरंगत जात होते.

हलकेच खिंकाळत गॉडियर म्हणाला, ''नाही, हे प्रक्षेपित दृश्य नाहीये, पण आपण कुठेही असू शकतो. आपण एखाद्या आकाशगंगेतल्या मुबलक हवा, प्राणवायू, भरपूर पाणी असणाऱ्या कुठल्याही ग्रहावर असू शकतो. तुला हा समुद्र, पृथ्वीवरच्या समुद्रासारखा वाटतोय का?'' त्यानं आपलं डोकं झटकलं, आणि त्याच्या आयाळीतून फवाऱ्यासारखं पाणी उडालं. तो पुढे म्हणाला, ''मला अजूनही नीट विचार करता येत नाहीये...'' त्यानं थोडीशी हवा गिळली, आणि

मग त्याच्या तोंडातून खूपसं खारं पाणी बाहेर पडलं. ''मी जवळजवळ अर्धा समुद्र प्यायलो आहे, असं वाटतंय.'' तो म्हणाला.

''नेहमीच्या समुद्रासारखाच दिसतोय हा समुद्र.'' चार्ल्स घुटमळत म्हणाला, ''हिवाळा असावा असंही वाटतंय.'' त्याचा ओलागच्च ॲनोरॅक त्याच्या अंगाला चिकटला होता. बूट पाण्यानं भरले होते आणि बुटातलं बर्फाळ पाणी त्याच्या पावलांभोवती डचमळत होतं. ''ए...ते बघ.'' त्यानं समोरच पाण्यातून वर डोकावणाऱ्या एका हिमखंडाकडे बोट दाखवत म्हटलं, ''हिमनग.''

''जमीन कोणत्या दिशेला आहे?''

''गॉडियर... अरे, आपण कुठल्या आकाशगंगेत किंवा कुठल्या ग्रहावर आहोत हेच माहीत नाहीये, मग जमीन कुठे आहे, हे मला कसं माहीत असणार?''

गॉडियरनं अतिशय कष्टानं आपले पंख पूर्ण पसरले, त्यातून खूप पाणी बदाबदा खाली पडलं. तरंगत राहण्यासाठी त्याचे पाय कष्टानं हालचाली करत होते.

''तू उडू शकशील का?'' चार्ल्सनं विचारलं.

''माझे पंख पाण्यानं भिजून जड झालेत रे.''

''बरं. मग आपण कुठे आहोत, हे तू वाऱ्याला विचारू शकतोस का?''

गॉडियरचं अंग थरथरलं. तो म्हणाला, ''अरे बाबा, त्या वाऱ्याच्या तडाख्यामुळे मी अजूनही अर्धवट ग्लानीतच आहे... वारा... वारा... आपण इतक्या जोरात पाण्यावर आदळलो नं की आपली हाडं मोडली नाहीत, हे एक नवलच आहे. कदाचित वाऱ्यानं आपल्याला पडताना जरासं तोलून धरलं असेल. तू अजूनही माझ्या पाठीला बांधलेला आहेस का?''

''हो, नाहीतर मी इथे तुझ्यासोबत नसतोच की. प्लीज विचार नं वाऱ्याला.''

''वादळ, वारा... वारा...'' गॉडियरनं पुन्हा पंख झटकून पाणी उडवलं. मग तो तोंड उघडून नेहमीप्रमाणे थंडगार हवा पिण्याची कृती करू लागला. ओठ मागे ओढून तोंड उघडल्यामुळे त्याचे मोठेमोठे तीक्ष्ण दात दिसत होते. त्यानं डोळे बंद केले होते, त्यामुळे त्याच्या काळ्या लांबसडक पापण्या चंद्रप्रकाशासारख्या त्वचेवर उठून दिसत होत्या. त्यानं डोळे उघडून तोंडातून पाण्याचं कारंजं उडवलं, आणि म्हणाला, ''आकाशगंगांचे आभार मान.''

''आपण कुठे आहोत?''

''तुझी स्वत:ची आकाशगंगा, तुझी स्वत:ची सूर्यमाला, तुझा स्वत:चा ग्रह, आणि तुझी स्वत:ची, नेहमीची जागा.''

''म्हणजे? ही आमची तारे पाहायच्या खडकाची जागा आहे? म्हणजे त्या जागेवर समुद्र आहे का?''

“हो. आणि वाऱ्यानं सांगितलं, की आत्ता ऐन उन्हाळा चालू आहे.”

चार्ल्स त्या हिमनगाकडे बघत म्हणाला, “उन्हाळा आहे, ही चांगली गोष्ट आहे, नाहीतर प्रचंड थंडीमुळे आपण मरून गेलो असतो. आणि उन्हाळा असो किंवा नसो, आपण जर लवकरच पाण्याबाहेर पडून जमिनीवर गेलो नाही, तर आपल्याला गारठून मरण येईल.”

एक सुस्कारा टाकून गॉडियर म्हणाला, “अरे, माझे पाय थकले आहेत रे, पंखदेखील अजूनही भिजलेलेच आहेत, आणि त्यामुळे जड झाले आहेत.”

एक लाट धाडकन त्यांच्या अंगावरून गेली. चार्ल्सच्या नाकातोंडात खारं पाणी जाऊन तो घुसमटला, आणि जोरात खोकायला लागला. वादळी वारा सहन करावा लागल्यानं खोकताना त्याची फुप्फुसं दुखत होती. इक्थ्रॉयच्या वादळी तडाख्यातून कसेबसे वाचले होते. त्यात भर म्हणून थंडगार समुद्रात येऊन पडले होते ते दोघे. त्याला अतिशय झोप येत होती. त्याला वादळात सापडलेल्या त्या प्रवाशांची गोष्ट आठवली. सरतेशेवटी त्या सगळ्या प्रवाशांना कसं बर्फातच झोपून जावंसं वाटत होतं... पण जर ते तसेच झोपले असते, तर मात्र ते पुन्हा कधीही कसे उठू शकले नसते...हे सगळं त्याला आठवायला लागलं होतं. त्यानं आपले डोळे उघडे ठेवायचा आटोकाट प्रयत्न केला, पण तो फारसा यशस्वी झाला नाही.

थकव्यामुळे गॉडियरच्या पायांची हालचालही आता हळूहळू कमी झाली होती. पुन्हा त्यांच्या अंगावर एक मोठी लाट आली, पण त्यानं पाय हलवून पृष्ठभागावर येण्याचा प्रयत्नही केला नाही.

चहूकडे पसरलेलं पाणी, काळोख, थकवा या सगळ्यामुळे चार्ल्सची शुद्ध हरपू लागली, पण तेवढ्यात त्याला कानात एक खणखणीत आवाज ऐकू आला, “चक! अरे, तो मंत्र! म्हण तो! मंत्र म्हण रे!”

पण त्या बर्फाळ पाण्यात तो खोल बुडू लागला होता.

इकडे घरी, आनंदी भयभीत आवाजात कुं कुं करत रडका आवाज काढू लागली, आणि तिच्या आवाजामुळे मेगला जाग आली.

चटकन ताठ बसत ती ओरडली, “अरे, म्हण रे चार्ल्स! म्हण तो मंत्र!”

आनंदी पुन्हा एकदा किरकिरली, आणि मग एकदम तीव्रतेनं भुंकली.

“मला ते शब्द आठवतील की नाही...खात्री वाटत नाहीये...” पण तरीही मेगनं आपले दोन्ही हात आनंदीच्या अंगावर दाबून धरले आणि ती मोठ्यानं म्हणू लागली,

“या दैवाधीन संकटसमयी, आनंदीसह
मी ठेवते, अखिल स्वर्ग, त्याच्या शक्तीसह”
आणि सूर्य, त्याच्या देदीप्यमान तेजासह,
आणि बर्फ, त्याच्या आरसपानी शुभ्रतेसह,
आणि अग्नी त्याच्या सर्वंकष प्रखर ताकदीसह
आणि विजेचा लोळ, त्याच्या शीघ्र क्रोधासह
आणि वाहते मार्गस्थ वारे, त्यांच्या झंझावाती वेगासह...”

अचानक जोराचा वारा सुटला, आणि तरंगणाऱ्या हिमखंडांचं रूपांतर, किनाऱ्याकडे झेपावणाऱ्या भल्यामोठ्या लाटेत झालं. गॉडियर आणि चार्ल्स समुद्राच्या पृष्ठभागावर उचलले गेले. एका भव्य लाटेवरून, त्या बर्फाळ सागरातून ते किनाऱ्याकडे वाहून नेले जाऊ लागले, आणि शेवटी कोरड्या पांढऱ्याशुभ्र वाळूच्या किनाऱ्यावर फेकले गेले.

८

समुद्र, त्याच्या अथांग खोलीसह

चार्ल्स आणि गॉडियर या दोघांच्या पोटात गेलेलं सागराचं खारं पाणी, त्यांना उलट्या होऊन बाहेर पडलं. ते दोघं जिवाच्या आकांतानं श्वास घेण्याचा प्रयास करायला लागले. सुरीनं वार झाल्यागत त्यांची फुप्फुसं दुखत होती. बर्फाच्या एका भलामोठ्या, उंच टेकडीएवढ्या सुळक्याच्या आडोशाला ते बसले होते. त्यामुळे त्यांना थंडगार झोंबऱ्या वाऱ्याचा त्रास होत नव्हता. आकाशात सूर्य तळपत होता. त्याच्या उष्णतेनं बर्फाच्या सुळक्यावरून हळूहळू बर्फ वितळून पाण्याच्या धारा वाहायला लागल्या होत्या. सूर्याच्या उष्णतेमुळे त्या दोघांच्या भिजलेल्या शरीरांनाही ऊब मिळाली. गॉडियरचे भिजलेले पंख वाळू लागले. हळूहळू त्यांच्या शरीरातलं रक्त नेहमीप्रमाणे वाहू लागलं, आणि ते सहजगत्या श्वासही घेऊ लागले.

चार्ल्स वॉलेस लहान आणि वजनाला हलका असल्यामुळे (आणि अब्जावधी वर्षं वयानं लहान असल्यामुळे, असं नंतर गॉडियरनं सांगितलं) तो लवकरच पूर्ववत बरा झाला. त्यानं अंगातलं भिजकं ॲनोरॅक ओढून काढलं, आणि वाळवण्यासाठी बाजूला वाळूवर पसरलं. मग कसेबसे आपले बूट खेचून काढले. तो अजूनही गॉडियरला बांधलेला होता. दोरखंडाच्या सगळ्या गाठी अत्यंत पक्क्या झालेल्या होत्या. सगळे दोर भिजून ओलेगच्च झालेले होते. या गाठी सोडवणं अशक्यच होतं. दमूनभागून त्यानं वाकून गॉडियरच्या मानेवर डोकं टेकवलं. तळपत्या सूर्यामुळे त्याच्या अजस्त्र शरीराला ऊब मिळत होती. छान उबेमुळे बरं वाटून चार्ल्सनं गॉडियरच्या आयाळीत नाक खुपसलं आणि तो झोपून गेला...अगदी शांत, जीवनदायी झोप लागली त्याला.

त्याला जाग आली, तेव्हा गॉडियर आपले पंख उन्हात पसरत होता. त्याच्या पंखांमध्ये अजूनही पाण्याचे थेंब अडकलेले दिसत होते, पण तो ते सहज

झटकून टाकू शकला असता.

"गॉडियर." जांभई देत चार्ल्सनं हाक मारली.

त्याला हलकेच फटकारत गॉडियर म्हणाला, "तू जेव्हा झोपा काढत होतास, तेव्हा मी वाऱ्याशी बोलून त्याच्याशी सल्ला-मसलत केली. आपण बर्फ वितळण्याच्या काळात आहोत, याबद्दल आभारच मानले पाहिजेत, नाहीतर आपण मुळीच बचावलो नसतो."

"एकशिंगी घोडे झोपतात का रे?" चार्ल्सनं विचारलं.

"अरे बाबा, काही युगं लोटलीयत, मला झोपेची गरजच वाटली नाही."

"मला तर छान झोप झाल्यानं खूप बरं वाटतंय. ए गॉडियर, मला माफ कर हं."

"कशासाठी?"

"मीच तुला हट्टानं पॅटॅगोनियाला जाण्याचा प्रयत्न करायला लावला. मी जर तसं केलं नसतं नं, तर आपल्यावर हल्ला करून इक्श्रॉयनी आपल्याला अर्धमेलं केलं नसतं."

"बरं बरं, माफी स्वीकारली तुझी. मग? काय समजलं तुला?" गॉडियर खटकन बोलला.

"मला हे समजलं, की जेव्हाजेव्हा मी सगळ्या गोष्टींवर नियंत्रण ठेवायचा प्रयत्न केला, तेव्हातेव्हा आपण संकटात सापडलो. आता आपण काय करायला हवं, इथून कुठे जायला हवं किंवा कोणत्या काळात जायला हवं, मला काहीच कळत नाहीये..."

आपलं डोकं वळवून त्याच्याकडे बघत गॉडियर म्हणाला, "अं... मला वाटतंय, की सगळ्यात आधी आपण या दोरांच्या गाठी सोडवाव्या."

चार्ल्स दोरखंडावरून हात फिरवत म्हणाला, "अरे, वादळी वारा, समुद्राचं पाणी, ऊन या सगळ्यामुळे त्या गाठी इतक्या पक्क्या झाल्या आहेत नं, जणू एकजीव झाल्या आहेत. त्या सोडवणं मला शक्यच नाही."

गॉडियरच्या अंगात ते दोर रुतले होते. चुळबुळत तो म्हणाला, "ते दोर आक्रसले असावेत बहुदा. मला फार अस्वस्थ वाटतंय. खूप घट्ट आवळले गेलेत दोर."

चार्ल्सनं खूप वेळ त्या गाठी सोडवायचा असफल प्रयत्न केला, पण शेवटी त्यानं तसं करणं थांबवलं. तो म्हणाला, "थांब. हे दोर कापावे लागतील, पण मला दोर कापण्यासाठी काहीतरी शोधावं लागेल."

बांधलेला असल्यानं ओढला जाऊन गॉडियर त्याच्यासोबत किनाऱ्यावर इकडेतिकडे फिरू लागला. किनाऱ्यावर शंखशिंपले होते, पण ते धारदार नव्हते.

त्यांना कुजलेल्या लाकडाचे काही तुकडे, तसंच इंद्रधनुषी रंगांचे जेलीफिश, आणि सागरी वनस्पतीचे काही पुंजके सापडले. तिथे फुटलेल्या बाटल्या, पत्र्याचे डबे असलं काहीही नव्हतं. मानवी अस्तित्वाची कुठलीही खूण तिथे दिसत नव्हती. खरं तर एरवी चार्ल्सला असं कचरा टाकून प्रदूषण करणं, निसर्गाची नासधूस करणं अजिबात आवडत नसे, पण आत्ता मात्र त्याला एखादी फुटलेली बाटली मिळाली असती तर आनंद झाला असता.

गॉडियर त्रासून त्या बर्फाच्या टेकडीवजा सुळक्याकडे वळून त्यावर चढायला लागला. उन्हामुळे बर्फ वितळायला लागलं होतं, त्यामुळे त्यातून पाझरणाऱ्या पाण्यामुळे ओल्या झालेल्या वाळूतून पाय घसरत होते. तो म्हणाला, "हे सगळं अगदीच विसंगत आणि हास्यास्पद आहे. तू माझ्या पाठीला जणू कायमचा चिकटून गेलायस आणि म्हणून मी एखाद्या सेंटॉरसारखा बनलोय. हे असं होईल, असं वाटलं तरी होतं का?" बोलत बोलत तो आपला बर्फाच्या टेकाडावर चढायचा प्रयत्न करतच राहिला, आणि सरतेशेवटी तो त्या बर्फाच्या भल्यामोठ्या सुळक्यावर चढला.

"ए, ते बघ!" चार्ल्सनं तिथल्या चंदेरी झुडपांकडे बोट दाखवलं. त्या झुडपाला चांगले लांबलचक, जाडजूड, आणि अणकुचीदार काटे होते, आणि त्या काट्यांना दातेरी कडा होती. "तू हे दातांनी तोडू शकशील का? म्हणजे मी त्याचा करवतीसारखा उपयोग करून आपले दोर कापतो." त्यानं सुचवलं.

गॉडियरनं बर्फाच्या पाण्यात पाय आपटत मान झुकवून एक मोठा काटा दातांनी तोडला. तोडताना त्यानं तो शक्य तितका दांडीजवळ तोडला. तो काटा दातात धरून त्यानं चार्ल्सकडे मान वळवली. गॉडियरच्या पाठीला बांधलेला असल्यानं, चार्ल्सनं हात शक्य तितकं ताणून कसाबसा तो काटा घेतला.

तोंड वाकडं करून गॉडियरनं म्हटलं, "किती घाणेरडी चव आहे. ए... आता दोर कापताना काळजी घे हं. एकशिंगी घोड्यांची कातडी दिसते तितकी मजबूत नसते, नाजूकच असते."

"चुळबुळ करू नकोस."

"खाजतंय रे," सहन न झाल्यानं तो मान उडवत मोठ्यानं हसला, आणि म्हणाला, "पटकन कापून टाक."

"अरे, मी घाईघाईनं कापलं, तर तुला जखम होऊ शकेल. थांब हं, कापतोच आहे." चार्ल्स अगदी लक्षपूर्वक, तो दातेरी काटा करवतीसारखा मागे-पुढे फिरवू लागला. शेवटी एक दोर कापला गेला. चार्ल्स म्हणाला, "आता फक्त दुसऱ्या बाजूचा एक दोर कापायचा आहे, मग झालं. अवघड काम संपलंय आता."

दुसरा दोर कापल्यावर चार्ल्सच्या लक्षात आलं की तो अजूनही गॉडियरला

बांधलेलाच आहे. त्याला स्वत:ला बांधलेले दोर तसेच आहेत, आणि आता ती झाडाच्या काट्याची करवत मऊ होऊन लुळी पडली आहे. त्यानं गॉडियरला विचारलं, ''तू पुन्हा दुसरा काटा तोडतोस का?''

त्यानं दुसरा काटा दातांनी चावून तोडला. तोंड वाकडं करून गॉडियर म्हणाला, ''अरे, इतक्या घाणेरड्या चवीचं दुसरं काहीही नसेल. अर्थात, मला दुसरं काही खायची सवयच नाहीये म्हणा, मी तर फक्त चंद्रप्रकाश आणि ताऱ्यांच्या प्रकाशावर जगतो.''

सरतेशेवटी दोघांना बांधलेले दोर एकदाचे कापले गेले, आणि त्याक्षणी चार्ल्स घसरून खाली पडला. गॉडियरला खूप जोरात शिंका आल्या, समुद्राचं उरलंसुरलं खारं पाणी त्याच्या नाकातोंडातून बाहेर उडालं. चार्ल्सनं त्याच्याकडे निरखून पाहिलं, आणि त्याचा श्वासच अडकला. त्याच्या कमरेवर दोराचे लाल वळ उमटले होते. त्याच्या पांढुरक्या त्वचेवर ते अगदी ठळकपणे दिसत होते. त्याच्या पोटाला दोरीनं विणलेलं हॅमॉक बांधलं होतं, तिथे तर असंख्य वळ उमटून त्याची कातडी सोलवटून निघाली होती, जखमा झाल्या होत्या, त्यातून रक्त येत होतं. शिंकल्यावर त्याच्या नाकातून उडालेलं पाणीही गुलाबीसर दिसत होतं.

गॉडियरही चार्ल्सकडे लक्षपूर्वक बघत होता. तो म्हणाला, ''अरे बापरे, काय अवस्था झालीय रे तुझी... या अवस्थेत तू कोणाच्याही शरीरात जाऊ शकत नाहीस. तुझ्यामुळे यजमान शरीराला दुखापत होईल.''

''तुझीही तीच अवस्था झाली आहे की,'' चार्ल्स म्हणाला. त्यानं आपले तळहात नीट पाहिले. ते अत्यंत खरचटले होते, हुळहुळे झाले होते, अगदी गॉडियरच्या पोटासारखे. ॲनोरॅक आणि शर्ट नसलेल्या ठिकाणी कमरेवर गॉडियरसारखे वळ उमटले होते.

''तुझे दोन्ही डोळे काळेनिळे पडलेत. तुला दिसू शकतंय, हे एक नवलच आहे.'' गॉडियर म्हणाला.

चार्ल्सनं डोळे फिरवत, आधी एका डोळ्यानं, आणि मग दुसऱ्या डोळ्यानं आळीपाळीनं निरखून पाहिलं. ''जरासं अंधुक दिसतंय.'' त्यानं कबूल केलं.

आपल्या पंखातलं उरलंसुरलं पाणी झटकत गॉडियर म्हणाला, ''आपण इथे राहू शकत नाही, आणि या अवस्थेत तू कोणाच्या शरीरातही जाऊ शकत नाहीस.''

चार्ल्सनं सूर्याकडे नजर टाकली. सूर्य पश्चिमेला जाऊ लागला होता. चार्ल्स म्हणाला, ''सूर्य मावळला की मग जास्त थंडी वाजेल. इथे आजूबाजूला वस्तीही दिसत नाहीये. खायलाही काहीच नाहीये.''

गॉडियरनं आपल्या डोळ्यांवर पंख ओढून घेतले आणि तो विचारात गढून गेला. जरा वेळानं पंख पुन्हा रक्ताळलेल्या कमरेपाशी मिटून घेत तो म्हणाला, "मला पृथ्वीवरची वेळ कळतच नाही."

"त्याचा काय संबंध?"

"अरे बाबा, वेळच सगळ्यात महत्त्वाची असते, आपल्या दोघांना माहीतच आहे की. आपल्या जखमा बऱ्या व्हायला निदान काही आठवडे तरी लागतील."

गॉडियर चार्ल्सकडे प्रतिसादाच्या अपेक्षेनं एकटक बघू लागला. बर्फाळ पाण्याच्या एका डबक्याकडे बघत चार्ल्स म्हणाला, "मला काहीही सुचत नाहीये."

"आपण दोघेही दमलो आहोत. जिथे इक्थ्रॉयची भीती नसेल, अशा एकमेव ठिकाणी मी तुला घेऊन जाऊ शकतो. ती जागा म्हणजे माझं घर. आत्तापर्यंत कोणीही मर्त्य जीव तिथे गेलेला नाहीये. मलाही तुला तिथे न्यावं की नाही, हे समजत नाहीये, पण मला तरी फक्त हा एकच पर्याय सुचतोय." त्यानं डोकं हलवून आपली आयाळ झटक्यानं मागे फेकली. ती थंडगार आयाळ चार्ल्सच्या खरचटलेल्या चेहऱ्याला चाटून गेली. गॉडियर पुढे म्हणाला, "तू जरासा मूर्ख आहेस खरा, पण तुझ्या सगळ्या मूर्खपणासकट तू मला खूप आवडायला लागला आहेस."

चार्ल्सनं त्याला मिठी मारत म्हटलं, "मलासुद्धा तू खूप आवडायला लागलायस रे."

सगळं अंग दुखत होतं, सांधे कुरकुरत होते; पण गॉडियर तसाच खाली वाकला. चार्ल्स धडपडत त्याच्या पाठीवर चढला. चढताना कितीही काळजी घेतली, तरी त्याच्या कमरेच्या जखमांवर चार्ल्सचं अंग घासलं गेलंच. "ए...माफ कर हं, मला तुला दुखवायचं नव्हतं रे."

हलकेच खिंकाळत गॉडियर म्हणाला, "हो रे, मला माहीत आहे ते."

चार्ल्स एवढा थकला होता की त्या दोघांचं उडत जाणं त्याच्या लक्षातही आलं नाही. असंख्य तारे त्याच्याभोवती फिरत होते, पण त्याचे डोळे मात्र मिटू लागले होते.

"ए, ऊठ रे, जागा हो." गॉडियर म्हणाला. चार्ल्सनं डोळे उघडले. सगळा आसमंत लख्ख चांदण्यात न्हाऊन निघाला होता. अतिशय सुंदर दिसत होतं सगळं. डोळ्यांवरचा झोपेचा अंमल कमी झाल्यावर त्याला बर्फाच्छादित रमणीय प्रदेश दिसला. मात्र त्याला तिथे थंडी वाजत नव्हती. वाऱ्याची अगदी हळुवार झुळूक तेवढी जाणवत होती. त्या झुळकेनं त्याच्या जखमांना अतिशय हलकेच स्पर्श केला. त्यामुळे जखमांवर जणू फुंकर घातली गेली. जांभळ्या आकाशात चंद्राची कोर चमकत होती, आणि आकाशात बराच वर आलेला, आणखी एक

लहानसा, बऱ्यापैकी गोलाकार चंद्रदेखील होता. बर्फानं झाकलेले उंचच उंच डोंगर आकाशाच्या दिशेनं झेप घेऊ पाहत होते. चार्ल्सला एका टेकडीच्या पायथ्याशी भल्यामोठ्या अंड्यांचा ढीग दिसला.

गॉडियर म्हणाला, ''ती अंडी उबवण्याची जागा आहे. इतर कोणाही मानवाला हे दिसलेलं नाहीये.''

''एकशिंगी घोडे अंड्यातून जन्माला येतात, हे मला माहीत नव्हतं.'' नवल वाटून चार्ल्स म्हणाला.

अगदी सहजगत्या गॉडियरनं सांगितलं, ''सगळ्यांचा जन्म अंड्यातून होत नाही. जे काल-प्रवास करू शकतात, फक्त तेच एकशिंगी घोडे अंड्यातून जन्म घेतात.'' त्यानं चंद्रप्रकाशाचे मोठे घुटके घेतले, आणि चार्ल्सला विचारलं, ''तुला तहान लागली नाहीये का?''

तहानेनं चार्ल्सचे ओठ कोरडे पडून भेगाळले होते, घसा सुकला होता. त्यानं आशाळभूतासारखं चंद्रप्रकाशाकडे पाहिलं, आणि बिचकतच तोंड उघडलं. त्याला ओठांवर छान थंडगार स्पर्श जाणवला, त्याला बरंही वाटलं, पण जेव्हा त्यानं ते गिळून टाकायचा प्रयत्न केला, तेव्हा मात्र त्याला ठसका लागला.

''अरेच्या...मी विसरलोच होतो,'' गॉडियर म्हणाला, ''तू एक मानव आहेस, नाही का. घरी आल्याच्या आनंदात माझ्या ते लक्षातच आलं नाही.'' दुडक्या चालीनं तो त्या टेकडीच्या पायथ्याशी गेला, आणि एक निळसर हिरव्या रंगाचा बर्फाचा लांबसडक तुकडा, आपल्या तोंडात पकडून घेऊन आला. ''अगदी हळूहळू चोखून खा. आधी जरासं झणझणेल कदाचित, पण त्यात औषधी गुणधर्म आहे. तुला बरं वाटेल.''

चार्ल्सच्या तहानलेल्या तोंडातून ते बर्फाळ पाण्याचे थेंब घशात गेले, आणि घशाची आग थांबली. शिवाय त्याच्या थंड शरीराला ऊबही मिळाली. तो अगदी लक्षपूर्वक ती बर्फाची कांडी चोखत राहिला. बर्फ संपल्यावर आभार मानण्यासाठी त्यानं गॉडियरकडे नजर टाकली.

गॉडियर मात्र मस्तपैकी बर्फात लोळत होता. हवेत तंगड्या वर करून, आनंदानं गुणगुणत लोळत होता. जरा वेळानं तो उभा राहिला आणि त्यानं अंग झटकून चिकटलेला बर्फ चहुबाजूंना उडवला. त्याच्या अंगावरचे लाल वळ गायब झाले होते, कातडी पहिल्यासारखी छान तुकतुकीत आणि चमकदार झाली होती. चार्ल्सच्या जखमांवर नजर फिरवत तो म्हणाला, ''तूसुद्धा माझ्यासारखा बर्फात लोळ.''

चार्ल्सनं स्वत:ला बर्फात झोकून दिलं, या बर्फाचा स्पर्श फारच छान वाटत होता. प्रत्येक हिमकण विलग झालेला होता, आणि त्याच्या स्पर्शानं अंगावर

झिणझिण्या येत होत्या. छान थंडगार वाटत होतं, पण तरीही अंग गोठत नव्हतं. हाडं गोठवणारी थंडी नव्हती ती. दोरखंडामुळे झालेल्या जखमा तर बऱ्या होताना त्याला जाणवत होत्याच, आणि शिवाय त्याचे दुखरे स्नायूदेखील अगदी आतपर्यंत बरे होत होते. खूश होऊन तो तसाच हसत लोळत राहिला. एका क्षणी, आपण आता पूर्णपणे बरे झालो आहोत, असं त्याला जाणवलं. तो उडी मारून उभा राहत म्हणाला, ‘‘ए गॉडियर, बाकीचे सगळे कुठे आहेत? म्हणजे बाकीचे एकशिंगी घोडे?’’

‘‘अरे, फक्त काल-प्रवास करू शकणारेच इथे येतात, आणि तो लहानसा चंद्र आहे नं, तो जसा फिरत जातो, त्यानुसार ते त्यांची इतर कामं करतात. तो लहान चंद्र अंड्यांना ऊब देतो. मी तुला इथे या वेळी आणलं, कारण आपल्याला इतर कोणी पाहू नये, असं मला वाटलं.’’

‘‘का? इतर सगळे भेटले असते, तर काय झालं असतं?’’

‘‘इतरांनी तुला पाहिलं असतं, तर त्यांना या अंड्यांच्या सुरक्षेबद्दल भीती वाटली असती.’’

चार्ल्स वॉलेसचं डोकं जेमतेम गॉडियरच्या बुडाशी पोहोचत होतं. तो म्हणाला, ‘‘अरे पण, तुझ्यासारख्या अवाढव्य प्राण्यांना माझी भीती का वाटावी?’’

‘‘आकार महत्त्वाचा नसतोच रे. छोटेछोटे, अगदी सूक्ष्म असे विषाणूदेखील प्राणघातक असतातच की.’’

‘‘पण मग तू त्यांना सांगू शकणार नाहीस का, की मी म्हणजे विषाणू नाहीये, आणि प्राणघातक तर मुळीच नाहीये, असं?’’

दीर्घ श्वास सोडून गॉडियर म्हणाला, ‘‘त्यांच्यापैकी काहींना, मानवजात अतिशय प्राणघातक वाटते.’’

चार्ल्सनंदेखील नि:श्वास सोडला, आणि काहीच उत्तर दिलं नाही.

त्याच्या खांद्यावर नाकानं थोपटत गॉडियर म्हणाला, ‘‘हा असा विचार करणं मूर्खपणाचं आहे, ही गोष्ट, आमच्यापैकी जे अनेक आकाशगंगांमधून फिरलेले आहेत, त्यांना माहितीये. दुसऱ्यांना दोष देणं नेहमीच सोपं असतं. तुझ्यासोबत राहिल्यामुळे मर्त्य जीवांबद्दलचे माझेही गैरसमज दूर झालेत. बरं, तू तयार आहेस का? आपण जाऊया का?’’

चार्ल्सनं त्याच्या पुढ्यात हात पसरून विचारलं, ‘‘ए...मला एखादं अंडं फुटून त्यातून पिल्लू बाहेर येताना पाहायचं आहे रे, शक्य होईल का ते?’’

‘‘अरे, पण अजून ती अंडी तयार झाली नाहीयेत. निदान तृतीयेचा चंद्र उगवेपर्यंत तरी तयार नसतील. पण, थांब हं...’’ गॉडियर त्या ढिगाजवळ गेला. प्रत्येक अंडं चार्ल्सएवढ्या आकाराचं होतं. तो आणखी जवळ गेला. तो ढीग

जणू आतून चमकत होता, भल्यामोठ्या मण्यासारखा. गॉडियरनं मान वाकवून त्या अंड्यांवर हळुवारपणे आपली आयाळ फिरवली. वरच्या दातांनी त्यानं एका अंड्यावर हळूच टकटक केली, आणि मग कान देऊन, लक्ष एकवटून ऐकू लागला. त्यानं आपले कान ताठ उभे केले होते, कानावरचे केसही उभे राहिले होते, आणि थरथरत होते. क्षणभरानं तो दुसऱ्या अंड्याकडे गेला आणि तपासून पाहिलं. त्यानं शांतपणे, संयमानं अशा अनेक अंड्यांची तपासणी केली. मग एका अंड्यावर तीनदा टकटक केल्यावर मात्र तो एकदम मागे सरला, आणि त्यानं चार्ल्सकडे बघून मान डोलावली.

हे अंडं इतर अंड्यांपासून घरंगळत किंचितसं दूर गेलं होतं. ते जरासं थरथरलं, आणि पुन्हा घरंगळत आणखी दूर गेलं. त्या अंड्याच्या कवचाच्या आतून टकटक ऐकू आली. ते अंडं चमकायलाही लागलं. आतून होणाऱ्या टकटकीचा वेग वाढला, आणि ते अंडं डोळे दिपवणाऱ्या तेजानं चमकू लागलं. काडकन कवच फुटल्याचा आवाज आला आणि अत्यंत तेजस्वी प्रकाश लखलखला... अंड्यातून शिंग बाहेर आलं होतं. त्या शिंगामागोमाग एक डोकं बाहेर आलं. त्याच्या मानेवर अन् कपाळावर आयाळीचे केस चिकटले होते. चंदेरी पापण्या असलेले काळेभोर डोळे हळूच उघडले, आणि त्या एकशिंगी घोड्याच्या पिल्लानं आजूबाजूला नजर फिरवली. त्याच्या डोळ्यांवरून चंद्रप्रकाश परावर्तित होत होता. या नव्या जगाकडे ते डोळे कुतूहलानं बघत होते. मग त्यानं चुळबुळ करत उरलेलं कवच तोडून टाकलं. ते कवच फुटून, त्याचे तुकडे बर्फाळ जमिनीवर पडताक्षणी, ते आणखी फुटून त्या तुकड्यांचं हिमकणांमध्ये रूपांतर झालं, आणि ते कवच बर्फात एकजीव झालं.

ते पिल्लू उभं राहण्याची धडपड करायला लागलं. त्याचे पाय अजूनही लटपटत होते. तोल सावरता येईतो ते नाजूक हलक्या आवाजात खिंकाळत राहिलं. साधारण चार्ल्सएवढंच उंच होतं ते पिल्लू. आधी त्यानं आपल्या पुढच्या पायांचे खूर एकेक करत आपटून पाहिले, मग मागच्या पायांनी लाथा झाडून पाहिल्या. चार्ल्स हे सगळं भान हरपून आनंदानं बघत होता. दोन दोन चंद्रांच्या प्रकाशात ते पिल्लू नाचायला लागलं.

मग त्या पिल्लाचं गॉडियरकडे लक्ष गेलं. ते दौडतच गॉडियरजवळ आलं. त्या पिल्लानं आपलं शिंग जरासं झुकवलं असत, तर ते गॉडियरच्या पोटाखालीच गेलं असतं.

गॉडियरनं त्या पिल्लाचं शिंगाखालचं डोकं नाकानं कुरवाळलं. आनंदानं ते पिल्लू पुन्हा उड्या मारत बागडायला लागलं. गॉडियरही त्याच्याबरोबर नाचायला लागला, त्या पिल्लाला अधिक अवघड प्रकारचं नृत्य शिकवू लागला. ते पिल्लू

नाचून दमल्यावर गॉडियरनं नाचाची लय धीमी केली, आणि आकाशातल्या चंद्रकोरीकडे बघत मान उंचावली. त्यानं आपले ओठ मागे ओढून तोंड उघडलं आणि तो चंद्रप्रकाश पिऊ लागला.

छोटं पिल्लू नाचताना गॉडियरचं अनुकरण करत होतं, आत्ताही त्यानं तेच केलं. त्यानं चंद्रप्रकाश पिण्याचा प्रयत्न केला. चंद्राचे किरण त्याच्या अननुभवी ओठांपर्यंत पोहोचायचे, आणि काचेगत खळकन फुटून बर्फात पडायचे. गॉडियरकडे बघत त्यानं पुन्हा पुन्हा प्रयत्न केला, शेवटी जमलं त्याला. मग मात्र ते तहानलेलं पिल्लू सराईतपणे चंद्रप्रकाश पिऊ लागलं.

गॉडियरनं आता आपलं तोंड त्या बऱ्यापैकी गोलाकार चंद्राकडे वळवलं, आणि त्या पिल्लाला पुन्हा एकदा चंद्रप्रकाश प्यायला शिकवलं. पोट भरत आल्यानं, त्या पिल्लाच्या कमरेचा भाग थरथरायला लागल्यावर, गॉडियरनं आपलं तोंड सगळ्यात जवळच्या ताऱ्याकडे वळवलं, आणि ताऱ्याचा प्रकाश पिऊन जेवण संपवायला पिल्लाला शिकवलं. पिल्लू तो प्रकाश पिऊन तृप्त झालं आणि त्यानं आपले छोटेसे हिऱ्यासारखे दात मिटून तोंड बंद केलं. पोट गच्च भरलेलं पिल्लू मग गॉडियरच्या अंगावर रेलून उभं राहिलं.

आणि मग त्याला चार्ल्स वॉलेस दिसला. त्यानं दचकून चारी पायांवर उडी मारली, घाबरून किंचाळलं, आणि आपली चंदेरी शेपूट हलवत वेगानं दौडतदौडत पळून गेलं.

ते पिल्लू क्षितिजापार पळून जाताना चार्ल्स त्याच्याकडे बघतच राहिला. तो म्हणाला, ''माझ्यामुळे घाबरलं ते पिल्लू, माफ कर हं. ते ठीक असेल नं?''

मान डोलवत गॉडियरनं त्याला दिलासा दिला, ''हो अरे, ते आईच्या दिशेनं पळत गेलंय. सगळ्या आया आहेत तिथे. त्या समजावतील त्याला, की तू म्हणजे, पिल्लाला कवच फोडून बाहेर येताना पडलेलं फक्त एक स्वप्न होतास, असं. मग ते पिल्लू तुला विसरून जाईल.'' असं बोलून गॉडियर खाली वाकला.

अतिशय अनिच्छेनं चार्ल्स त्याच्या भव्य मानेवर चढून बसला. त्याची आयाळ मुठीत पकडून त्यानं त्या शांत आणि अज्ञात आसमंतावर नजर फिरवली. ''मला इथून जायचं नाहीये.'' तो म्हणाला.

''तुम्ही माणसं म्हणजे पण नं...तुम्हाला सगळ्या चांगल्या गोष्टी कायम तशाच टिकायला हव्या असतात. अरे, त्या तशा राहत नाहीत. काळाच्या ओघात तर मुळीच टिकत नाहीत. बरं, आता काय करायचं, कुठे जायचं, याबद्दल तू मला काही सूचना देणार आहेस का?''

''नाही रे बाबा. आता तर मला काही सुचवायचंदेखील नाहीये.''

''बरं. मग आपण वारा ठरवेल त्या काळात, आणि त्या ठिकाणी जाऊया

का?''

घाबरून चार्ल्सनं विचारलं, ''अरे, पण त्या इक्थ्रॉयचं काय?''

''आपण माझ्या घरच्या ठिकाणाहून प्रवास करणार आहोत. त्यामुळे इथला वारा शांत असेल, आपण इथे आलो तेव्हा होता नं, तसाच. त्यानंतर मग बघूया. आपण खोल समुद्रात अडकलो होतो, तेव्हा आपण समुद्रातून बाहेर पडू शकू, असं मला मुळीच वाटलं नव्हतं. घाबरू नकोस, आपण धीरानं घेण्याचा प्रयत्न करू. वारा आपल्याला शक्य तेवढी मदत करेलच.'' पंख पूर्ण पसरून तो झेपावला, आणि त्या दोन चंद्रांच्या मधून गॉडियर उडत गेला...त्या अंडी उबवण्याच्या जागेपासून दूर...

•••

अतिशय आनंदानं मेगनं सुस्कारा टाकला.

''आनंदी...आनंदी...अगं, हे अगदी सगळ्यात सुंदर कायथ होतं गं! चार्ल्स तिथेच राहू शकला असता तर किती छान झालं असतं...तिथे सुरक्षित राहिला असता गं तो...''

आनंदी हलकेच किरकिरली.

''हो गं, मलाही कळतंय. त्यानं जायलाच हवं, पण ते इक्थ्रॉय त्याच्या मागे लागलेत नं... मला इतकं अगतिक झाल्यासारखं वाटतंय नं...''

आनंदीनं मेगकडे पाहिलं. तिच्या डोळ्यांवरचे केसांचे पुंजके भुवया उंचावल्यासारखे वर झाले...

मेग तिच्या कानांच्या मधली जागा कुरवाळत म्हणाली, ''तो जेव्हा त्या हिमयुगाच्या काळातल्या समुद्रात बुडत होता, तेव्हा आपण तो मंत्र त्याच्यापर्यंत पोहोचवला, आणि वाराही आपल्या मदतीला आला.'' तिला खूप चिंता वाटत होती. तिनं आनंदीच्या अंगावर हात ठेवला आणि डोळे मिटून लक्ष केंद्रित केलं.

तिला त्यांचा नेहमीचा तारे पाहायचा खडक आणि दोन मुलं दिसली. एक मुलगी, आणि एक मुलगा. साधारण तेरा आणि अकरा वर्षांची असतील, त्यातली मुलगी वयानं मोठी होती. मुलगा तर अगदी ब्रॅन्डन स्होकायसारखा दिसत होता... निळी जीन्स आणि टीशर्ट घातलेल्या ब्रॅन्डनचा आधुनिक अवतारच जणू...म्हणजे हे वर्ष नक्कीच १८६५ नव्हतं.

चार्ल्स वॉलेस त्या मुलाच्या शरीरात गेला होता, मात्र त्या मुलाचं नाव ब्रॅन्डन नव्हतं.

चक.

सौ. ओ'कीफनं चार्ल्सला 'चक' या नावानं हाक मारली होती.

सौ. ओ'कीफ ओळखत असलेल्या कुणातरी व्यक्तीचं नाव चक होतं, आणि तो मूर्ख नाहीये, असंही त्या म्हणाल्या होत्या.

त्याच्यासोबत ती मुलगी होती, आणि दुसरंही कुणीतरी होतं तिथे...ती एक वयस्कर बाई होती. चक मॅडॉक्स, त्याची बहीण बीझी आणि त्यांची आजी. ते तिघे हसत होते आणि हसता हसता डँडेलायन क्लॉकवर फुंकर घालून, किती फुंकरी मारल्यानंतर, शेवरीच्या कापसासारखे पांढरेशुभ्र तंतू असलेल्या बिया हिरव्यागार देठापासून अलग होतात, ते मोजत होते.

बीझी मॅडॉक्सचे केस सोनेरी होते, तिचे डोळे चमकदार निळ्या रंगाचे होते. एक छान हसरी मुलगी होती ती. चक जरा शांत होता. त्याचे केस फिक्कट तपकिरी होते, आणि डोळे निळसर-राखाडी रंगाचे होते. तो बऱ्याच वेळा खळखळून हसण्याऐवजी नुसतं स्मितहास्य करायचा. तो इतका ब्रॅन्डनसारखा होता की, तो नक्की ब्रॅन्डनचाच वंशज असणार, याची मेगला खात्री पटली.

"आनंदी, मला त्याच्याबद्दल एवढी काळजी का वाटतेय गं?" मेगनं प्रश्न केला.

•••

"ए चल, आपण डँडेलायन क्लॉक्सवर फुंकर घालूया." बीझीनं सुचवलं होतं.

"नाही हं, इथे दुकानाच्या आसपास नाही. डँडेलायनच्या बिया तशाही इथे अंगणात वाऱ्यावर उडत येतच असतात, त्यात तुम्ही आणखी भर टाकू नका." त्यांच्या बाबांनी बजावलं होतं.

म्हणूनच मग रविवारी दुपारी चक, बीझी आणि आजी झरा ओलांडून त्या सपाट खडकापाशी आले होते. दूरवर हायवे होता. त्यावरून जाणाऱ्या ट्रकचे आवाज ऐकू येत असत, पण ते ट्रक दिसत नसत. अधूनमधून एखादं विमान आकाशातून उडत जाई. एरवी मात्र तिथे मानवी वस्तीच्या कुठल्याही खुणा नव्हत्या. हीच गोष्ट चकला अत्यंत आवडायची आणि झरा ओलांडून, रानातून खडकापाशी येण्यासाठी तो नेहमीच तयार असायचा.

बीझीनं त्याच्या हातात एक डँडेलायन देऊन म्हटलं, "तू याच्यावर फुंकर मार."

चकला त्या तंतुमय बियांचा वास फारसा आवडत नसे; खूप उग्र वाटायचा त्याला तो वास. त्यामुळे त्यानं नाक मुरडून तोंड वाकडं केलं.

"मला तर हा वास एवढा काही वाईट वाटत नाही. त्याचं देठ चुरडल्यावर गवतासारखा वास येतो, इतकंच." बीझी म्हणाली.

आजीनं तो शुभ्र कापसासारखा बियांचा गोळा नाकाशी नेला. ती म्हणाली,

"वय जास्त झाल्यावर, कशाचेही पूर्वीसारखे वास येत नाहीत." तिनं त्यावर फुंकर मारली आणि सगळ्या शेवरीच्या कापसासारख्या दिसणाऱ्या बिया वाऱ्यावर चहूकडे उधळल्या.

चकला आणि त्याच्या बहिणीला सगळ्या बिया उडवण्यासाठी अनेक वेळा फुंकर मारावी लागत होती. सगळ्या बिया उडून जाण्यासाठी जितक्या वेळा फुंकर मारावी लागेल, तेवढे वाजले आहेत असं सगळी मुलं समजायची. तो सगळ्या मुलांचा खेळ होता. झरा ओलांडून, दोन्ही बाजूंना फर्नची झुडपं असलेल्या पायवाटेवरून चालत येताना आजीला दम लागला होता. आपला एक हात छातीवर दाबून धरून ती कशीबशी चालत आली होती. तिनं अगदी हळुवार फुंकर मारली आणि सगळ्या बिया हवेत उधळून हळूहळू तरंगत जमिनीवर आल्या.

चक आणि बीझीनं एकमेकांकडे पाहिलं.

"आजी, मी आणि बीझी किती जोरात फुंकर मारतो, तरीही सगळ्या बिया उडत नाहीत. आणि तू अगदी हळूच, कुजबुजल्यासारखी फुंकर मारली तरीसुद्धा सगळ्या बिया उधळल्या जातात."

"कदाचित तुम्ही फार जोरात फुंकर मारत असाल, आणि तुम्हाला जर वेळ समजायला हवी असेल नं, तर तुम्ही मिळणाऱ्या उत्तराची भीती बाळगू नका."

चक आजीच्या हातात उरलेल्या हिरव्या देठाकडे नजर टाकत म्हणाला, "मला चार वेळा फुंकर मारावी लागली, पण अजून चार वाजले नाहीयेत. आजी, तुझ्या डँडेलायननं काय वेळ सांगितली?"

वसंत ऋतू होता. सूर्य जरा वेळ एका लहानशा ढगाआड गेला. आजी म्हणाली, "मला तर निघून गेलेल्या वेळेबद्दल सांगतो माझा डँडेलायन, या दरीच्या जागी एक मोठा तलाव होता, त्या वेळेबद्दल. तुझे बाबा सांगतात नं. या जमिनीवर वेगळेच लोक राहायचे. अरेच्या...आत्ता आठवलं मला... आपण ट्यूलिपची झाडं हवीत म्हणून त्याचे कंद जमिनीत पेरणार होतो. तेव्हा जमीन खणताना तुला बाणाचं वरचं टोक सापडलं होतं, आठवतंय का?" तिनं हुशारीनं विषय बदलला.

"हो...मला आणि बीझीला बाणाची तशी खूप टोकं सापडली होती. मी तर एक टोक नेहमीच माझ्याजवळ बाळगतो. ते चाकूपेक्षाही चांगलं आहे." त्यानं जीन्सच्या खिशातून एक चपटा त्रिकोण बाहेर काढला.

बीझीनंदेखील जीन्स घातली होती. तिची जीन्स गुडघ्यांवर विसविशीत झाली होती. तिनं निळ्या पांढऱ्या चौकडीचा शर्ट घातला होता. आजकाल तिच्या छातीवर तो शर्ट किंचित ताणला जाऊ लागला होता. तिनंही खिशात हात घालून एक जुना चाकू आणि एक वाकडा झालेला चमचा बाहेर काढला. तिनं विचारलं,

"आजी, हे असं डँडेलायन क्लॉक्सवर फुंकर घालून वेळ पाहणं...ही नुसतीच अंधश्रद्धा आहे... हो ना गं?"

"अर्थातच. अगं, दुसरं काय असणार? वेळ बघण्याचे इतर जास्त चांगले पर्याय आहेत की. सूर्य मावळण्याची वेळ, झाडांच्या बदलत जाणाऱ्या सावल्या यावरून वेळ कळतेच आपल्याला. माझ्या मते आत्ता दुपारचे जवळजवळ तीन वाजले आहेत, आणि आता घरी जाऊन चहा पिण्याची वेळ झालीय."

बीझी त्या उबदार खडकाच्या कडेला पहुडली होती, याच खडकाचा तुकडा तासून बाणाचं टोक बनवलं जायचं, तोच हा खडक. ती म्हणाली, "आज रविवार आहे, म्हणजे आईबाबादेखील आज आपल्याबरोबर चहा प्यायला घरी असतील. दुकानही आज बंद असतं, तिथे आता पॅन्सीशिवाय दुसरं कुणीही नसेल. आजी...मला तर वाटतंय की, तिला आता पुन्हा पिल्लं होणार आहेत."

"अगं, मग त्यात एवढं आश्चर्य वाटण्यासारखं काय आहे? तिला उंदीर पळवून लावण्याशिवाय आणखी दुसरा काय उद्योग आहे?"

चहाची आठवण करून दिल्यानंतरही चक आजीच्या मांडीवर डोकं टेकून आडवा झालेला होता. आजी त्याच्या केसांतून हात फिरवत होती. वसंतातले सौम्य वारे वाहत होते. झाडांची पानं एकमेकांशी कुजबुजत होती. दूरवर एक फीबी पक्षी आर्तपणे शीळ घालत होता. दूरच्या हायवेवरून ट्रक रोरावत गेला, आणि त्या शांत वातावरणाला धक्का बसला.

आजी हायवेच्या दिशेनं बोट दाखवत म्हणाली, "आपण आपलं गाव सोडून झरा ओलांडून इथे येतो नं, ते म्हणजे जणू काळ ओलांडल्यासारखंच असतं. आणि मग हा असा वर्तमानाचा आवाज येतो...या ट्रकसारखा...आणि तो आवाज आपल्याला आठवण करून देतो."

"कसली आठवण गं आजी?" बीझीनं विचारलं.

दूरवर शून्यात बघत आजी म्हणाली, "हे ट्रकचं जग मला काळाच्या दुसऱ्या बाजूच्या जगाएवढं खरं वाटत नाही."

"कुठली बाजू?" चकनं विचारलं.

"कुठलीही, पण आत्ता तरी मला भविष्यकाळापेक्षा भूतकाळाबद्दल जास्त माहिती आहे."

बीझीचे डोळे चमकले. तिनं विचारलं, "म्हणजे, तू आम्हाला ज्या गोष्टी सांगतेस, तसं?"

आजीनं मान डोलावली. तिची नजर अजूनही शून्यात लागलेली होती.

"ए आजी, त्यातली एक गोष्ट सांग ना गं. ती ब्रॅन्वेन राणीची गोष्ट सांग. तो आयरिश राजा तिला ब्रिटनहून कसा घेऊन गेला...ती गोष्ट सांग."

आजीनं मुलांकडे पाहिलं. ती म्हणाली, ''माझा जन्म आयर्लंडमध्ये झालेला असेलही, पण आपण ब्रिटनच्या ब्रॅन्वेनचे वंशज आहोत, हे आपण कधीही विसरलेलो नाहीये.''

''आणि मला तिचंच नाव ठेवलंय.''

''हो गं, माझी चिमुकली बीझी ती ...आणि तुला माझंही नाव ठेवलंय. माझं नावही ब्रॅन्वेनच आहे.''

''आणि झिला हे नाव गं? माझं पूर्ण नाव ब्रॅन्वेन झिला मॅडॉक्स आहे.'' खरं तर चक आणि बीझीला ही सगळी गोष्ट अगदी तोंडपाठ झाली होती, पण आजीकडून ती पुन्हापुन्हा ऐकायला त्यांना मजा वाटायची.

नवल वाटून मेगनं डोळे उघडले.

ब्रॅन्वेन झिला मॅडॉक्स. ब. झ. मॅडॉक्स.

सौ. ओ'कीफ.

ती सोनेरी केसांची मुलगी म्हणजे सौ. ओ'कीफ होत्या.

आणि चक त्यांचा भाऊ होता.

•••

आजी मुलांना सांगत होती, ''झिला हे नाव, तुमच्या मॅडॉक्स या पूर्वजांकडून आलेलं आहे. या नावाचादेखील अभिमान आहे आपल्याला. ती एक इंडियन राजकुमारी होती. तुमचे बाबा सांगतातच नं. तिची जमात अगदी इथेच, याच जागी राहत असे. आता त्यांच्यापैकी कोणीही नाहीये.''

''पण आजी, तुला ब्रॅन्वेनची जेवढी माहिती आहे, तेवढी झिलाची मात्र नाहीये.''

''मला एवढंच माहितीये की ती इंडियन होती, आणि अतिशय सुंदर होती. तुमच्या बाबांच्या कुटुंबात खूप जास्त पुरुष आहेत, आणि आजकाल बायकांकडून या कथा पिढी दर पिढी सांगितल्या जातात. ब्रॅन्वेनच्या काळात मात्र भाट असायचे. ते पोवाडे रचून त्याद्वारे या कथा सांगायचे.''

''भाट म्हणजे काय?''

''ते ऐतिहासिक कथांवर गाणी रचून ती सादर करायचे. त्यांना राष्ट्रकवी म्हणता येईल. माझे आजी आणि आजोबा, दोघांनीही मला ब्रॅन्वेनची गोष्ट सांगितली होती, पण आजीनंच जास्त सांगितलंय मला तिच्याबद्दल. पुन्हापुन्हा सांगायची ती. माझ्या आजीला तिच्या आजीनं सांगितलं होतं, पिढ्यान्‌पिढ्या ही गोष्ट अशीच सांगितली गेली होती. या कथाकथनाचा उगम कधी झाला, कुणी केला,

ते मात्र आता कोणालाच आठवत नाही. बरं का मुलांनो, ब्रिटन आणि आयर्लंड यांच्यात अगदी खूप खूप पूर्वीपासूनच अनेक गैरसमज होते. चांगलंच वैर होतं दोन्ही देशांत. कोणे एके काळी, अगदी खूप खूप वर्षांपूर्वी, आयरिश राजानं या इंग्लिश राजकन्येला लग्नाची मागणी घातली. तिनंही होकार दिला. सगळ्यांनाच वाटलं की या लग्नामुळे, निदान आता तरी या दोन्ही छानशा हिरव्यागार देशांमध्ये समेट होऊन शांतता नांदेल. त्यांचं लग्न लागल्यानंतरही अनेक पौर्णिमांपर्यंत मेजवान्या झडत होत्या. मग तो आयरिश राजा आपल्या बायकोला घेऊन जहाजातून आयर्लंडकडे रवाना झाला.

"पण ब्रॅन्वेनला तिच्या घरची आठवण आली असेल ना गं?" बीझीनं विचारलं.

"हो तर, अगं अर्थातच, घरच्या आठवणीनं व्याकूळ झाली असेल बिचारी. पण ती राजकन्या होती ना, आणि आता राणी बनली होती. राणीचं वागणं, बोलणं कसं असायला हवं, हे सगळ्या राण्यांना माहीत असायचं गं... निदान त्या काळी तरी."

"आणि तो राजा? ए कसा होता गं तो?"

"राजा नं? अगदी देखणा होता हो... माझ्या गोडुल्या पॅटसारखा, पॅटला त्या महान संताचं नाव ठेवलं होतं. त्या राजाचे केस काळेभोर होते आणि डोळे निळसर होते. खरं तर त्या राजानं ब्रॅन्वेनच्या देशावर, तिच्या भाऊबंदांवर सूड उगवण्यासाठी तिच्याशी लग्न केलं होतं, पण ही गोष्ट बिचाऱ्या ब्रॅन्वेनला कळलीच नाही. एक दिवस काय झालं...राजानं कसलातरी मूर्ख आरोप केला तिच्यावर...काय तर म्हणे, ती भोजनगृहात बसून त्याच्या एका सरदाराकडे एकटक बघत राहिली. मग काय...तिला शिक्षा देण्यासाठी..."

"शिक्षा? कशाबद्दल?" चकनं विचारलं.

"हो, खरंच कशाबद्दल? मत्सरानं, सूडानं पेटला होता तो, काहीतरी काल्पनिक बनाव, दुसरं काय? हं...तर तिला शिक्षा करण्यासाठी त्यानं तिला महालातून हाकलून दिलं, आणि डुकरांची देखभाल करायचं काम दिलं. तेव्हा तिला कळलं की, त्यानं तिच्यावर कधीच प्रेम केलं नव्हतं. दुःखानं, संतापानं ती होरपळू लागली. आपल्या इंग्लंडमध्ये असलेल्या भावाला बोलवावं, असं तिला वाटलं. मग तिनं त्या मंत्राचा वापर केला बरं का! तिनं तो मंत्र पॅट्रिकला दिला, की त्यांच्या रक्षक-देवदूतानं तो त्या दोघांना दिला, कोण जाणे. तिनं त्या मंत्रानुसार आवाहन केलं, अखिल स्वर्गाला, त्याच्या शक्तीसह...

आजीसोबत दोन्ही मुलं तो मंत्र म्हणू लागली,

"आणि सूर्य, त्याच्या देदीप्यमान तेजासह,
आणि बर्फ, त्याच्या आरसपानी शुभ्रतेसह,
आणि अग्नी, त्याच्या सर्वंकष प्रखर ताकदीसह
आणि विजेचा लोळ, त्याच्या शीघ्र क्रोधासह
आणि वाहते, मार्गस्थ वारे, त्यांच्या झंझावाती वेगासह
आणि समुद्र, त्याच्या अथांग खोलीसह,
आणि खडक, त्यांच्या उत्तुंग चढ-उतारांसह,
आणि पृथ्वी, तिच्या परिपूर्ण कणखरतेसह,
प्रभूच्या असीम कृपेने आणि मदतीने,
हे सगळं, अगदी सगळं मी उभारते
माझ्या आणि दुष्ट काळोख्या शक्तींच्या मध्ये!"

मग आजी पुढची गोष्ट सांगू लागली, "मग तिच्या केसांवर सूर्यप्रकाश चमकायला लागला, तिला ऊब देऊ लागला. अगदी सौम्य हिमवर्षाव होऊन तो डुकरं बांधायचा गोठा स्वच्छ झाला. त्या राजाच्या लाकडी महालातल्या शेकोटीमध्ये आग भडकली. त्या महालावर कडाडून वीज पडली आणि आग आणखीनच भडकली. त्या धगधगत्या आगीत सगळं जळून खाक झालं. ब्रिटनकडून वारे वाहू लागले, तिच्या भावाच्या जहाजाची शिडं वारा भरून फुगली, आणि जहाज वेगानं समुद्र ओलांडून, उत्तुंग चढ-उतार असलेल्या खडकाळ आणि कणखर जमिनीच्या किनाऱ्यावर आलं. ब्रॅनचे लोक ते उंच खडक चढून आले, आणि त्यांनी त्यांच्या लाडक्या ब्रॅन्वेनची सुटका केली."

"आजी, ही गोष्ट खरी आहे का गं? अगदी खरं सांग हं." बीझी म्हणाली.

"अगं...ज्यांना मनापासून ऐकायची आहे, आणि ज्यांच्या मनात विश्वास, श्रद्धा आहे, त्यांच्यासाठी ही गोष्ट खरीच आहे."

"चकच्या मनात आहे विश्वास आणि श्रद्धा." बीझी म्हणाली.

आजी त्याच्या गुडघ्यावर थोपटत म्हणाली, "एक दिवस तू लेखक बनशील. तुझ्या बाबांना बनायचं होतं नं, अगदी तसाच. तुझ्या बाबांना लेखक बनायचं होतं, दुकानदार नव्हे. दुकान चालवण्यासाठी योग्य नाहीयेत ते."

"पण मला आपलं दुकान खूप आवडतं." बीझी आजीचं म्हणणं खोडून काढत पुढे म्हणाली, "तिथे दालचिनीचा, ताज्या पावाचा आणि सफरचंदाचा मस्त वास येतो."

"ए...मला भूक लागली." चक एकदम म्हणाला.

"मग, मी तुम्हाला गोष्ट सांगायच्या आधी हेच तर सांगत होते नं...की आता

घरी जाऊन चहा प्यायची वेळ झालीय, असं? पण आता मला तुम्ही दोघं हात धरून उठवा बरं.''

चक आणि बीझी कपडे झटकत उभे राहिले. त्यांनी हात धरून आजीला उठून उभं राहायला मदत केली. बीझी म्हणाली, ''आपण जाताजाता आई-बाबांसाठी फुलांचे गुच्छ बनवून घेऊन जाऊया.''

खडकाळ जमिनीवरच्या त्या अरुंद पायवाटेवरून चालणं तितकंसं सोपं नव्हतं, शिवाय जागोजागी गवताचे ढीगही होते. चकनं आजीला मेपल वृक्षाच्या एका फांदीची काठी बनवून दिली होती. त्याचा आधार घेत आजी चालत होती. चक सगळ्यात पुढे तरातरा चालत होता. थोडं पुढे जाऊन, मागून येणाऱ्या बीझी आणि आजीसाठी तो थांबून राहायचा. बीझीच्या हातातला रानफुलांचा गुच्छ आकारानं वाढतच चालला होता. आजीला दम लागला की, थांबून आजीला बरं वाटेपर्यंत ती एकीकडे फुलं गोळा करत होती. अचानक ती ओरडली, ''ए चक, ते बघ रे! आजी बघ गं! आणखी तीन जॅक-इन-द पुलपिट झाडं!.''

चक त्याच्या बाणाच्या वरच्या टोकानं नारिंगी फळं येणाऱ्या बिटरस्वीट या वेलीची एक दांडी कापत होता. ती वेल एका फर वृक्षाच्या आधाराने वर चढत होती. त्या वेलीनं फर वृक्षाभोवती अगदी घट्ट वेढे घातले होते...जणू एखाद्या बोआ कन्स्ट्रिक्टरच्या वेढ्यासारखे. तो म्हणाला, ''आई वर्षभरापासून आपल्याला बिटरस्वीट वेल शोधायला सांगत होती. ही बघ, केवढी वाढलीय, आणि त्या फर वृक्षावर चढतेय. तिला कापून टाकलं नाही नं, तर हा फर वृक्ष तिच्यामुळे मरेल. तुम्ही दोघी पुढे जा, मी हे एवढं आटोपून येतोच.''

''तुला माझा चाकू हवाय?'' बीझीनं विचारलं.

''नको, हे बाणाचं टोक चांगलं धारदार आहे.''

त्या दोघी हळूहळू पुढे गेल्या. चक क्षणभर त्यांच्याकडे पाहत राहिला. दीर्घ श्वास घेत त्यानं ती सुगंधी हवा नाकात भरून घेतली. सफरचंदाच्या झाडांवर हिरवी पानं शिल्लक असली तरी त्याची गुलाबी, पांढरी फुलं जमिनीवर विखुरलेली होती. लायलॅक फुलांचा सुवास मॉक ऑरेंज फुलांच्या वासामध्ये मिसळला होता. 'जरी ट्रकचे आवाज ऐकू येत असले, किंवा उडणारं विमान दिसू शकत असलं, तरीही त्यांना असा सुगंध येत नाही.' त्याच्या मनात आलं.

चकला ट्रक आणि विमानं मुळीच आवडत नसत. ही वाहनं वाईट वासाचा धूर मागे सोडत जातात, आणि त्यामुळे उन्हाचा, पावसाचा, वाढणाऱ्या हिरव्या वनस्पतींचा सुवास लपून जातो, असं त्याला वाटायचं. चकचं नाक डोळ्यांपेक्षा जास्त तीक्ष्ण होतं. वासावरून तो सगळं ओळखायचा. न बघताही तो त्याच्या आई-बाबांना, बहिणीला, आजीला ओळखू शकायचा. अनोळखी लोकांच्या अंगाच्या

वासावरून तो त्यांच्याविषयी अगदी अचूक सांगू शकायचा.

एकदा दुकानात एक गिऱ्हाईक आलेलं होतं. तो माणूस दुकानाबाहेर पडल्यावर चकनं नाक मुरडलं. बाबा त्याला म्हणाले, "ए, उगीच काय रे? मला तर कसलाही वास येत नाहीये हं."

चक शांतपणे म्हणाला होता, "एखाद्या बेभरवशी माणसासारखा वास येतोय त्याला."

त्याचे बाबा नवलानं हसून म्हणाले, "अरे, खरंच बेभरवशी माणूस आहे तो. त्यानं माझ्याकडून, त्याच्या महागड्या कपड्यांसाठी, मला कल्पनाही येणार नाही एवढे जास्त पैसे उधार घेतले आहेत."

बिटरस्वीट वेलीची दांडी तोडल्यावर चक झाडाच्या खोडाला टेकून उभा राहिला. त्या झाडाला स्वत:चा असा वास होता. लांबवर त्याला आजी आणि बीझी चालत जाताना दिसत होत्या. त्याला आजीच्या अंगाला दूरच्या अंतराच्या, समुद्राचा वास यायचा. हा समुद्र इथून पन्नास किंवा त्यापेक्षा जास्त मैल लांब असेलही, पण त्याचा वास मात्र तिच्या अंगाला चिकटलेला आहे, असं चकला वाटायचं. त्यानं आजीला सांगितलं होतं, "तुला हिरव्यागार रंगाचा वास येतो." हे ऐकून आजी म्हणाली होती, "हो नं? अरे, मी दूरच्या हिरव्यागार देशातलीच आहे, आणि तो वास सदैव माझ्यासोबत राहील."

मग बीझीनं विचारलं होतं, "माझ्या अंगाला कुठल्या रंगाचा वास येतो रे?"

"सोनपिवळा. बटरकपच्या फुलांसारखा, आणि उन्हासारखा, फुलपाखराच्या पंखांसारखा."

हिरवा, आणि सोनेरी. चांगले सुगंध. घरालादेखील वास असतो. आज सकाळी त्याच्या आईला आकाशासारख्या निळ्या रंगाचा वास येत होता, आणि बाबांच्या अंगाला दिवाणखान्यात असलेल्या महोगनी लाकडाच्या उंच कपाटासारखा वास येत होता. शेकोटीतल्या ज्वालांचा फरफरता उजेड त्या पॉलिश केलेल्या कपाटावर चमकत होता. अगदी सुखद, सुरक्षित वाटणारे वास होते ते.

एकाएकी त्याला भुकेची जाणीव होऊन बिस्किटांचे, ताज्या भाजलेल्या पावाचे वास खुणावू लागले, आणि तो त्या दोघींच्या दिशेनं पळत सुटला.

त्यांचं कुटुंब दुकानाच्या वर असलेल्या एका लांबलचक घरात राहत होतं. पुढची खोली रस्त्याला लागून होती आणि त्या खोलीचा गोदामासारखा वापर केला जाई. त्या खोलीत सामानाची खोकी, लाकडी पिंपं असं सामान ठेवलेलं होतं. या खोलीमागे तीन बेडरूम्स होत्या: एक त्याच्या आई-बाबांची, एक त्याची अगदी छोटीशी, आणि एक मोठी. या मोठ्या खोलीत बीझी आणि आजी दोघी झोपत

असत. त्यामागे स्वयंपाकघर आणि एक लांबलचक, प्रशस्त खोली होती. या खोलीचा वापर जेवणघर आणि बैठकीची खोली म्हणून केला जाई.

शेकोटीमध्ये आगीच्या ज्वाळा धुमसत होत्या. वसंत ऋतूच्या संध्याकाळी गारठा पडायचा. सगळं कुटुंब एका मोठ्या गोल टेबलभोवती चहा पिण्यासाठी बसलं होतं. चहाबरोबर नुकताच भाजलेला गरमागरम पाव, ताजी बिस्किटं होती. टेबलवर दुधाचं मोठं भांडं ठेवलेलं होतं. चहाच्या मोठ्या किटलीवर, आजीनं तिच्याबरोबर आयर्लंडहून आणलेली टी-कोझी चढवली होती.

चक त्याच्या जागेवर येऊन बसला. आईनं त्याच्या कपात चहा ओतला, आणि विचारलं, ''आज पुन्हा आणखी दुसरं एक झाड वाचवलंस नं?''

''हो. अगं, खरं तर पुढच्या वेळी मी बाबांची मोठी कात्रीच न्यायला हवी.''

बीझीनं त्याच्या पुढे पाव आणि लोण्याची डिश सरकवली आणि म्हणाली, ''तुझं खाणं पटकन संपव हं, नाहीतर मी खाऊन टाकीन.''

त्या खोलीत चकच्या संवेदनशील नाकानं एक वेगळाच वास टिपला. हा वास त्याला पूर्णपणे अनोळखी, आणि घाबरवणारा होता. त्याच्या नाकपुड्या जराशा थरारल्या.

बाबा एक बिस्कीट घेत म्हणाले, ''अशा गोष्टींसाठीच, रविवारची ही अशी दुपार आठवड्यातून फक्त एकदाच न येता, जास्त वेळा असावी असं वाटतं.''

त्यांची पत्नी चिंतातुर नजरेनं बघत म्हणाली, ''तुम्ही आजकाल फार थकलेले वाटता.''

''अगं, ज्या दुकानदाराला व्यवसाय कसा करावा हे फारसं समजत नाही, असा दुकानदार थकलेला दिसणारच की.''

आजी टेबलाजवळच्या खुर्चीतून उठली आणि तिच्या झुलत्या आरामखुर्चीत बसत म्हणाली, ''मेहनतीचं काम सोपं नसतं. तुम्हाला एखाद्या मदतनीसाची, किंवा नोकराची गरज आहे.''

''परवडत नाही हो आजी. बरं पण तुम्ही एखादी गोष्ट सांगा की.''

''त्या गोष्टी तुम्ही अगणित वेळा ऐकल्या आहेत, अगदी आकाशातल्या ताऱ्यांच्या संख्येएवढ्या वेळा म्हटलं तरी चालेल.''

''पण त्या गोष्टींचा कधीही कंटाळा येत नाही.''

''नाही नाही. आज माझी गोष्ट सांगून झालीये.''

''सांगा नं हो, आजी,'' श्री. मॅडॉक्स आग्रह करू लागले. ''तुम्हाला गोष्ट सांगायचा कधीही कंटाळा येत नाही. गोष्ट जशी पुढे सरकते, तसं तुम्ही त्यात स्वत:ची भर घालून वाढवता.''

आजी म्हणाली, ''गोष्टी तर लहान मुलांसारख्या असतात, आपल्या गतीनं

वाढत जातात. बरं, पण आता मी जरा एक छोटीशी डुलकी काढते.''

''मग बाबा, तुम्ही आम्हाला त्या इंडियन राजकन्येबद्दल सांगा नं,'' बीझी म्हणाली.

''पुरावा देता येईल, असं फारसं माहीत नाहीये मला. माझा पूर्वज, मॅथ्यू मॅडॉक्स यानं त्याच्या दुसऱ्या कादंबरीत तिच्याविषयी लिहिलंय. माझ्यात जी थोडीफार क्षमता आहे नं, ती मला त्याच्याकडूनच मिळाली असणार. त्याची ही कादंबरी त्या काळात फार लोकप्रिय झाली होती. सगळ्यात जास्त खप होता त्या पुस्तकाचा. ते पुस्तक त्याच्या मृत्यूनंतर प्रकाशित झालं होतं, त्यामुळे बिचाऱ्याला हे यश बघायला मिळालं नाही. एक विचित्र प्रकारचा कल्पनाविलास होता त्या पुस्तकात. काही समीक्षकांनी तर त्याला 'अमेरिकेतील पहिली विज्ञान-कादंबरी' असं म्हटलं. त्या कादंबरीत 'काळ' या संकल्पनेचा वापर करून खूप काल्पनिक खेळ केलेला होता, मेंडेलचे अनुवंशशास्त्राचे सिद्धान्त त्याला माहीत होते. बरं ते जाऊ दे, पण बीझी, बेटा, अगं ती एक कथा होती, दोन भावांची...प्राचीन काळी वेल्समधले दोन राजपुत्र त्यांच्या वडिलांच्या मृत्यूनंतर इथे, या देशात आले. ते इथे येणारे पहिले युरोपियन होते. ते वेल्समध्ये जसे भांडले होते नं, तसेच इथे, या नवीन देशात येऊनही भांडलेच. त्यातला मोठा भाऊ दक्षिण अमेरिकेला निघून गेला, आणि मॅडॉक नावाचा लहान भाऊ इथल्या इंडियन्ससोबत राहिला. त्या जागेचं नाव कोणाला माहीत नाही, पण मॅथ्यूनं, ती जागा म्हणजे ही इथलीच, असं सूचकतेनं पुस्तकात म्हटलंय. त्या मॅडॉकनं इथल्या इंडियन राजकुमारीशी लग्न केलं. झिल, का झिला असलं काहीसं नाव होतं तिचं. त्याचं पुढे काय झालं, ते मात्र या पुस्तकात सापडत नाही, ते शोधायला हवं.''

''चांगलंच मनोरंजक वाटतंय.'' चक म्हणाला.

बीझी मात्र नाक मुरडून म्हणाली, ''मला विज्ञान-कथा फारशा आवडत नाहीत. मला परीकथा जास्त आवडतात.''

''अगं, *'हॉर्न्स ऑफ जॉय'* या पुस्तकात दोन्ही प्रकार आहेत. गर्विष्ठ मोठ्या भावाला, क्षुद्र, पण प्रामाणिक अशा लहान भावानं हरवणं, हा परीकथेचाच विषय आहे नं. या गोष्टीत काल-प्रवास करू शकणारा एकशिंगी घोडाही आहे.''

बीझीनं विचारलं, ''बाबा, तुम्ही आम्हाला ही गोष्ट आधी का नाही सांगितली?''

''अगं, मला वाटलं, तुम्ही लहान असल्यानं तुम्हाला ती आवडणार नाही. त्या पुस्तकाची अवाच्या सवा किंमत देऊ केल्यामुळे मी ते पुस्तक विकून टाकलं. तेव्हा मलाही...अं...अगं, एवढी जास्त किंमत नाकारणं शक्य झालं नाही मला. एकोणिसाव्या शतकातील लेखकांच्या मानानं मॅथ्यू मॅडॉक्सला अवकाश, समय आणि सापेक्षता याविषयी विलक्षण अंत:प्रेरणा होती, असंच म्हणावं लागेल.

काही पिढ्यांनंतर आईनस्टाईननं सापेक्षतावादाचे तेच सिद्धान्त मांडले.''

''पण हे तर अगदी अशक्य आहे.'' बीझीला मान्य झालं नाही.

''हो ना...अगदी खरंय, पण तरीही ते सगळं मॅथ्यूच्या पुस्तकात आहे गं. ती कादंबरी खूप उद्‌बोधक, आणि ठळक, चित्रदर्शी वर्णनं असलेली, झपाटून टाकणारी होती. गोष्टीतला, इथेच राहिलेला धाकटा वेल्श भाऊ आणि ती इंडियन राजकुमारी हे त्याचे पूर्वज आहेत, असा मॅथ्यूचा पक्का समज झाला होता. त्याचं मॅडॉक्स हे नावदेखील मॅडॉक या नावावरून आलं असेल, असं त्याला वाटायचं, आणि मलाही तसंच वाटतं.'' त्यांच्या चेहऱ्यावर खिन्नतेचं सावट आलं. ते पुढे म्हणाले, ''माझ्या बाबांना हृदयविकाराचा झटका आला, आणि मग शहरातली माझी लेखकाची मठी सोडून, मला इथे येऊन दुकान चालवण्यात मदत करावी लागली. मग काय... मॅथ्यूचा लेखनाचा वारसा पुढे चालवण्याचं माझं स्वप्न मला विसरावं लागलं.''

''ओह बाबा...'' चक उद्‌गारला.

''मुख्य म्हणजे मला तुम्हा मुलांसाठी फार वाईट वाटतं. मी चांगला लेखक बनू शकतो की नाही, हे सिद्ध करण्यासाठी मला संधीच मिळाली नाही, आणि व्यापारी म्हणून तर मी अपयशीच ठरलो आहे,'' ते उठून उभे राहत म्हणाले, ''असो. आता मी एखादा तास दुकानात जाऊन हिशोब तपासतो.''

ते जिन्याच्या रेलिंगला धरून जिना उतरू लागले, आणि ज्या अनोळखी वासानं चक अस्वस्थ झाला होता, तो वासही त्यांच्यासोबत गेला.

चकनं या वासाबद्दल कोणालाही, अगदी बीझीलाही सांगितलं नाही. हा वास त्याच्या बाबांशी निगडित होता, पण तो त्याच्या बाबांचा मूळ वास नक्कीच नव्हता.

त्या आठवड्यात दोनदा चकला वाईट स्वप्नं पडली. तो झोपेत किंचाळत उठल्यावर त्याची आई त्याच्यापाशी धावत आली, पण त्यानं तिला फक्त वाईट स्वप्न पडल्याचं तेवढंच सांगितलं.

बीझीचं अगदी बारकाईनं लक्ष असायचं त्याच्याकडे. तिनं विचारलं, ''काय झालं चक? तू फार काळजीत पडलेला दिसतोस.''

''अगं, काळजी करण्यासारख्या बऱ्याच गोष्टी आहेत. अनेक लोकांनी बाबांची उधारी थकवली आहे, आणि त्यांना बिलं भरायची काळजी आहेच. एका विक्रेत्याला मी बोलताना ऐकलंय, तो म्हणत होता की, आता तो बाबांना आणखी सवलत देणार नाहीये.''

''अरे, या गोष्टींची काळजी करायला तू लहान आहेस. खरं काय झालंय, ते

सांग. तू अशा गोष्टींची एवढी जास्त चिंता करणार नाहीस.'' बीझी म्हणाली.

''मी मोठा होतोय ना...''

''एवढा जास्त मोठा झालेला नाहीयेस.''

''अगं, बाबा सांगत असतात मला. आता मला आपल्या व्यवसायाबद्दल जास्त कळायला लागलंय.''

''असेल, पण आत्ता तुला त्याची काळजी वाटत नाहीये.''

त्यानं आणखी एक प्रयत्न करून पाहिला. तो म्हणाला, ''शाळेत तो पॅडी ओ'कीफ सतत तुझ्या मागे लागतो नं, ते मला अजिबात आवडत नाही.''

''अरे, काही काय... पॅडी ओ'कीफ सहावीत तीन वेळा नापास झालाय. बेसबॉल चांगला खेळतो तो, पण म्हणून मी काही इतर मुलींसारखी त्याला मुळीच महत्त्व देत नाही ... त्या तसल्या मुलींना तर जणू सूर्य त्याच्यासाठीच उगवतो आणि मावळतो, असं वाटतं.''

''अगं, कदाचित म्हणूनच तो तुझ्या मागे लागत असेल.'' तिचं लक्ष दुसरीकडे वळवण्यात चकला यश आलं.

''अरे, मी तर त्याला माझ्याजवळदेखील येऊ देत नाही. तो कधी अंघोळच करत नाही. ए चक, तुला त्याचा कशा प्रकारचा वास येतो रे?''

''अंगभर कोंडा असलेल्या मोठ्या घुशीसारखा.''

एक दिवस संध्याकाळचं खाणं झाल्यावर बीझी म्हणाली, ''ए चल नं, आपण काजवे आलेत का ते बघायला जाऊ.'' शुक्रवारचा दिवस असल्यामुळे दुसऱ्या दिवशी सकाळी शाळा नव्हती, झोपायला उशीर झाला तरी चाललं असतं.

चकला घराबाहेर पडायची अतिशय प्रबळ इच्छा झाली. तो वास त्याला सतावत होता. आता तर तो वास एवढा जाणवत होता की, मळमळून उलटी होईल अशी भावना त्याला होत होती. ''हो, चल जाऊया.'' तो म्हणाला.

ते दोघे खडकापाशी पोहोचले, तेव्हा संध्याकाळ सरत आली होती. ते खडकावर बसले, दिवसभर उन्हात तापल्यामुळे तो खडक अजूनही उबदार वाटत होता. सुरुवातीला अधूनमधून त्यांना काही काजवे चमकताना दिसले; पण जसजसा अंधार पडत गेला, तसे असंख्य काजवे चमचमायला लागले, जणू काजव्यांनी भरलेली आकाशगंगाच. चक ते बघून हरखून गेला. चमकते काजवे वर उडत होते, आणि खाली येताना तर तारे आकाशातून झपकन जमिनीवर यावे, तसं दिसत होतं. तो जणू त्यांचा सतत चालणारा, उत्साहानं सळसळणारा नाच होता.

''ए... बीझी, अगं किती सुंदर दिसतंय गं!'' चक ओरडला. ''मला तर या सौंदर्यानं भुरळ पाडलीय जणू.''

त्यांच्या मागे असलेल्या जंगलात काळोख होता. आकाशात चंद्र नव्हता, आणि सगळे तारे ढगांच्या तलम आवरणाखाली झाकले गेले होते. बीझी म्हणाली, "जर ढग नसते, आकाश स्वच्छ असतं नं, तर काजवे इतके तेजस्वी दिसले नसते. इतकं सुंदर दृश्य मी आजवर कधीही पाहिलं नव्हतं." त्या खडकावर आडवी होऊन ती आकाशाकडे बघू लागली. जरा वेळानं तिनं डोळे बंद केले. चकदेखील तिच्यासारखा आडवा झाला.

"चल, आपण पृथ्वीचं गरगरणं जाणवतंय का, ते बघू. ते काजवेदेखील तसंच नृत्य करतायत. तुला जाणवतंय का?" बीझी म्हणाली.

चकनं आपल्या पापण्या घट्ट मिटून घेतल्या. नवलानं श्वास ओढून घेत तो म्हणाला, "ए...खरंच गं बीझी! पृथ्वी कलतिये असं जाणवलं गं मला!" खडकाला घट्ट धरत तो उठून बसला. "मला चक्कर यायला लागली त्यामुळे."

ती हसत म्हणाली, "पृथ्वी, तारे, काजवे, ढग, खडक या सगळ्यांचाच एक भाग बनणं, जरा घाबरवून टाकतंच. पुन्हा आडवा हो, तू पडणार नाहीस. अरे, मी खात्री देते नं तुला."

तो पुन्हा आडवा झाला, आणि म्हणाला, "हा खडक अजूनही उबदार आहे हं."

"पूर्ण उन्हाळाभर तो उबदार राहतो. त्याच्यावर झाडांची सावली येत नाही नं. जंगलात दुसरा एक खडक आहे नं, तो अगदी कितीही प्रखर उन्हाळा असला तरीही नेहमीच थंड असतो. ते जंगल इतकं घनदाट आहे, की सूर्याची किरणं तिथपर्यंत पोहोचूच शकत नाहीत."

एक काळी गूढ सावली त्याच्यावर आल्याची जाणीव चकला झाली, आणि तो थरथरला.

"काय झालं रे? एवढी भीती वाटते आहे?" बीझीनं हसत विचारलं.

उडी मारून तो खाली उतरला आणि म्हणाला, "चल, घरी जाऊ."

"का रे? काय झालं? अरे, किती सुंदर आहे हे सगळं."

"हो, बरोबर आहे...पण तरीही घरी चल."

ते घरी आले, तर सगळा गोंधळ झाला होता. श्री. मॅडॉक्सना अत्यंत वेदना झाल्यामुळे ते बेशुद्ध झाले होते, आणि त्यांना तातडीनं दवाखान्यात नेलं होतं. आजी या मुलांचीच वाट बघत होती.

घरात शिरताक्षणी त्या भीतिदायक वासानं चकवर जणू भल्यामोठ्या लाटेसारखा हल्ला चढवला.

आजीनं मुलांना जवळ ओढून पोटाशी धरलं.

"अगं, पण काय झालं? बाबांना नक्की काय झालंय?" बीझीनं प्रश्न केला.

"तो रुग्णवाहिकेतला साहाय्यक म्हणाला की, बहुतेक अपेंडिक्सचा त्रास असेल."

"आजी गं, बाबा ठीक होतील नं?" तिनं आर्त स्वरात विचारलं.

"अगं बाळा, आपण त्यांची वाट बघू आणि प्रार्थना करू हं."

चक काहीही न बोलता, घाबरून, तिला चिकटून थरथरत उभा होता. आता हळूहळू तो वास गायब होत चालला होता, आणि त्याच्या जागी एक विचित्र पोकळी जाणवत होती.

काळ जणू थांबला होता. चक सारखा घड्याळाकडे नजर टाकत होता. आता एक तास उलटून गेला असेल, असा विचार करून तो जेव्हा घड्याळ बघायचा, तेव्हा त्याला कळायचं की फक्त एक मिनिट झालं आहे. खूप वेळानंतर बीझीला झोप लागली. आजीच्या मांडीवर डोकं ठेवून ती झोपून गेली. चक मात्र सारखं घड्याळाकडे, फोनकडे, दरवाजाकडे लक्ष ठेवून होता. काही वेळानंतर मात्र तोसुद्धा झोपून गेला.

झोपेत त्याला स्वप्न पडलं. त्या स्वप्नात तो खडकावर आडवा पडला होता, पृथ्वीचं सूर्याभोवती गोल फिरणं त्याला जाणवत होतं. अचानक तो खडक कलला, आणि खूपच तिरपा झाला. तो खडकावरून घसरत चालला होता, त्यानं अतिशय घाबरून हातांनी चाचपडत आधार शोधण्याचा प्रयत्न केला. त्या जवळजवळ उभट कड्यावरून काळोखाच्या सागरात घसरून पडू नये, यासाठी तो धडपडत होता. तो ओरडला, "खडक...किती उतार आहे..." आजीनं त्या खडकावर हात ठेवून त्याला सरळ केलं, आणि मग तो झोपेतून जागा झाला.

पण त्याला जाग आली, तेव्हा त्याला कळलं, त्याच्या बाबांनी आता कायमचे डोळे मिटले होते.

९

खडक, त्यांच्या उत्तुंग चढ-उतारांसह

फोनच्या कर्कश घंटीमुळे मेग एकदम धसक्यानं जागी झाली. तिचं हृदय धडधडायला लागलं. ती घाईघाईनं पलंगावरून उतरली, आनंदीकडे तिचं लक्षच गेलं नाही. पायात अर्धवट चप्पल चढवून, पायघोळ अंगरख्याच्या एकाच बाहीत हात घालत, धडपडत जिना उतरून ती तिच्या आई-बाबांच्या खोलीत गेली. ते तिथे नव्हतेच, म्हणून मग ती घाईघाईनं स्वयंपाकघरात गेली.

बाबा फोनवर बोलत होते. ते म्हणत होते, ‘‘हो हो, ठीक आहे, सौ. ओ’कीफ. आमच्यापैकी एक जण तुमच्याकडे येईल हं.’’

‘म्हणजे हा फोन राष्ट्राध्यक्षांनी केलेला नव्हता तर.’ तिच्या मनात आलं. ‘पण सौ. ओ’कीफ? आणि तेही मध्यरात्री?’

तिचे जुळे भाऊही तिथे आले.

‘‘काय झालं? काय म्हणत होत्या त्या?’’ सौ. मरींनी विचारलं.

‘‘तुम्हाला कळलंच आहे, सौ. ओ’कीफनं फोन केला होता.’’

‘‘इतक्या रात्री?’’ सँडीनं आश्चर्यानं प्रश्न केला.

डेनीस म्हणाला, ‘‘आत्तापर्यंत तर त्यांनी कधीही फोन केला नव्हता.’’

मेगनं सुटकेचा नि:श्वास सोडला. ती म्हणाली, ‘‘निदान राष्ट्राध्यक्षांचा फोन तरी नव्हता. सौ. ओ’कीफना काय हवंय?’’

‘‘त्यांना त्यांच्या घरी काहीतरी सापडलंय, आणि ते मी बघावं, अशी त्यांची इच्छा आहे. त्यांनी तर मला ताबडतोब भेटण्याचा जणू हुकूमच सोडलाय.’’

सँडी म्हणाला, ‘‘बाबा, मी जाऊन त्यांना घेऊन येतो. तुम्ही फोनजवळच राहा.’’

‘‘तुला जगातली सर्वांत विक्षिप्त सासू मिळाली आहे ग’’ डेनीस मेगला म्हणाला.

सौ. मरींनी ओव्हनचं दार उघडलं. गरमागरम ताज्या पावाचा सुवास दरवळला. त्यांनी विचारलं, ''ताजा पाव आणि लोणी खाणार का?''

''मेग, तुझा अंगरखा नीट घाल गं.'' डेनीसनं फर्मावलं.

''बरं डॉक्टरसाहेब.'' तिनं आपला दुसरा हात अंगरख्याच्या बाहीत सरकवला आणि त्याचा पट्टा कमरेभोवती नीट गुंडाळून बांधला. 'स्वयंपाकघरात कुटुंबासोबत राहिल्यानं नेहमीप्रमाणे वेळ जाईल.' मेग मनात म्हणाली. फोनच्या घंटीमुळे तुटलेलं कायथ तिच्या सुप्त मनाच्या एका कोपऱ्यात कुठेतरी दडलं होतं. तिला गजराची घड्याळं मुळीच आवडत नसत; ती घड्याळं, तिला गाढ झोपेतून अचानक खसकन जागं करत, आणि मग पडलेली स्वप्नं ती विसरून जाई.

'त्या कायथिंगमध्ये सौ. ओ'कीफशी संबंधित काहीतरी होतं...पण नेमकं काय?' तिच्या मनात आलं. ती मनातल्या मनात आठवायला लागली. 'अं...काजवे...काजव्यांशी संबंधित काहीतरी...एक मुलगी आणि एक मुलगा...आणि भीती...भीतीचा वास.' तिनं डोकं हलवलं.

''काय झालं गं मेग?'' तिच्या आईनं विचारलं.

''काही नाही. मी काहीतरी आठवायचा प्रयत्न करतेय''

''बरं बरं, बस गं जरा. काही गरमगरम प्यायलीस, तर काही बिघडणार नाहीये.''

सौ. ओ'कीफना भेटणं तिला महत्त्वाचं वाटत होतं, पण कशासाठी...ते मात्र तिला आठवत नव्हतं. कायथ नाहीसं झालं होतं.

''मी येतो लगेच.'' सँडी दाराबाहेर पडत म्हणाला.

''हे काय चाललंय...'' डेनीस बोलू लागला, ''या सौ. ओ'कीफ समजण्यापलीकडच्या आहेत. मी मनोविज्ञान शाखेचं प्रशिक्षण घेत नाहीये, हे बरंच झालं म्हणायचं.''

आईनं ताज्या वासाचा पाव बशीत घालून टेबलावर ठेवला. किटली ठेवण्यासाठी वळल्या, आणि मजेनं म्हणाल्या, ''ए...ते बघा!''

मेगनं तिकडे बघितलं. मांजराचं पिल्लू आणि आनंदी एका ओळीत चालत स्वयंपाकघरात येत होते. माऊच्या पिल्लानं शेपूट झेंड्यागत उंच उभारली होती, आणि आनंदी तिची भलीमोठी शेपूट जोरजोरात हलवत होती. सगळ्यांना हसू आलं, पण ती दोघं चालतचालत टेलिफोन ठेवलेल्या टेबलाजवळ गेली, तेव्हा मात्र सगळ्यांच्याच चेहऱ्यावरचं हसू मावळलं. राष्ट्राध्यक्षांचा फोन आल्यानंतर दोन वेळा फोनची घंटी वाजली होती, आधी कॅल्विननं फोन केला होता, आणि आता नंतर त्याच्या आईनं. आता परत घंटी वाजली, तर तो कुणाचा फोन असेल?

गरमगरम पाव छान चवदार लागत होता, आणि वाफाळत्या चहामुळे मेगला जरा ऊब वाटली. निदान क्षणभर तरी ती जराशी शांत होऊ शकली. आनंदी आशाळभूतपणे कुं कुं करायला लागली, तेव्हा मेगनं तिला टोस्टचा एक तुकडा दिला.

बाहेर कार थांबल्याचे, गाडीची दारं उघडून बंद करण्याचे आवाज आले. सँडी सौ. ओ'कीफना घेऊन आत आला. सौ. ओ'कीफच्या केसांत कोळिष्टकं अडकली होती, चेहऱ्यावर धुळीचे डाग लागले होते. त्यांच्या हातात त्यांनी काही कागद धरून ठेवले होते.

त्या म्हणाल्या, ''कसं कोण जाणे, पण बहुदा माझ्या अंतर्मनानं मला आमच्या पोटमाळ्यावर जायला भाग पाडलं.'' मग अगदी विजयी स्वरात त्या म्हणाल्या, ''ते नाव होतं नं...मॅड डॉग ब्रॅन्झिलो... ते ऐकून मला अंधुकसं काहीतरी आठवलं.''

मेगनं तिच्या सासूबाईंकडे निरखून पाहिलं, आणि अचानक सगळं कायथ तिला झटकन आठवलं. ''बीझी!'' ती ओरडली.

सौ. ओ'कीफ तिच्याकडे गरकन वळून, जणू तिला फटका मारण्यासाठी झेपावल्या. ''हे काय होतं?'' त्या ओरडल्या.

मेग त्यांचे दोन्ही हात घट्ट धरून ठेवत म्हणाली, ''बीझी, हो मॉम. खूप पूर्वी तुम्हाला बीझी म्हणायचे नं?''

''तुला कसं माहीत असेल गं? तुला माहीत असणं शक्यच नाही! चकनंतर मला कुणीही 'बीझी' अशी हाक मारली नाही.'' त्या तीव्र आवाजात म्हणाल्या.

मेगचे डोळे पाण्यानं भरून आले. ''ओ...बीझी, बीझी...मला माफ करा हं, मला फार वाईट वाटतंय.''

सगळे जण तिच्याकडे आश्चर्यानं बघत होते. श्री. मरी म्हणाले, ''मेग, हे काय आहे?''

सासूबाईंचे हात तसेच धरून मेग म्हणाली, ''सौ. ओ'कीफना त्यांच्या लहानपणी, बीझी असं म्हणायचे. हो नं, मॉम?''

''ते विसरलेलंच बरं.'' त्या जड आवाजात म्हणाल्या.

''आणि तुम्ही चार्ल्सला 'चक' अशी हाक मारलीत.'' मेग बोलतच राहिली, ''चक हा तुमचा छोटा भाऊ होता, आणि तुमचं त्याच्यावर खूप प्रेम होतं.''

सौ. ओ'कीफ म्हणाल्या, ''मला जरा खाली बसायचं आहे. भूतकाळात जे घडलं, ते सोडून दे. मला तुम्हाला काहीतरी दाखवायचंय.'' एक पिवळट पडलेलं पाकीट श्री. मरींच्या हातात देत त्या म्हणाल्या, ''हे बघा, हे वाचा.''

आपला चष्मा नाकावर ढकलून श्री. मरींनी ते पाकीट उघडलं. ते म्हणाले,

“हे तर एक पत्र आहे, व्हेसप्युजियामधल्या कुण्या ब्रॅन मॅडॉक्सनं, इथल्याच कोणाएका मॅथ्यू मॅडॉक्सला लिहिलेलं.”

जुळ्या भावांची आपसात नजरानजर झाली. सँडी म्हणाला, “अहो, आम्ही आज रात्री नुकतेच मॅथ्यू मॅडॉक्सबद्दल बोलत होतो. मेगला माहिती हवी होती. ते एकोणिसाव्या शतकातले लेखक होते. त्या पत्रावर तारीख आहे का हो?”

श्री. मरींनी त्या जुनाट पाकिटातून एक पिवळा पडलेला कागद बाहेर काढला, आणि म्हणाले, “नोव्हेंबर १८६५.”

“म्हणजे हा तोच मॅथ्यू मॅडॉक्स असणार. याचंच पुस्तक डेनीसला कॉलेजमध्ये अभ्यासासाठी होतं!.”

“थांब रे, आधी बाबांना ते पत्र वाचू तर दे.” डेनीसनं त्याला थांबवलं. बाबा पत्र वाचू लागले.

मॅथ्यू, माझ्या लाडक्या भावा, सप्रेम नमस्कार. व्हेसप्युजियामध्ये नोव्हेंबर महिन्यातला उबदार दिवस आहे आता. आपल्या इथे आता बर्फ पडत असेल नं? मी आता वेल्सहून आलेल्या लोकांच्या गटासोबत बऱ्यापैकी स्थिरस्थावर झालो आहे. त्यातल्या बऱ्याच लोकांना मी अगदी पूर्वापारपासून ओळखतो, अशी जाणीव मला मनापासून होते. या अशा रखरखीत, शुष्क वातावरणाच्या देशात एखादी वसाहत वसवणं, हेच किती साहसाचं काम आहे नं. इथे लहान मुलांना शाळेत वेल्श भाषा शिकवता येते, आणि काम करताकरता आम्ही एकत्र गाणीही गाऊ शकतो.

तुला आश्चर्य वाटेल, मला इथे आपल्या कुटुंबाची पुरातन दंतकथा मिळाली. बाबांना आणि डॉ. स्होकायना तर हे वाचून अगदी अत्यानंद होईल. ती दंतकथा ऐकतऐकतच आपण मोठे झालो. अमेरिकेतली इतर मुलं नाही का...जॉर्ज वॉशिंग्टन आणि चेरीच्या झाडाची कथा ऐकतऐकत मोठी झाली, अगदी तसंच. तुला विश्वास ठेवायचा असेल तर ठेव, नाहीतर नको ठेवूस...अर्थात, मला माहितीये, तू नक्कीच विश्वास ठेवणार, कारण ते अगदी पूर्णपणे सत्य आहे...इथे नं, एक निळ्या डोळ्यांचा इंडियन आहे. तो सांगतो की तो वेल्सच्या राजपुत्राचा वंशज आहे, आणि तशी हा राजपुत्र इतर कुणाही गोऱ्या माणसाच्या कितीतरी आधी अमेरिकेत आला होता. त्याचे पूर्वज दक्षिण अमेरिकेत का आणि कसे गेले, हे त्यालाही ठाऊक नाहीये, पण, तो स्वत:, वेल्श राजपुत्राचा निळे डोळेवाला वंशज असल्याची पारंपरिक गाणी त्याची आई नेहमी गाते, असं तो शपथेवर सांगतो. त्याला सगळे ‘गेडर’ असं म्हणतात, पण ते त्याचं खरं नाव नाहीये. त्याची बहीण आणि तो

लहान असताना, त्याची आई वारली. मग त्या दोघांना एका इंग्लिश मेंढपाळानं सांभाळलं, वाढवलं. मात्र त्या मेंढपाळाला त्या मुलाचं वेल्श नाव अचूक उच्चारता यायचं नाही, म्हणून त्याच्या नावाचा गेडर असा अपभ्रंश झाला. त्याच्या बहिणीचं नाव...झिली, ही तर अगदी सगळ्यात नवलाची गोष्ट आहे नं. तिचे डोळे निळे नाहीयेत, पण ती खूप सुंदर आहे. अगदी रेखीव चेहरा, काळेभोर चमकदार सरळ केस, त्या लांबसडक केसांची ती नेहमी एक वेणी घालते. तिला बघून मला माझ्या प्रियतमेची, झिलाची आठवण येते.

गेडरनं मला खूप मदत केली, पण तो फार घमेंडखोर आणि उद्धट आहे. त्याला सगळ्यांचा पुढारी व्हायचं असतं, आणि त्यामुळे या समाजात आधीच असंतोष माजला आहे. या लोकांत आपल्याच भाऊबंदांना मागे सारून, स्वत: त्यांच्यापेक्षा मोठ्या पदावर जाणं योग्य मानलं जात नाही.

पण आपली दंतकथा मला इथे सापडावी, ही किती अद्भुत गोष्ट आहे नं! माझ्यासोबत आपली बहीण ग्वेन आहे नं, ती खांदे उडवून म्हणते, ''एका कुठल्याशा चक्रमछाप कथेमुळे असा काय फरक पडतो?.'' तिला इथे राहणं मुळीच आवडत नाही. अर्थात, जेव्हा इथली तरुण मुलं तिच्या मागेमागे फिरतात, तेव्हा खूश होते म्हणा ती.

झिलाला, वसंत ऋतूत इथे येऊन माझ्यासोबत राहण्याची परवानगी देण्याचं, डॉ. व्होकाय यांनी ठरवलं आहे नं? इथल्या इतर बायका तिचं छान स्वागत करतील, आणि ग्वेनलादेखील घरचं कुणीतरी भेटल्याचा आनंद होईल. मॅथ्यू, अरे, मी इथे खरंच खूप खूश आहे, आणि झिलादेखील माझी बायको, आयुष्याची जोडीदार म्हणून माझ्यासोबत खूप खूश राहील रे. इथे स्त्री-वर्गाला खूप मान दिला जातो, त्यांच्याकडे तुच्छतेनं पाहिलं जात नाही...ग्वेनला निदान ही गोष्ट तरी मान्य करावीच लागेल. नाहीतर तू तुझ्यासोबत झिलाला घेऊन इकडे येऊ शकशील का? आता इथे सगळ्यांचं चांगलंच बस्तान बसलंय, त्यामुळे आम्ही तुमची नीट काळजी घेऊ शकू. तुझ्यासाठीसुद्धा इथलं कोरडं हवामान, तिकडे आपल्या घराकडे असलेल्या दमट हवेपेक्षा, जास्त चांगलं राहील. प्लीज, ये रे, मला तुम्हा दोघांची गरज आहे.

तुझा प्रेमळ भाऊ
'ब्रॅन'

श्री. मरी पत्र पूर्ण वाचून म्हणाले, ''सौ. ओ'कीफ, अहो, हे फारच रोचक आहे हं; पण मी ते पत्र वाचणं, इतकं महत्त्वाचं का वाटतंय तुम्हाला?''... ''की तेवढ्यासाठी तुम्ही मध्यरात्री फोन केलात'' ...हे वाक्यदेखील त्यांना म्हणायचं

होतं, पण ते त्यांनी मनातल्या मनातच म्हटलं.

"तुम्हाला कळत नाहीये?"

"माफ करा, पण खरंच नाही कळलं."

"मला तर वाटलं होतं, तुम्ही इतके बुद्धिमान आहात..."

सौ. मरी म्हणाल्या, "हे पत्र व्हेसप्युजियाहून आलंय. व्हेसप्युजियाहून पाठवलेलं पत्र तुमच्याकडे असावं, हेच विचित्र वाटतंय."

"अगदी बरोबर." विजयी स्वरात सौ. ओ'कीफ म्हणाल्या.

श्री. मरींनी विचारलं, "सौ. ओ'कीफ, तुम्हाला हे पत्र कुठे सापडलं?"

"सांगितलं की, माझ्या घराच्या पोटमाळ्यावर."

"आणि तुमचं माहेरचं आडनाव मॅडॉक्स आहे." त्यांच्याकडे हसून बघत मेग म्हणाली. "म्हणजे, हा पत्र लिहिणारा ब्रॅन मॅडॉक्स, त्याचा भाऊ मॅथ्यू मॅडॉक्स, आणि त्यांची बहीण ग्वेन हे तुमचे पूर्वज होते."

त्यांनी मान डोलवत म्हटलं, "हो, आणि कदाचित त्याची ती प्रेयसी झिलादेखील माझी पूर्वज असू शकेल. मॅडॉक्स आणि स्होकाय ही आडनावं असलेले लोक, अगदी पूर्वापारपासून माझ्या कुटुंबाचा हिस्सा आहेत."

डेनीस त्याच्या बहिणीच्या सासूबाईंकडे जरा आदरानं बघत म्हणाला, "आजच रात्री सँडी व्हेसप्युजियाबद्दल वाचत होता. त्यानं १८६५ साली व्हेसप्युजियामध्ये वसलेल्या वेल्श वसाहतीबद्दल सांगितलं होतं. म्हणजे तुमचा एक पूर्वज, तिथे जाऊन त्यांच्यात सामील झाला होता का?"

"तसंच दिसतंय, नाही का? आणि तो ब्रॅन्झिलो... तोदेखील व्हेसप्युजियाचाच आहे ना..."

श्री. मरी बोलू लागले, "हा तर अगदी लक्षणीय योगायोग आहे..." पण ते त्यांच्या बायकोच्या नजरेच्या इशाऱ्यामुळे अर्ध्यातच थांबले. मग ते पुढे म्हणाले, "याचा ब्रॅन्झिलोशी काय संबंध असू शकेल, हे मात्र मला अजूनही कळत नाहीये, आणि समजा असला, तरीही या सगळ्याचा अर्थ काय असेल, कळत नाही."

"तुमच्या लक्षात येत नाही?" सौ. ओ'कीफ बोलल्या.

"तुम्ही सांगा नं, प्लीज." सौ. मरींनी सुचवलं.

"अहो, नावं बघा नं. ब्रॅन. झिला. झिली. ही नावं एकत्र आणून बघा, ब्रॅन्झिलो या नावापेक्षा फारसं वेगळं नाहीये."

नवल वाटून सौ. मरी त्यांच्याकडे बघत म्हणाल्या, "अहो, खरंच...किती विस्मयकारक आहे हे!"

श्री. मरींनी विचारलं, "अशी आणखी काही पत्रं आहेत का?"

"होती. पूर्वी."

“मग आता ती कुठे आहेत?”

“गेली. आता नाहीयेत. मी घरी गेल्यावर या ब्रॅन्झिलोचा विचार करत होते. मग मला एकदम चक आणि मी...”

“चक आणि तुम्ही...पुढे काय मॉम?” मेगनं खोदून विचारलं.

आपले कोळिष्टकं अडकलेले केस डोळ्यांवरून मागे सारत सौ. ओ’कीफ म्हणाल्या, “आम्ही दोघे ती पत्रं वाचायचो. ती पत्रं वाचून ब्रॅन, झिला आणि इतर लोकांबद्दल कल्पना करत त्यांच्या गोष्टी रचायचो. त्या गोष्टींचं नाटक बनवून, आम्ही स्वत: त्यातली खरी पात्रं असल्याचं समजायचो, जणू आपण ते पात्रच आहोत, असं वागायचो. काही काळ गेल्यानंतर चकला तो खेळ फारसा आवडेनासा झाला, आणि तो ते सगळं विसरला. मीदेखील विसरलेच होते, पण ते ब्रॅन्झिलो नाव ऐकल्यावर मला अचानक काहीतरी खटकल्यासारखं वाटलं. ब्रॅन. झिला. विलक्षण आहे सगळं.”

त्या पिवळट कागदाकडे विस्मयानं बघत श्री. मरी म्हणाले, “खरंच विलक्षण आहे हं.”

“तुमचा छोटा मुलगा कुठे आहे?” सौ. ओ’कीफनं विचारणा केली.

घड्याळात बघून श्री. मरी म्हणाले, “तो जरा बाहेर फिरायला गेलाय.”

“केव्हा?”

“साधारण एक तासापूर्वी.”

“मध्यरात्री? आणि या वयात?”

“अहो, तो पंधरा वर्षांचा आहे की.”

“नाही, बारा. चक बारा वर्षांचा होता.”

“अहो, सौ. ओ’कीफ, चार्ल्स वॉलेस पंधरा वर्षांचाच आहे.”

“म्हणजे त्याची वाढ नीट झाली नाहीये, खुरटलेला आहे तो.”

“जरा वेळ जाऊ देऊया, मग होईल त्याची वाढ नीटपणे.”

“तुम्ही त्याची नीट काळजी घेत नाही. चकला विशेष देखभालीची गरज आहे. बघा! आणि इथे लोक मात्र, मी माझ्या मुलांना नीट सांभाळत नाही, असं म्हणतात.”

आता डेनीसदेखील घड्याळ बघत म्हणाला, “बाबा, मी जाऊन त्याला शोधून आणू का?”

मान हलवत श्री. मरी म्हणाले, “नको. मला वाटतंय, आज आपण चार्ल्सवर विश्वास ठेवायला हवा. सौ. ओ’कीफ, तुम्ही आता काही वेळ इथेच राहता का?”

“हो. मला चकला भेटायचं आहे. गरजेचंच आहे.”

मेग म्हणाली, ''माफ करा, पण मला आता झोपायला जायचं आहे.'' तिनं आपल्या आवाजातली घाई लपवण्याचा प्रयत्न केला. तिला, आपल्या खोलीत आनंदीसोबत राहण्याची, अगदी तातडीची गरज भासत होती. तिच्या मनात विचारचक्र सुरू होतं, 'सौ. ओ'कीफ म्हणाल्या की चक बारा वर्षांचा होता, चक बारा वर्षांचा होता... तेव्हा काय घडलं? चकसोबत जे काय घडलं असेल, ते चार्ल्ससोबतही घडत होतं.'

सौ. मरींनी तिला विचारलं, ''सोबत कपभर चहा नेतेस का?''

''नको गं. मी ठीक आहे. चार्ल्स घरी आला की मला हाक माराल का?''

आनंदी लोणी लावलेला पाव खाऊन जिभल्या चाटत तिच्या मागोमाग जिना चढून वर गेली.

पोटमाळ्यावरची तिची खोली थंडगार पडली होती. ती पटकन पलंगावर चढली आणि तिनं स्वत:भोवती आणि आनंदीभोवती रजई गुंडाळून घेतली. ती विचार करू लागली, 'चार्ल्सनं मला व्हेसप्युजिया आणि वेल्समधला संबंध शोधायला सांगितला होता, आणि डेनीसला तो एका संदर्भ-ग्रंथात सापडलाही. पण त्यापेक्षाही अधिक जवळचा संबंध नक्कीच आहे. सौ. ओ'कीफनं आणलेलं ते पत्र १८६५ सालातलं आणि व्हेसप्युजियाहून आलेलं होतं. म्हणजेच अगदी खूप जवळचा संबंध आहे.'

विजेवर चालणारा हीटर सुरू होता, तरीही ती शहारली. तिचं विचारचक्र चालूच होतं.

'...ज्या लोकांचा पत्रात उल्लेख आहे, ते अतिशय महत्त्वाचेच असतील... आणि तो ब्रॅन, त्याची बहीण ग्वेनही. या पत्रातल्या झिलीचा, मॅडॉकच्या झाईलशी नक्कीच काहीतरी संबंध असणार, आणि त्या रिची स्होकायच्या झिलशीदेखील... जादूटोण्यामुळे जळून मरणार होती बिचारी.

...आणि ज्या मॅथ्यूला हे पत्र लिहिलंय, तो म्हणजे पुस्तक लिहिणारा मॅथ्यू मॅडॉक्सच असणार. त्या दुसऱ्या पुस्तकात महत्त्वाचं असं काहीतरी आहे, आणि ते आम्हाला कळू नये, अशीच इक्थ्रॉयची इच्छा आहे. हे सगळं एकमेकांशी निगडित आहे, आणि आपल्याला अजूनही त्या संबंधांचा अर्थ उलगडत नाहीये.

...आणि बीझीचं पुढे काय झालं? असं काय घडलं, की ज्यामुळे त्या आत्ताच्या मॉम ओ'कीफ बनल्या? आनंदी, आनंदी, अगं नेमकं काय घडलं असेल गं?'

ती उशांवर डोकं ठेवून आडवी झाली आणि आनंदीच्या अंगावरून हात फिरवायला लागली. हळूहळू त्या विशिष्ट उबदार झिणझिण्या तिच्या हातातून शरीरात जाताना जाणवू लागल्या.

•••

“अगं पण बाबाच का?” बीझी सतत हाच प्रश्न विचारत होती. “बाबाच का देवाघरी गेले?”

“बीझी, बाळा, या प्रश्नाला उत्तर नाही गं, हा प्रश्न विचारण्यालायकदेखील नाहीये गं राणी.” आजीनं कसाबसा संयम राखत उत्तर दिलं.

“पण मी विचारतेय ना!”

आजी थकलेली आणि म्हातारी दिसत होती. चकनं तिचा म्हातारी म्हणून कधीच विचार केला नव्हता. त्याच्यासाठी ती फक्त आजी होती, त्याच्या प्रत्येक हाकेला धावून येणारी. आता तर आजीनं मुलांना नव्हे, तर स्वर्गस्थ शक्तीला विचारलं, “अन् माझ्या पॅट्रिकला तरी देवानं का नेलं? तो तर तुमच्या बाबांपेक्षाही लहान होता. हे सगळं का?” तिच्या गालावरून अश्रू ओघळला. चक आणि बीझीनं तिचं सांत्वन करण्यासाठी तिच्याभोवती हात टाकून तिला मिठी मारली.

सौ. मॅडॉक्स हिशेबाच्या वह्या अत्यंत शांतपणे बघत होत्या. त्या वह्यांमध्ये त्यांच्या पतीनं व्यवस्थितपणे अगदी चोख हिशेब लिहून ठेवला होता. त्या जसजशा त्या वह्या वाचत गेल्या, तशा त्या वहीची पानं अधिक हळूहळू उलटायला लागल्या. त्या मनात म्हणाल्या, ‘आर्थिक परिस्थिती वाईट आहे, हे तर मला ठाऊक होतंच, पण ती इतकी वाईट आहे हे मात्र माहीत नव्हतं. खरं तर, त्यांनी जेव्हा मॅथ्यू मॅडॉक्सचं पुस्तक विकून टाकलं, तेव्हाच मला हे कळायला हवं होतं...’

त्यांच्या पोटमाळ्याच्या वळचणीखाली असलेल्या जागेत काही मौल्यवान सापडतंय का, हे शोधण्यासाठी चक त्या अडगळीच्या जागेत रांगत गेला. त्याला जुन्या नाण्यांनी भरलेली एक बाटली सापडली; पण सोनंनाणं, दागिने असलं काहीही सापडलं नाही. त्याला ‘एनसायक्लोपीडिया ब्रिटानिका’ या कोशाची एक प्रत सापडली, कागद पिवळे पडले होते, त्याची बांधणी जीर्ण झालेली होती, पण तरी अजूनही उपयोगी होता तो कोश. त्याशिवाय त्याला जुन्या वर्तमानपत्रांच्या कागदांमध्ये गुंडाळलेल्या काचेच्या भांड्यांचा संच सापडला. ते वर्तमानपत्र बीझीच्या आणि त्याच्या जन्माच्याही आधीचं होतं. ही भांडी विकता येतील, असं त्याला वाटलं. त्याला एक मजबूत तिजोरीसारखी पेटीदेखील सापडली. त्या पेटीला कुलूप लावलेलं होतं.

तो हे सगळं दिवाणखान्यात घेऊन आला. त्याची आई दुकानात होती, पण बीझी आणि आजी तिथेच होत्या. त्या दोघी, आठवडाभर पुरेल असं बरंच काही भाजत होत्या.

"ह्या बाटलीतली नाणी जुनी आहेत, त्यांची जरा बरीशी किंमत मिळू शकेल. चिनी मातीची भांडी चांगली आहेत. ती विकली तर, आपल्याला त्यांची महिनाभर पुरेल एवढं इंधन घेण्याएवढी किंमत मिळू शकेल. त्या पेटीत काय आहे?"

"पेटीच्या कुलपाची किल्ली सापडली नाहीये. मी तोडतो ते कुलूप." तो हातोडा, स्क्रूड्रायव्हर, आणि स्पॅनर घेऊन आला आणि त्यानं ते कुलूप तोडून पेटीचं झाकण उघडलं. त्या पेटीत एक पत्रांचा गठ्ठा होता, आणि एक वही होती. त्या वहीची चामड्याची निळी बांधणी जीर्ण होऊन ठिसूळ झाली होती. त्यानं वहीचं पहिलं पान उघडलं. त्या पानावर जलरंगात रंगवलेलं, वसंतातल्या निसर्गाचं चित्र होतं. त्या चित्रातले रंग अगदी किंचितच विटले होते.

"आजी! अगं हे बघ...आपण सहलीसाठी जातो नं, तोच खडक आहे या चित्रात! आपला खडक!"

चुकचुकत आजी म्हणाली, "हो, खरंच रे."

चित्रातला तो खडक, अगदी फिकट निळ्या, मंद जांभळट रंगछटा एकमेकींत मिसळत, राखाडी रंगात रंगवला होता. त्या खडकामागची झाडं वसंत ऋतूतला हिरवागार पर्णसंभार लेऊन उभी होती. झाडांवर फुलपाखरांचा थवा चितारला होता. आकाशाच्या निळ्या रंगावर ही सोनेरी आणि काळी फुलपाखरं उठून दिसत होती. खडकाच्या अवतीभोवती असलेल्या गवतात, वसंतातली ओळखीची फुलं फुलली होती, जणू गवताच्या हिरव्यागार गालिच्यावर काढलेली रंगीबेरंगी ठिपक्यांची नक्षीच.

चक खूश होऊन उद्गारला, "ए बीझी,... ए आजी, अगं किती सुंदर चित्र आहे बघा तरी!" आदरानं, अगदी काळजीपूर्वक त्यानं पान उलटलं. अतिशय सुंदर अक्षरात लिहिलं होतं, 'मॅड्रन, १८६४, झिला स्होकाय.'

आजीनं आपले पिठानं माखलेले हात नीट पुसले, आणि चष्मा चढवून ती त्या वहीत वाकून बघू लागली. ते तिघे एकत्र मिळून पहिलं पान वाचू लागले.

मॅड्रन

दहा वाजून गेलेत. माझ्या खोलीच्या खिडकीतून मला खाली असलेलं मॅडॉक्स कुटुंबीयांचं घर दिसतं. श्री. व सौ. मॅडॉक्स आता झोपले असतील. पहाटे पाचलाच उठतात ते. ग्वेन मॅडॉक्स मात्र... कोणास ठाऊक? ग्वेन स्वत:ला फार मोठी समजते आणि मला मात्र लहान मुलगी समजते. खरं तर आमच्यात फक्त दोन वर्षांचाच फरक आहे.

आणि ती जुळी मुलं, मला आवडतात दोघेही, ब्रॅन आणि मॅथ्यू. ते जागे असतील का? ब्रॅनला अगदी मनापासून युद्धावर जायचंच होतं, आणि त्यामुळे

त्यानं आपलं वयही खोटं सांगितलं. तो जास्त वय सांगून सैन्यात भरती झाला. तो युद्धात मारला जाईल, अशी मला सारखी भीती वाटत राहायची. मी रोज रात्री तो युद्धावरून घरी परत आल्याचं स्वप्न बघत असे. माझ्या हिऱ्याच्या अंगठीकडे नजर जाताच तो घरी आल्याची कल्पना मी करत असे, आणि तो सुरक्षित राहावा म्हणून प्रार्थनाही करत असे. तो अशा अवस्थेत घरी परत येईल, अशी कल्पनाही मी केली नव्हती. हा परत आलेला ब्रॅन तर अगदीच एकलकोंडा, कुणाशीही न बोलणारा, घुम्या आहे. अगदी त्याच्या जुळ्या भावाशीही तो बोलत नाही. मी त्याच्याशी आमच्या लग्नाबद्दल बोलायला लागले, तर माझं बोलणं तो अर्ध्यातच तोडून टाकतो, किंवा एक शब्दही न बोलता तिथून निघून जातो. युद्धाच्या संहारक भीषणतेचा अनुभव घेतल्यामुळे असा मानसिक आजार बऱ्याच जणांना होतो, असं मॅथ्यू सांगतो.

मी गेली सतरा वर्षं झिला स्होकाय आहे. मी कधीतरी झिला मॅडॉक्स बनू शकेन का?'

ते वहीची पानं पटापट उलटत राहिले. त्या वहीतलं लिखाण त्यांना वाचायचं नव्हतं. त्यात पक्ष्यांची, फुलपाखरांची, झाडांची, फुलांची, खारींची, रानटी उंदरांची, झाडावर राहणाऱ्या बेडकांची अशी कितीतरी चित्रं होती. ती सगळी चित्रं अतिशय बारकाईनं निरीक्षण करून, अगदी अचूकपणे रेखाटलेली होती.

चकच्या मणक्यातून एक लाट सरसरत गेली. तो म्हणाला, ''बाबांची आई माहेरची स्होकाय होती. म्हणजे ही झिला आपली पूर्वज असू शकेल...तिच्या जिवंतपणी तिनं ही चित्रं काढली, आत्ताही अगदी तंतोतंत तसंच आहे सगळं, अगदी हुबेहूब तसंच.''

त्यानं पान उलटलं, आणि एक लिहिलेलं पान, त्याच्या नजरेत भरलं. तो ते वाचू लागला :

हा माझा सतरावा वाढदिवस आहे, पण तो अगदी वाईट गेलाय. मॅडॉक्स कुटुंबानं मला आणि बाबांना रात्री जेवायला बोलावलं होतं. ब्रॅन तिथे होताही, आणि नव्हताही. तो जेवायच्या टेबलापाशी बसला होता खरा, पण त्यानं फारसं काही खाल्लंच नाही. खरं तर एवढे चविष्ट पदार्थ केले होते...माझ्यासाठी आणि अगदी खास त्यानं खावे म्हणूनही. त्याला कुणीही प्रश्न विचारला, तर तो अगदी जेमतेम एका शब्दात उत्तर देत होता.'

चकनं ते पान उलटलं आणि तो पुन्हा पुढे वाचू लागला:

मॅथ्यू म्हणतोय की तो काल रात्री ब्रॅनसोबत थोडंसं बोलला. त्या भीषण

युद्धाचे त्याच्या मनावर झालेले घाव आता हळूहळू भरत चाललेत. मी त्यानं दिलेली अंगठी नेहमी घालते, ती अंगठी म्हणजे आशारूपी वर्तुळच आहे जणू. मी कधीही आशा सोडणार नाहीये. मॅथ्यूची आश्वासक मैत्री नसती, तर मी काय केलं असतं? त्याच्या मैत्रीमुळेच मी या परिस्थितीतही टिकाव धरू शकले. मनात कधीकधी विचार येतो, मॅथ्यूचा अपघात झाला नसता, तर मला त्या दोघांपैकी कुणी लग्नाची मागणी घातली असती? खरं तर हा प्रश्न निर्माण व्हायलाच नकोय. मला ते दोघेही मनापासून खूप आवडतात.

पेटीतल्या पत्रांच्या गठ्ठ्यातलं सगळ्यात वरचं पत्र आजीनं हातात घेतलं. ते बघत ती म्हणाली, "हे पत्र ब्रॅन मॅडॉक्सनं लिहिलंय, ती झिला सांगतेय नं, तोच हा ब्रॅन. अरे, पण हे पत्र कुठल्याशा अनोळखी देशातून आलंय. अं...व्हेसप्युजिया. आता हे कुठे असेल बरं?"

"अगं, तो पॅटॅगोनियाचा एक भाग आहे."

"काय? पॅट...काय ते?"

"दक्षिण अमेरिकेत आहे गं."

"बरं, ठीक आहे." तिनं पाकिटातून ते पत्र बाहेर काढून वाचायला सुरुवात केली.

मॅथ्यू, माझ्या लाडक्या भावा, सप्रेम नमस्कार. व्हेसप्युजियामधे नोव्हेंबर महिन्यातला उबदार दिवस आहे आज. आपल्या इथे आता बर्फ पडत असेल नं? मी आता वेल्सहून आलेल्या लोकांच्या गटासोबत बऱ्यापैकी स्थिरस्थावर झालो आहे. त्यातल्या बऱ्याच लोकांना मी अगदी पूर्वापारपासून ओळखतो, अशी जाणीव मला मनापासून होते...'

पत्र पूर्ण वाचून झाल्यावर ती म्हणाली, "बिचारे तुझे बाबा, हे सगळं वाचून त्यांना किती आनंद झाला असता."

चक मान डोलावत, एखाद्-दुसरी ओळ वाचत, वहीची पानं चाळतच राहिला. निसर्गचित्रांच्या बरोबरीनं, झिला स्होकायनं माणसांचीही अनेक रेखाचित्रं काढली होती. काही शाई वापरून रेखाटली होती, तर काही जलरंगानं. त्यात एका उंच माणसाचं शाईनं काढलेलं रेखाचित्र होतं. त्या माणसानं उंच हॅट घातली होती, त्याच्या हातात काळी बॅग होती आणि तो एका घोडागाडीजवळ उभा होता. तो माणूस साधारण अ‍ॅब्राहम लिंकनसारखा दिसत होता. या चित्राच्या खाली लिहिलं होतं, "बाबा... एका बाळंतपणासाठी जाताना..."

एका तरुणाची खूप रेखाचित्रं होती. अगदी नवतरुण होता तो, किशोरावस्था

नुकतीच संपलेली असावी. सोनेरी केसांचा, नितळ त्वचेचा होता तो. त्यानं दाढी वाढवली नव्हती. त्याचे डोळे टपोरे, भविष्याचा वेध घेऊ पाहणारे, आणि एकमेकांपासून लांब होते. या नवतरुणाच्या चित्रांखाली 'माझा प्रिय ब्रॅन', 'माझा प्राणप्रिय ब्रॅन', 'माझ्या मनातलं प्रेम' अशी वेगवेगळी नावं लिहिली होती.

''किती सुंदर चित्रं आहेत, मला असं चित्र काढता आलं असतं, तर किती बरं झालं असतं!'' बीझी म्हणाली.

आजी मात्र फक्त व्यवहाराचा विचार करत होती. ती म्हणाली, ''या वहीचे थोडेसेतरी पैसे मिळतील का?''

''आजी...तू ते विकणार नाहीयेस!'' चकला धक्काच बसला.

''अरे बाबा, आपल्याला पैशांची गरज आहे...नाहीतर डोक्यावर हे छप्परदेखील राहणार नाही. जे जे विकता येईल, ते सगळं तुझी आई विकून टाकेलच.''

जुन्या-पुराण्या वस्तूंचा व्यापार करणाऱ्या माणसानं, जुनी नाणी आणि चिनीमातीचा भांड्यांचा संच विकत घेतला. चक आणि बीझीच्या मते त्यानं सगळं फारच जास्त किमतीला विकत घेतलं. त्याला झिलाची वही विकत घेण्यात मात्र मुळीच रस नव्हता.

सौ. मॅडॉक्स उदास होऊन म्हणाल्या, ''मला माहितीये रे, ती वही नक्कीच मौल्यवान आहे. ती कुणाला विकायची, हे तुझ्या बाबांनी अगदी बरोबर सांगितलं असतं. मॅथ्यू मॅडॉक्सचं पुस्तक ज्या माणसानं विकत घेतलं होतं, त्याचं नाव जरी आठवलं ना, तरी फार बरं होईल.''

चकला मात्र ती सुंदर वही विकावीशी वाटत नव्हती. त्याच्या आजीनं एक जुना लिननचा उशीचा अभ्रा घेतला, आणि वहीच्या ठिसूळ बांधणीचं रक्षण करण्यासाठी, त्याचं वहीसाठी आवरण तयार केलं. बीझीनं त्या आवरणावर निळी आणि सोनेरी अशी दोन फुलपाखरं भरतकाम करून विणली. तिलाही चकसारखीच त्या वहीची भुरळ पडली होती.

आजीसोबत त्यांनी ती पत्रं दररोज वाचायला सुरुवात केली. आजी इस्त्री करत असे, किंवा इतर घरकाम करत असे, आणि मुलं तिला मोठ्यानं पत्रं वाचून दाखवत. हळूहळू आजीदेखील त्या पत्रांत गुंतत गेली. त्यांचा वर्तमानकाळ एवढा निराशाजनक होता, की त्या तिघांना भूतकाळात रममाण होणं आवडायला लागलं होतं. तेवढ्यापुरतं तरी सगळ्या ताणतणावांपासून सुटका मिळाल्यागत होत असे.

दुकानामागे एका जुन्या इमारतीचा फक्त पाया तेवढा शिल्लक राहिलेला होता. त्या पायाजवळ बीझी आणि चक गेले होते. चक म्हणाला, ''ह्याच पायावर पूर्वी

मॅडॉक्स कुटुंबाचं घर असणार. आपण राहतो, तसं ते लोक दुकानाच्यावर नक्कीच राहत नसतील.''

''अरे, आपलं घर दुकानाचाच भाग होतं.''

''त्यांच्या घराचं काय झालं असेल?''

''ते आपल्याला कधीही कळणार नाही.'' उदास होऊन बीझी म्हणाली.

''ग्रंथालयात जाऊन मी मॅथ्यू मॅडॉक्सच्या पुस्तकांची चौकशी केली, पण ग्रंथपाल बाई म्हणाल्या, की ती पुस्तकं खूप आधीपासूनच तिथून गायब झाली आहेत. कुणीतरी ती चोरली असावीत, असा त्यांचा संशय आहे. मात्र व्हेसप्युजियाबद्दल मला काही पुस्तकं मिळाली आहेत. चल, आपण वर जाऊन ती वाचूया.'' चक म्हणाला.

त्यांनी वहीच्या शेवटच्या पानांवर काढलेली चित्रं, पुस्तकातल्या फोटोंशी ताडून पाहिली. ब्रॅनच्या पत्रात जे वर्णन होतं, तेच झिलानं चित्ररूपात रंगवलं होतं. झिलाच्या चित्रात विस्तीर्ण, लांबचलांब पसरलेला मैदानी प्रदेश होता. ही मैदानं टप्प्याटप्प्यानं उंचावून, विस्तीर्ण पायऱ्यांसारख्या पठारात रूपांतरित होत जाऊन, ॲन्डीज पर्वताच्या पायथ्यापर्यंत पसरलेली होती. हे दृश्य इतकं अनोखं होतं, की ते दुसऱ्याच कुठल्याशा ग्रहावरचं असावं, असं त्या दोघांना वाटलं.

झिलाची वही चाळताचाळता बीझीला एका उंच, देखण्या इंडियन माणसाचं चित्र दिसलं. त्याचे निळे डोळे, त्याच्या गरुडाच्या चोचीसारख्या नाकाच्या फारच जवळजवळ होते. त्या चित्राखाली लिहिलं होतं : 'गेडर असाच दिसत असणार, आणि हा ब्रॅनच्या पत्रात लिहिल्यानुसार, मॅडॉकच्या भावाचा वंशज असणार'

चकनं ब्रॅनचं एक पत्र घेऊन वाचायला सुरुवात केली :

'मला गेडरबद्दल अधिक जास्त आपुलकी वाटायला हवी, असं वाटतंय. त्याचा ग्वेनकडे असलेला ओढा मला स्पष्टपणे जाणवतोय. त्यानं आमच्यासाठी जे काही केलं, ते आठवलं की, मी कृतघ्न असल्यासारखं मला वाटतं. वेल्सपेक्षा किंवा मायदेशापेक्षा, व्हेसप्युजियाच्या हवामानात बांधकाम करणं अगदीच वेगळं आहे. गेडरनं आम्हाला वारा घरात येऊ देण्यासाठी, घर कसं बांधायचं, काय करायचं, हे सगळं शिकवलं नसतं, तर आम्ही कशा प्रकारचं घर बांधलं असतं, कल्पनाही करवत नाही. इथे हवा घराच्या आत येऊ द्यायची असते, तिला अटकाव करायचा नसतो, हेदेखील त्यानंच सांगितलं. कुठली पिकं लावायची, कोबी आणि गाजरासारखी तग धरून राहणारी कणखर पिकं कशी वाढवायची, त्या पिकांची सोसाट्याच्या वाऱ्यामुळे नासाडी होऊ नये, म्हणून त्यांच्याभोवती झाडाझुडपांचं कुंपण कसं उभारायचं, हे त्यानंच तर

दाखवलं होतं. तशी सगळ्याच इंडियन लोकांनी मदत केली म्हणा, पण सर्वांत जास्त मदत गेडरनंच केली. पण तो कधीही हसत नाही...'

हातातलं पत्र खाली ठेवत चक म्हणाला, ''न हसणाऱ्या माणसांचा मला भरवसा वाटत नाही.''

बीझीला लहान मूल सांभाळायची नोकरी मिळाली. शाळा सुटली की लगेच तिची नोकरीवर जाण्याची वेळ होई. आता दुकानाचा गल्ला चक सांभाळू लागला. तो स्वत:ला मॅथ्यू मॅडॉक्स मानून, हे दुकान खूप मोठं आणि भरभराटीला आलेलं आहे, अशी कल्पना करत राहायचा. आजी लोकांचे कपडे शिवण्याचं, इस्त्री करण्याचं काम करायला लागली होती, तिचे सुरकुतलेले हात सतत कामात असायचे. आता निवांतपणे गोष्टी सांगत चहा पिण्यासाठी वेळच नव्हता. चक त्याच्या कल्पनाविश्वात जास्तच रमत चालला होता. मॅथ्यू आणि झिला, ब्रॅन आणि ग्वेन, गेडर आणि झिली, हे सगळे त्याच्यासाठी जणू जिवंत लोक होते.

एक दिवस संध्याकाळी सौ. मॅडॉक्स दुकानातच खूप उशिरापर्यंत थांबल्या होत्या. चक शेजाऱ्यांचं लाकडं तोडायचं काम करून घरी आला, तेव्हा बीझी आणि आजी हर्बल चहा पीत होत्या. त्यानं सांगितलं, ''ए आजी गं, मला खूप भूक लागलीय,'' आपलं पोट भुकेनं गुरगुरताना जाणवलं त्याला. सूप आणि कोरडे टोस्ट एवढंच आज संध्याकाळी खाल्लं होतं त्यांनी.

त्याच्या बोलण्याकडे दुर्लक्ष करून आजी त्याला म्हणाली, ''डथबर्ट मॉर्टमेन तुझ्या आईला भेटायला आला आहे. आत्ता खाली दुकानातच आहे तो.''

''मला तो आवडत नाही.'' बीझीनं सांगून टाकलं.

''कदाचित आता तुला तो आवडून घ्यावा लागेल.'' आजी म्हणाली.

''का गं?'' चकनं विचारलं. त्याला डथबर्ट मॉर्टमेन म्हणजे रखडत चालणारा, सतत आठ्या घालून चिडचिड करणारा, असाच आठवत होता. तो प्लंबिंगची, म्हणजेच नळदुरुस्तीची, नळजोडणीची किरकोळ कामं करायचा. 'त्याचा वास कसा येतो? चांगला वास नाही येत. कोळशासारखा वास येतो त्याला' चकच्या मनात आलं.

''त्यानं तुमच्या आईला लग्नाची मागणी घातली आहे, आणि तो दुकानही सांभाळणार आहे.''

''पण बाबा...''

''आता ते देवाघरी जाऊनही बराच काळ लोटलाय. डथबर्ट मॉर्टमेन धूर्त आहे, आणि त्याला व्यापार कसा करावा, याची चांगली समज आहे. आपलं

दुकान कोणी विकत घेत नाहीये, आणि नंतरही कोणी घेणार नाही. तुमच्या आईकडे पर्यायच नाहीये. इतकं दु:ख सहन करून, इतके कष्ट घेऊनही ती अजूनही सुंदर दिसते. डथबर्ट मॉर्टमेन तिच्या प्रेमात पडला यात काही नवल नाहीये.''

''अगं, पण ती आमची आई आहे.'' बीझी विरोध करत म्हणाली.

''डथबर्ट मॉर्टमेनसाठी नाही नं. त्याच्यासाठी ती फक्त एक आकर्षक बाई आहे, आणि तुमच्या आईसाठी कठीण परिस्थितीतून बाहेर पडण्याचा तो फक्त एक मार्ग आहे.''

''कसली कठीण परिस्थिती?'' चकनं विचारलं.

''आपलं दुकान आणि हे घर आता आपल्या हातून जाणार आहे. फक्त काही आठवड्यांनंतर आपण बेघर होऊन रस्त्यावर येणार आहोत.''

चकचा चेहरा उजळला. ''चालेल! मग आपण व्हेसप्युजियाला जाऊ!''

''अरे, कुठेही जाण्यासाठी पैसे लागतात चक, आणि आपल्याकडे पैसेच नाहीयेत. तुला आणि बीझीला लहान मुलांच्या अनाथाश्रमात ठेवण्यात येईल, आणि तुझ्या आईचं आणि माझं म्हणाल तर...''

''आजी गं!'' बीझीनं आजीची बाही पकडून विचारलं, ''आईनं त्याच्याशी लग्न करावं, अशी तुझी इच्छा नाहीये, हो नं?''

''अगं, मला काय हवंय ते मलाच कळत नाहीये. मी मरण्यापूर्वी, तिचं आणि तुम्हा दोघांचं आयुष्य नीट मार्गी लागलेलं मला कळलं, म्हणजे झालं.''

बीझी त्यांना मिठी मारत म्हणाली, ''आजी गं...तू कधीही मरणार नाहीयेस, अगदी कध्धी कध्धी नाही!''

चकच्या नाकपुड्या फडफडल्या. डँडेलायनच्या परागकणांचा खूप तीव्र वास येत होता.

बीझीच्या मिठीतून दूर होत आजी म्हणाली, ''मृत्यूचा घाला कोणावरही आणि केव्हाही पडू शकतो, तू पाहिलंच आहेस. तुझ्या आईच्या आणि तुम्हा दोघांच्या भविष्याची चिंता मिटली, की मग मी देवाघरी जायला तयार आहे. माझ्या पॅट्रिकपासून खूप काळ दूर राहिले मी. तो माझी वाट बघतोय. तो दिसेल, असं वाटून मी गेले काही दिवस सारखी मागे वळून बघतीये.''

आपल्या कुरळ्या केसांमधून बोटं फिरवत बीझी म्हणाली, ''आजी... आई डथबर्ट मॉर्टमेनवर प्रेम करत नाही गं. ती तसं करूच शकत नाही! मला तर फार तिरस्कार वाटतो त्याचा!''

''अगं, तिरस्कार करणाऱ्यालाच जास्त त्रास होतो बेटा.''

"ब्रॅन्वेनलासुद्धा झाला नव्हता का असा त्रास?"

"ब्रॅन्वेननं कुणाचा तिरस्कार नाही केला. तिनं प्रेम केलं, आणि प्रेमात तिची फसवणूक झाली. तिनं तो मंत्र स्वत:च्या मदतीसाठी वापरला गं, तिरस्कारानं, किंवा सूड घेण्यासाठी नाही. त्या मंत्राच्या प्रभावामुळे सूर्याच्या उष्णतेमुळे बर्फ वितळला आणि तिला ऊब मिळून शांत झोप लागली. तिच्या स्टोव्हमधली आग भरकन जळून न जाता मंद तेवत राहिली, आणि विजेनं तिचा संदेश तिच्या भावापर्यंत, म्हणजेच ब्रॅनपर्यंत, पोहोचवला. तो दुष्ट आयरिश राजा जहाजात बसून पळून गेला. वाऱ्यानं त्याला समुद्रापार वाहून नेलं. त्याचं जहाज खोल समुद्रात बुडून गेलं, आणि ब्रॅन त्याच्या बहिणीकडे, ब्रॅन्वेनकडे, आला. त्या उजाड माळरानाला त्यानं वरदान दिलं आणि ते पुन्हा हिरवंगार होऊन तिथे फुलं उमलू लागली."

बीझीनं विचारलं, "त्या आयरिश राजानंतर तिनं पुन्हा दुसऱ्या कोणावर प्रेम केलं का गं?"

"मला आठवत नाहीये." आजी म्हणाली.

"आजी! अगं, आपण त्या मंत्राचा वापर का करत नाही? त्यामुळे कदाचित आईला त्या डथबर्ट मॉर्टमेनशी लग्न करावं लागणार नाही."

"अगं, तो मंत्र असा बारक्यासारक्या कामांसाठी वापरायचा नसतो."

"हे बारीकसारीक काम नसेलच नं."

"बीझी बाळा, मला कळत नाहीये गं. त्याचं नीट नियोजन करावं लागतं, त्याच्याशी खेळ करायचा नसतो. तो मंत्र अगदी तातडीच्या, आणीबाणीच्या प्रसंगातच वापरायचा असतो."

"मग हा तसा प्रसंग नाहीये का?"

"अं...कदाचित तेवढा नाही." आजीनं डोळे बंद केले आणि ती झुलत्या खुर्चीत शांतपणे मागे-पुढे झुलू लागली. मग काही वेळानं ती त्याच झुलत्या तालावर बोलू लागली, "माझ्या बाळा, तू तो मंत्र वापरशील, नक्कीच वापरशील; पण फक्त योग्य वेळ आल्यानंतरच, त्याआधी नाही." मग आजी डोळे उघडून बीझीकडे एकटक रोखून बघत राहिली, जणू तिच्या आरपार बघत होती ती.

"पण ती योग्य वेळ, मला कशी समजणार? आत्ता योग्य वेळ का नाहीये?"

आजीनं मान हलवत डोळे बंद केले आणि ती पुन्हा झुलत म्हणाली, "ही वेळ योग्य नाहीये. आता रात्र होते आहे, ढग जमतायत. ते सगळे जमा होईपर्यंत आपण काहीही करू शकत नाही. योग्य वेळ आली की चक तुला तशी सूचना देईल...तो सांगेल तुला...तो सांगेल..." आजीचे शब्द हळूहळू मंदावत गेले. मग

तिनं डोळे उघडून आपल्या नेहमीच्या आवाजात म्हटलं, "चला, तुम्ही दोघं झोपा बरं आता...खूप उशीर झालाय."

कालचक्र फिरतच होतं. एका उन्हाळ्यातल्या संध्याकाळी बीझी चकला म्हणाली, "किती हिडीस आहे तो डथबर्ट मॉर्टमेन, मी त्याला मुळीच बाबा म्हणणार नाहीये."

"मीसुद्धा नाही."

डथबर्ट मॉर्टमेनलादेखील नुसतं मि. मॉर्टमेन म्हटलेलं चालत होतं.

तो अतिशय कर्तबगारीनं, शिस्तबद्धपणे दुकान चालवत होता. आईसोबत तो अगदी सौम्यपणे वागायचा, कधीकधी तर चारचौघांत तिच्या केसांवरून हात फिरवायचा. त्याचं तिच्यावर किती प्रेम आहे, याची इतर लोक चर्चा करायचे.

दुकानात गल्ल्यापाशी 'उधारी चालणार नाही' अशी पाटी लावलेली होती. दुपारच्या वेळी चक आणि बीझी मदत करायचे, शिवाय शनिवारीदेखील मदत करायचे. आईच्या चेहऱ्यावर मात्र अजूनही हसू खेळत नव्हतं. डथबर्ट मॉर्टमेननं, अगदी खास तिच्यासाठी, जांभळ्या रंगाची रिबिन बांधलेला, चॉकलेटस् भरलेला डबा आणला, तरीही ती हसत नसे.

चकच्या मनात विचार आला, 'आता आईला भीतीचा वास येत नाहीये, पण पहाटेच्या प्रसन्न निळ्या आकाशाचादेखील वास येत नाही. आता तिला हुरहुर लावणाऱ्या, ढगांमुळे फिकुटलेल्या संध्याकाळच्या निळाईचा वास येतो.'

डथबर्ट मॉर्टमेन गिऱ्हाइकांशी अगदी अदबीनं, हसूनखेळून वागायचा. हसत, विनोद सांगून हसवत असायचा. त्यामुळे लोकांना तो एक छान, मनमिळाऊ माणूस वाटायचा. दुकान बंद करून वर गेल्यानंतर मात्र त्याचा चेहरा बदलून तो अतिशय वैतागलेला दिसायचा.

"मुलांनो, दंगा, कलकलाट करू नका." एकदा त्यांची आई त्यांना दटावत म्हणाली, "तुमचे...अं...माझे पती दमले आहेत."

बीझी चकच्या कानात कुजबुजत म्हणाली, "आपले बाबासुद्धा दमायचे, पण त्यांना आपलं हसणं, गडबड करणं आवडायचं."

चकनं उत्तर दिलं, "आपण त्यांची स्वतःची मुलं होतो. या डथबर्ट मॉर्टमेनचे आपण कुणीच नाही आहोत, आणि जी गोष्ट त्याची नसते, ती त्या मॉर्टमेनला आवडत नाही."

पुढचा वसंत ऋतू येईपर्यंत डथबर्ट मॉर्टमेननं आपल्या खऱ्या दुष्ट, क्रूर स्वभावाचा थांगपत्तादेखील लागू दिला नव्हता. दुकानात मात्र त्या स्वभावाची अगदी पुसटशीदेखील

झलक दिसत नसे. दुकानात येणाऱ्या अगदी कटकट्या गिऱ्हाइकांसमोरही नाही. वर गेल्यावर मात्र तो त्याचे खरे रंग दाखवायला लागला होता. एक दिवस सकाळी त्याची बायको ("जेव्हा लोक तिला सौ. मॉर्टमेन म्हणतात नं, तेव्हा मला इतका संताप येतो! अजिबात आवडत नाही ते." एकदा बीझी संतापून म्हणाली होती.) नाश्ता करण्यासाठी टेबलापाशी आली, तेव्हा तिचा एक डोळा काळानिळा पडलेला दिसत होता. तिनं मात्र असंच सांगितलं, की ती अंधारात दारावर आपटली. आजी, चक आणि बीझी यांनी एकमेकांकडे सहेतुक पाहिलं, पण कोणीच काही बोललं नाही.

अगदी कितीही शांत असली तरीही, डथबर्ट मॉर्टमेनला लहान मुलं आवडत नाहीत, ही गोष्ट नंतर स्पष्ट झाली. त्याला न आवडणारी एखादी गोष्ट चकनं केली, तर तो बिचाऱ्या चकला गालांवर कानापाशी ठोसे मारायचा. दररोज कमीतकमी एकदा तरी असं घडायचंच. शेवटी त्याला त्याच्या कानांमध्ये सतत सणसणते आवाज ऐकू यायला लागले. बीझी जेव्हा दुकानातल्या गल्ल्यावर बसायची, तेव्हा हा सावत्र बाप नेहमी येताजाता तिच्या हाताला जोरात चिमटे काढायचा. लोकांना ते प्रेमळपणाचं वाटायचं, पण तिचे हात मात्र काळ्यानिळ्या वळांनी भरून गेले होते. ते वळ लपवण्यासाठी ती सतत लांब बाह्यांचा स्वेटर घालून बसायची.

एक दिवस शाळेत मधल्या सुट्टीत चकनं पॅडी ओ'कीफला बीझीजवळ जाताना पाहिलं. तो घाईघाईनं त्या दोघांच्या जवळ गेला. पॅडी विचारत होता, "तो म्हातारा मॉर्टमेन तुझ्या मागे लागला आहे का गं?"

"म्हणजे काय? तुला काय म्हणायचं आहे?"

"मला काय म्हणायचं आहे, ते तुला चांगलंच कळलंय."

"नाही. मला नाही कळलं," ती असं म्हणाली खरी, पण तिचं अंग शहारलं.

मध्ये पडत चक म्हणाला, "ए, माझ्या बहिणीपासून दूर राहा हं."

"अरे ए बुटक्या, त्या मॉर्टमेनला तिच्यापासून लांब राहायला सांग आधी. बीझी, तुला कधीही मदत लागली, तर मला सांग. हा पॅडी तुझी काळजी घेईल हं."

त्या रात्री तर डथबर्ट मॉर्टमेनचा आसुरी स्वभाव उफाळून नियंत्रणाबाहेर गेला.

त्या सगळ्यांचं रात्रीचं जेवण झालं होतं. बीझी टेबल आवरत होती. तिच्या सावत्र बापानं हात लांबवून तिच्या पार्श्वभागाला चिमटा काढला. तिनं त्याच्याकडे अत्यंत तिरस्कारानं पाहिलं. तिच्या नजरेतला तिरस्कार, संताप, विखार अगदी

स्पष्टपणे चकला जाणवला.

"डथबर्ट..." त्यांची आई विरोधानं ओरडली.

"डथबर्ट मॉर्टमेन... सांभाळ स्वत:ला, जरा जपून वाग." आजी त्याच्यावर नजर रोखत म्हणाली. ती फक्त एवढंच बोलली, तरीही तिच्या नजरेतली धमकी स्पष्ट कळत होती. आजीनं कप आणि ग्लासेस एका ट्रेमध्ये ठेवले आणि ती ते धुवायला सिंकपाशी नेऊ लागली.

मॉर्टमेनदेखील टेबलापासून उठला आणि आजी जिन्याच्या वरच्या पायरीपाशी गेल्यावर त्यानं आजीला मारण्यासाठी हात उगारला.

"नाही..." बीझी किंचाळली.

चक, आजी आणि मॉर्टमेनच्या मध्ये मुसंडी मारून घुसला, आणि मॉर्टमेनचा घणाघाती वार त्यानं आपल्या अंगावर झेलला.

बीझी पुन्हा किंचाळली. आजीच्या हातातला ट्रे धक्क्यानं निसटून उडाला, आणि फुटलेल्या काचांच्या तुकड्यांसह चक जिन्यावरून गडगडत खाली कोसळला. ती त्याच्याजवळ धावत गेली.

चक जिन्याच्या पायथ्यापाशी वेडावाकडा पडला होता. त्याच्या डोळ्यांमध्ये कसलीही जाणीव नव्हती. तो बडबडत होता, "गेडरनं मला ढकललं. त्यानं धक्का मारला मला. त्याला ग्वेनशी लग्न करू देऊ नका. झिला, अगं गेडरला लग्न करू देऊ ... नका करू देऊ..."

१०

पृथ्वी, तिच्या परिपूर्ण कणखरतेसह

डँडेलायन्सचं शेत. पिवळं, पिवळं. त्याचं पांढऱ्या रंगाच्या स्फोटात रूपांतर, पांढरं वादळच जणू, दहशत बसावी असा पांढरा रंग. हिरवे देठ, त्यातून पाझरणारा ओंगळ द्रव.

आजी,

आजी गं,

आजी, तू कधीही मरणार नाहीयेस, अगदी कध्धी कध्धी नाही.

गेडर.

वास. अगदी घाणेरडा वास.

बंदूक. गेडरची बंदूक. त्याला थांबवा.

किती भयंकर उंचावरून पडलो.

ग्वेन, झिला

डोकं दुखतंय...

दुखतंय.

स्फटिकाचं शिंग जखम बरी करतं.

मॅथ्यूचा एकशिंगी घोडा आला.

प्रकाशित झालेल्या शिंगाचं टोक डोक्याला स्पर्श करतंय...बरं वाटतंय.

बीझी! आजी! आई! बाबा!

दफनभूमीमध्ये दोन थडगी.

कड्याच्या टोकावर चाललेली लढाई... ग्विदायर आणि मॅडॉक यांच्यात तलावाच्या काठाशी झाली होती तशीच...वाईट, फार वाईट.

बीझी, त्याला कधीही तुला हात लावू देऊ नकोस.

चकच्या शरीरात असलेल्या चार्ल्स वॉलेसला दिसत होतं...एकशिंगी घोड्यानं डोकं खाली झुकवून त्याच्या चकाकत्या शिंगाचं टोक चकच्या डोक्यावर टेकवलं. त्याच्या डोक्यात तो प्रकाश ओतत होता. शिंगातला सगळा प्रकाश चकच्या डोक्यात जाईपर्यंत त्यानं शिंग तसंच टेकवून ठेवलं. चकच्या वेदना हळूहळू कमी होत गेल्या, त्याची भ्रमिष्ट बडबड थांबली आणि त्याला झोप लागली.

''चार्ल्स वॉलेस!''

तो कान देऊन ऐकू लागला. हा आवाज गॉडियरसारखा वाटत होता, पण तरी तो गॉडियरचा नक्कीच नव्हता. आता त्याला तो सुंदर चंदेरी एकशिंगी घोडा, त्याचं चमकणारं शिंग, काहीच दिसत नव्हतं. खरं तर काहीही दिसत नव्हतं, अगदी काळोखदेखील. काहीतरी वेगळंच घडत होतं, पण नक्की काय, ते त्याला कळत नव्हतं. तो अजूनही चकच्या शरीरात होता, पण तरीही आपण चार्ल्स वॉलेस असल्याची त्याला स्पष्ट जाणीव होती. काहीतरी त्याला बाहेर ओढू पाहत होतं.

•••

मेग डोळ्यांची उघडझाप करत उठून बसली. तिचा हात आनंदीच्या अंगावर फिरतच होता. मांजराचं पिल्लू उशीवर झोपलं होतं. ती इतकी का घाबरली आहे, डोळ्यातलं पाणी गालावर का ओघळतंय, हे आधी तिला कळेचना.

तिनं उदास होऊन पुन्हा डोळे मिटून घेतले. तिला एकशिंगी घोडा तारे पाहायच्या खडकाजवळ स्तब्ध उभा असलेला दिसला. थेंबाच्या आकाराचा एक स्फटिक गॉडियरच्या डोळ्यातून घसरून खाली पडला आणि तो फुटून त्याच्या ठिकऱ्याठिकऱ्या उडाल्या. त्यानं आकाशाकडे पाहिलं. तारे झगमगत होते, चांदण्यात न्हायलेले लहानसे ढग उत्तरेकडून येणाऱ्या वाऱ्यावर वाहत चालले होते. तिला गॉडियर बोलल्यागत वाटलं. तो म्हणत होता, ''त्यांच्यात एके काळी प्राचीन संगीत अस्तित्वात होतं. हा तर इक्थ्रॉयचा विजय झालाय.''

मेगच्या मनात खाली वाट बघत असलेल्या सौ. ओ'कीफचा विचार आला. ''खरंच...शत्रूचा विजय झाला होता. ती सोनेरी केसांची सोन्यासारखी बीझी... तिचं अशा दातपडक्या, चिडक्या, विद्रूप म्हातारीत झालेलं रूपांतर... हे असह्यच होतं.''

त्या दिसतात तशा नाहीयेत, आणखी खूप काही दडलंय त्यांच्यात.

खरंच, अगदी असंख्य गोष्टी दडल्या आहेत.

आता पुढे काय? आता काय होणार आहे?

चकचं काय होणार?

चार्ल्स वॉलेसचं काय होणार?

•••

"चार्ल्स वॉलेस!"

चार्ल्सला हाक ऐकू आली. गॉडियरनं हाक मारली का? त्याला ऐकू येत होतं, पण काही दिसत नव्हतं. त्या आवाजाचा, खूप लांबून आल्यासारखा, प्रतिध्वनी ऐकू आला.

"चार्ल्स वॉलेस," आवाजात कणव दाटली होती. "आता हे असं घडलंय नं, मग आता तू चकच्या शरीरात राहण्याची गरज नाही. असं काही होईल, हे आम्हालाही वाटलं नव्हतं."

चार्ल्सला अचानक थंडी जाणवली, तो गोंधळला, आणि म्हणूनच वैतागून म्हणाला, "पण मी तर चकच्या शरीरात आहे नं."

"हो, आणि चक बेशुद्ध पडलाय. तो जेव्हा शुद्धीवर येईल, तेव्हा तो पूर्वीचा चक नसेल. त्याच्या डोक्याची कवटी तुटलीय. शिंगाच्या प्रकाशामुळे त्याच्या तीव्र वेदना नाहीशा झाल्या असल्या, तरी तो प्रकाश मेंदूची हानी दुरुस्त करू शकत नाही. त्यामुळे तुझी इच्छा असेल, तर तुला मुक्त करावं, अशी आम्हाला सूचना मिळाली आहे."

काळोख आणि वेदना आपल्याला दडपून टाकतायत, असं चार्ल्सला वाटलं.

तो गॉडियरसारखा आवाज पुढे बोलू लागला, "चकची जी अवस्था झाली आहे, त्यावरून तरी त्याच्या शरीरात असताना तू त्याच्या हालचालींवर नियंत्रण ठेवू शकणार नाहीस. त्याच्या मेंदूला चांगलीच इजा झालेली आहे. जर आसपास एखादं 'बदलण्यायोग्य' अशा प्रकारचं काही असेल, आणि अनर्थ टाळण्यासाठी तुला ते बदलायचं असेल, तर तुझ्यात ते ओळखण्याची किंवा त्यात बदल करण्याची क्षमता मुळीच राहणार नाही."

"जर तुम्ही मला चकच्या शरीरातून मुक्त करून बाहेर काढलंत, तर मग पुढे काय?"

"तुला दुसऱ्या कुणाच्यातरी शरीरात पाठवलं जाईल. मग तुला तिथे राहून तुझं ध्येय चांगल्या प्रकारे गाठता येईल. वेळ खूप महत्त्वाची आहे, तुला तर चांगलंच कळतंय ते. ह्या जखमी मुलाच्या शरीरात तू अडकून पडलास, तर काय होऊ शकेल ते आम्हालासुद्धा माहीत नाही."

"तुम्ही कोण आहात?" चार्ल्सनं त्या अदृश्य आवाजाला विचारलं. "तुमचा

आवाज गॉडियरसारखाच आहे, पण तुम्ही गॉडियर नाही आहात.''

हलकेच हसून तो आवाज बोलला, ''नाही. मी गॉडियर नाहीये. त्यानं त्याच्या शिंगातला अगदी सगळा गुणकारी प्रकाश चकला दिलेला असला, तरीही चक पूर्ण बरा होऊ शकलेला नाहीये. त्या प्रकाशामुळे तो मरण पावला नाही, एवढंच. असं करणं कदाचित दयाळूपणाचं ठरणार नाही. शिंगातला प्रकाश पुन्हा मिळवण्यासाठी गॉडियर गुणकारी तलावात आपलं शिंग बुडवून ठेवायला गेलाय.''

''मग तू कोण आहेस?''

तो आवाज पुन्हा हसला, आणि म्हणाला, ''तुम्ही दोघं त्या हिमयुगीन समुद्रात जवळपास बुडालाच होतात, तेव्हा कसंबसं बाहेर येऊन गॉडियरनं तुला आमच्या घरी आणलं होतं, आठवतंय नं? तू पाहिलं होतंस की मला... मी तो अंड्यातून बाहेर आलेला एकशिंगी घोडा आहे.''

या शब्दांमुळे त्याला जरा दिलासा मिळाला, पण अजूनही त्याला अनिष्टाची धास्ती वाटत होती. त्यानं विचारलं, ''पण मग तू मला दिसत का नाहीयेस? मला काहीही का बरं दिसत नाहीये?''

''तू चकच्या शरीरात आहेस नं, मग चकला जे काही दिसेल, तेच तुलाही दिसेल, आणि आत्ता तर चक बेशुद्ध आहे. तो आणखी बरेच दिवस असा बेशुद्ध असेल. चल, चार्ल्स वॉलेस, जास्त वेळ शिल्लक नाहीये. तुला चकच्या शरीरातून बाहेर येण्यासाठी मदत करू दे. मॅड डॉग ब्रॅन्झिलोला विध्वंसक सर्वनाश करण्यापासून थोपवायचं असेल, तर तू उगाचच अळंटळं करण्यात मुळीच वेळ घालवू नकोस.''

''मला विचार करावा लागेल ...'' काहीतरी चुकत होतं, पण नेमकं काय...तेच त्याला कळत नव्हतं.

''चार्ल्स वॉलेस, अरे, आत्ता मी जे सांगितलंय नं, त्याला गॉडियर दुजोराच देईल. चकच्या मेंदूची बरीच हानी झालीय. त्याला वेड लागलं नाहीये, एवढंच. चल, बाहेर ये.''

''मी जर बाहेर आलो, तर तू मला दिसशील का?'' चार्ल्सला त्या आवाजात काहीतरी खटकत होतं. त्यानं ते एकशिंगी घोड्याचं पिल्लू पाहिलं होतं, हा आवाज त्या पिल्लाचा वाटत नव्हता...अर्थात ते पिल्लू आता मोठं झालं असेल म्हणा... त्याच्या मनात आलं.

''अरे, हो. मी नक्कीच तुला दिसेन. चल, घाई करायला हवी. तुला जे साध्य करायचंय, त्याबद्दल अत्यंत तातडीनं कृती करायला हवी आहे.''

''मी?''

''अर्थातच, तूच. तुझी निवड झालीय, खरं नं?''

"नाही. बीझी...म्हणजे सौ. ओ'कीफ...यांनी माझ्यावर जबाबदारी टाकलीय."

"हो...कारण फक्त तूच त्या ब्रॅन्झिलोला थोपवू शकतोस."

"मला नाही जमणार..."

"तू नक्कीच करू शकतोस ते." आता आवाजात संयम जाणवत होता. "तुला काय वाटतंय? तुझी निवड का झाली असेल?"

"अं... गॉडियरच्या मते मला लोकांच्या शरीरात सहजतेनं जाता येईल, आणि शिवाय मेग आणि मी ज्या प्रकारे कायथ करतो, त्यामुळे."

"अगदी बरोबर. तुझ्या विशिष्ट क्षमता, दैवी देणग्या आणि तुझी असामान्य बुद्धिमत्ता, या गोष्टींमुळेच तुझी निवड झाली आहे. तुलाही हे माहीत आहेच की, हो नं?"

"अं...हो, मला कायथ करता येतं, आणि मला माहितीये की माझा बुद्ध्यंक खूप जास्त आहे. पण तेवढंच पुरेसं नाही..."

"अरे, अर्थातच पुरेसं आहे...आणि तुला योग्य-अयोग्य यांतला फरक चांगला समजतो. तुला अचूक निर्णय घेता येतात. तू एक असामान्य तरुण मुलगा आहेस, तुझ्या क्षमतांमुळे, तुझ्या बुद्धिमत्तेमुळे तू या निवडीस पात्र ठरला आहेस. 'बदलण्यायोग्य' प्रकारच्या लोकांवर, फक्त तू एकटाच नियंत्रण ठेवू शकतोस."

चार्ल्सच्या पोटात ढवळायला लागलं.

"चल, चार्ल्स वॉलेस, तुझी निवड झालीय. आता जे काही होईल, त्याच्यावर तुझं नियंत्रण असेल. तुझी फार गरज आहे. चल, चल, आपल्याला जायलाच हवं."

चार्ल्सला उलट्या होऊ लागल्या. ही त्या लालूच दाखवणाऱ्या शब्दांची प्रतिक्रिया होती, का डोक्याची कवटी फुटलेल्या चकला उलट्या होत होत्या, म्हणून चार्ल्सलाही होत होत्या? पण हा आवाज कसाही वाटत असला, तरी तो एकशिंगी घोड्याचा नाहीये, हे चार्ल्सला कळलं होतं. त्याच्या उलट्या थांबल्यावर तो म्हणाला, "तू कोण आहेस, ते मला माहीत नाहीये, पण तू गॉडियरसारखा नक्कीच नाहीयेस. तू जे बोललास, ते गॉडियरनं कधीच म्हटलं नसतं. माझी बुद्धिमत्ता वापरल्यामुळे, आणि सगळ्या गोष्टींवर नियंत्रण ठेवण्याचा प्रयत्न केल्यामुळेच तर त्रास झाला आम्हाला. मी कशाचा उपयोग करायला हवा, हे मला माहीत नाही, पण बुद्धिमत्ता किंवा ताकद तर नक्कीच वापरू नये, एवढं कळतंय मला. आणि शिवाय आत्तापर्यंत कधीही मी स्वत: आपणहून बाहेर आलेलो नाहीये. ते आपोआपच होत होतं. मी बाहेर येणार नाही, आतच राहीन."

•••

एक मोठा सुस्कारा टाकून मेग म्हणाली, "चार्ल्सनं अगदी योग्य केलं, हो की नाही?"

आनंदीनं मेगचा हात चाटला.

मेगनं पुन्हा डोळे बंद केले, ती ऐकू लागली. तिला पराभवाची किंचाळी ऐकू आल्यासारखं वाटलं, आणि इक्थ्रॉयचा तो घाणेरडा वासही अगदी किंचितसा जाणवला.

तिच्या मनात आलं, 'अच्छा... म्हणजे आता इक्थ्रॉय छुप्या पद्धतीनं चार्ल्सला पकडण्याचा प्रयत्न करत आहेत तर... गॉडियरच्या पाठीवरून खेचून काढण्याऐवजी, किंवा त्याला प्रक्षेपित दृश्यात फेकून देण्याऐवजी ते असा प्रयत्न करतायत.'

डथबर्ट मॉर्टमेननं चकला जवळजवळ ठारच मारलं होतं. यापुढे त्याच्यासाठी काहीही सरळ, सोपं राहिलं नाही. त्याचं मन अस्थिर पृथ्वीसारखं झालं होतं, खूप दोष असलेलं, आणि त्यामुळे जाणीव आणि नेणिवेच्या मध्यावर होता तो; त्याच्या अंतर्मनाचे वेगवेगळे पदर आलटून-पालटून उलगडत होते, लुप्त होत होते... एखाद्या वाईट स्वप्नासारखं होतं हे, ज्या स्वप्नातून जाग येण्याची शक्यता नाही...असं दुःस्वप्न. मेगला त्याची आणि त्याच्या शरीरात असलेल्या चार्ल्सची दया आली.

•••

असह्य वेदना आणि प्रचंड भीती

सगळं जग कलत चाललं होतं

आपल्या अक्षाभोवती गिरकी घेत... नियंत्रणाबाहेर

गिरक्या घेत घेत, सूर्यापासून दूरवर... गूढ काळोखात

अनेक झगमगते रंग, एखाद्या शोभादर्शक यंत्रात (कॅलिडोस्कोप) दिसावे, तसं समोर नाचत, त्याच्या नाकपुड्यांवर हल्ला चढवत होते.

"चक!" एखाद्या काळोख्या भुयारातून यावा, तसा दूरवरून आवाज आला. त्याचा प्रतिध्वनीदेखील येत होता.

"ए चक! मी बीझी आहे रे, तुझी बहीण. ए चक, चक, अरे, माझं बोलणं ऐकू येतंय का तुला?"

त्या जडशीळ वातावरणामुळे त्याला दडपण जाणवत होतं, तरीही त्यानं तिच्या हाकेला प्रतिसाद म्हणून कसंबसं एक बोट उचललं. जर हे वजनदार दडपण झुगारून दिलं, तर आपण या वेगानं वेडंवाकडं कलणाऱ्या पृथ्वीवरून खाली पडू, अशी त्याला भीती वाटत होती.

"त्याला ऐकू येतंय! आई, बघ नं, चकनं एक बोट हलवलं!"

अगदी हळूहळू पृथ्वीचं प्रचंड, अनियंत्रित वेगानं गरगरणं कमी झालं आणि पृथ्वी नेहमीच्या गतीनं, नेहमीसारखीच फिरू लागली. वेगानं फिरत नाचणारे रंग स्थिरावले. आता ओळखीचे वास पुन्हा जाणवू लागले : कॉफी, पाव, सफरचंदं, बीझी या सगळ्यांचे वास जाणवू लागले. बीझी... तिचे सोनेरी केस पूर्वीसारखे चमकदार दिसत नव्हते, तरीही ती पूर्वीचीच बीझी होती. त्याची आई... आकाशाची निळाई आता ढगाळली होती, फारसा निळा रंग उरलाच नव्हता, पावसाळी ढगासारखा राखाडी रंग उरला होता. आजी... आजीचा रंग, तिचा वास का येत नाहीये? नुसतीच पोकळी का जाणवतेय? आजीचा हिरवा रंग कुठे गेला?

"आजी गं!" त्यानं हाक मारली.

"ती देवाघरी गेली रे चक. तिचं हृदय बंद पडलं."

"गेडरनं धक्का मारला तिला. त्यानंच तिला मारलं."

कडवट आवाजात बीझी म्हणाली, "गेडर नाही रे चक, डथबर्ट मॉर्टमेन. तो तिच्यावर खूप चिडला होता, आणि तो तिच्यावर वार करणारच होता, तेवढ्यात तू मध्ये येऊन तिला वाचवलंस. त्याचा वार तू झेललास, आणि तू जिन्यावरून गडगडत खाली पडलास. डोकं आपटल्यामुळे तुझ्या डोक्याची कवटी तुटली. मग आजी... आजी नुसतीच ..."

"काय? मग त्या गेडरनं..."

"अरे, गेडर नाही रे चक ... डथबर्ट मॉर्टमेन. त्याला खूप वाईट वाटलं. आई आणि तो मिळून तुला दवाखान्यात घेऊन आले, आणि मी आजीजवळ घरीच थांबले. माझ्याकडे बघत ती म्हणाली, 'मला माफ कर बीझी, पण मी आता फार काळ वाट पाहू शकणार नाही. माझा पॅट्रिक मला न्यायला आलाय.' मग तिनं एक लहानसा आचका दिला, आणि संपलं रे सगळं."

त्यानं तिचं सगळं बोलणं ऐकलं, पण तिच्या शब्दांच्या अधेमध्ये त्याला दुसरे वेगळेच आवाज ऐकू येत होते, आणि त्यासोबतच अनोळखी उष्ण हवेचा वासदेखील येत होता. समयचक्र उलटं फिरलं, आणि काळाचे थर बाजूला सरून त्याच्या अंगाखाली आले. तो बडबडला, "पण ग्वेननं गेडरशी लग्न करायला नको. ग्विदायरच्या मुलांनी, मॅडॉकच्या मुलांशी मुळीच लग्न करू नये."

बीझी खूप घाबरली. ती भेदरलेल्या आवाजात म्हणाली, "अरे, तू हे काय बडबडतो आहेस? चक, प्लीज, नको नं रे असं बोलू. मला भीती वाटतेय. मला तू अगदी पूर्णपणे बरा व्हायला हवा आहेस रे."

"अगं, मी स्वत:ला कुठलंही पात्र, कुठलाही माणूस, समजत नाहीये गं, हे खरं आहे. ग्वेन आणि गेडर... लग्न झालं, तर खूप वाईट होईल...वाईट..."

तो उंच डोंगरकडा जणू संकटाची धमकी देत होता. त्या कड्याच्या टोकावर

गेडर वाट पाहत उभा होता. कुणाची वाट पाहत होता तो?

•••

चक हळूहळू बरा होऊ लागला. त्याला दुकानातल्या शेल्फवर खोकी, डबे ठेवता यायला लागले. शाळेत मात्र त्याला काहीच जमत नव्हतं, तरी दुकानातल्या वस्तूंवर किंमत लिहू शकण्याइतपत तो बरा झाला. त्याच्या हातून फार कमी वेळा चूक व्हायची, पण चूक झाली तरीदेखील आता डथबर्ट मॉर्टमेन त्याच्या कानांवर ठोसे मारत नसे.

तो चकला कधीकधी मॉर्टमेन भासत असे, तर कधीकधी गेडर भासत असे. एकदा तो बीझीला म्हणाला, ‘‘आता गेडर आधीपेक्षा बरा वागतोय. माझ्याशी, आईशी आणि आजीशीसुद्धा चांगला वागतोय तो.’’

‘‘आजी...’’ बीझीच्या गळ्यात हुंदका दाटून आला. ती म्हणाली, ‘‘चक, अरे, असं कसं बोलतोयस तू! अरे, तू याबद्दल नाटक-नाटक कसा खेळू शकतोस?’’ रागानं तिचा आवाज चढला, ती ओरडली, ‘‘तू हा असा माझ्यापासून दूर कसा जाऊ शकतोस? आत्ता तर मला तुझी खूप गरज आहे, आणि तुझं हे काय चाललं आहे रे? मला सोडून जाऊ नको नं रे!’’

तिचं बोलणं त्याला ऐकू गेलंही, आणि नाहीही. तो काळाच्या थरांमध्ये अडकला होता. बीझीसोबत राहण्यासाठी त्याला योग्य तो थर सापडत नव्हता. तो बोलला, ‘‘त्याला गेडर म्हणायचं नाही, असं आजी मला सांगत असते. ते त्याचं खरं नाव नाहीये नं, मग मी त्याला तशी हाक मारणार नाही.’’ त्याला खरं तर पुढे म्हणायचं होतं, ‘‘बीझी, मी तुला कधीही सोडून जाणार नाही,’’ पण काळाच्या दुसऱ्याच थरातले, म्हणजेच भूतकाळाशी निगडित शब्द त्याच्या तोंडून बाहेर पडले, ‘‘मॅथ्यू कुठे आहे? मला त्याच्याशी बोलायचं आहे. त्यानं झिलाला व्हेसप्युजियाला नेलंच पाहिजे.’’

कधीकधी पृथ्वी वेगानं कलू लागली आहे, असं त्याला जाणवायचं, आणि मग तो त्या वेगामुळे उभा राहू शकत नसे. अशा वेळी त्याला पृथ्वीचं कलणं थांबेपर्यंत अंथरुणातच राहावं लागायचं.

एकदा, पृथ्वी अगदी पूर्ण स्थिर आणि कणखर असताना, चक जिना चढून पोटमाळ्यावर गेला. वळचणीखालच्या अडगळीच्या जागेत तो रांगत गेला. जराशी अंधारी, भरपूर जळमटं लागलेली जागा होती ती. तिथल्या सगळ्या कानाकोपऱ्यांत जाऊन त्यानं शोध घेतला, आणि त्याच्या हाताला एक पाकीट लागलं. आधी त्याला वाटलं, ते जुनं तंबाखू ठेवायचं पाकीट असेल, पण नंतर त्याच्या लक्षात आलं की, तो तर मेणकापडात गुंडाळलेला कागदांचा गठ्ठा आहे. त्यात काही

वर्तमानपत्राची कात्रणंसुद्धा होती.

ती होती, जुनी पत्रं. ब्रॅननं झिलाला, मॅथ्यूला लिहिलेली पत्रं. अगदी महत्त्वाची, निकडीची पत्रं.

तो ती पत्रं बघू लागला, पण त्याच्या डोळ्यांसमोर त्यातले शब्द नाचू लागले, थरथरून अदृश्य होऊ लागले. शब्दांचा नीटसा अर्थदेखील त्याला उमगेना. अक्षर बारीक होतं, त्याला ते वाचता येईना. त्यानं डोळ्यांवर हात घट्ट दाबून धरले, आणि जणू डोळ्यांसमोर अनेक फटाके उडावेत, तसं सगळं चमकू लागलं. हताश होऊन तो हुंदके देत रडायला लागला. त्यानं ती पत्रं आणि कात्रणं खाली, त्याच्या खोलीत, नेली आणि उशीखाली ठेवली.

•••

'...मी आजीला सांगीन. ती मला वाचून दाखवेल.' त्याच्या मनात आलं.

मेगकडे विचित्र प्रकारचं, वेड्यावाकड्या लहरींच्या रूपातलं कायथ पोचत होतं.

एखादं मिनिट तिला काहीतरी समजायचं, पण लगेचच चकचं जग बदलायचं, त्यामुळे निश्चित असं काही तिला कळत नव्हतं. तिनं कायथ करणं थांबवलं, आणि ती विचार करू लागली,

'...एक गोष्ट तर स्पष्ट झाली आहे... ती म्हणजे मॅड डॉग ब्रॅन्झिलो हा मॅडॉकचा वंशज आहे, की ग्विदायरचा, हे शोधणं अतिशय महत्त्वाचं आहे. मॅडॉक आणि नंतरच्या काळातल्या ब्रॅन्डन स्होकाय या दोघांना, त्या जादुई आरशासारख्या पाण्यात दिसलेल्या दोन वेगळ्या बाळांपैकीच कुणीतरी असणार.

आपल्याला ग्विदायरची वंशावळ माहीत नाहीये. त्याची मानहानी होऊन तो व्हेसप्युजियाला निघून गेला होता. आत्ता तरी असंच वाटतंय की गेडर हा त्याचा वंशज आहे.

मॅडॉकची वंशावळसुद्धा फारशी माहीत नाहीये. चार्ल्स जेव्हा जेव्हा कोणाच्यातरी शरीरात गेला, तेव्हा प्रत्येक वेळी असंच लक्षात आलं होतं, की मॅडॉकचे वंशज इथेच आसपास राहिले होते.

म्हणून ब्रॅन्झिलोचे पूर्वज महत्त्वाचे ठरतात. हे सगळं त्या मॅथ्यू मॅडॉक्सच्या पुस्तकात आहे. चार्ल्स वॉलेसला ते पुस्तक मिळू शकलं नाही, कारण दर वेळा इक्थ्रॉयनं अडथळा निर्माण केला. पण समजा, जरी चार्ल्स आणि गॉडियर पॅटॅगोनियाला गेले, तरीसुद्धा चार्ल्स काय करू शकणार आहे?'

हळूहळू ती कायथमध्ये गुंगली.

•••

“चक,” बीझीचा आवाज.

“मी इथे आहे गं.”

“आता कसं वाटतंय रे तुला?”

“चक्कर येतीये. पृथ्वी वेगात गरगरतेय, आपण काजवे बघायला गेलो होतो, तेव्हासारखं.”

“त्याच रात्री बाबा देवाघरी गेले.”

“हो. तेव्हा चक्कर आली होती नं, तसंच.”

“तुला आठवतंय ते?” तिनं आश्चर्यानं विचारलं.

“हो अगं, अर्थातच.”

“तुला तर अनेक गोष्टी आठवत नाहीत. त्यामुळेच तर आता तू शाळेत जाऊ शकत नाहीस नं. ए चक...”

“काय गं?”

“आईला बाळ होणार आहे.”

“नाही होऊ शकत. बाबा वारले आहेत आपले.”

“अरे, तिनं दुसरं लग्न केलं नं.”

“ती आणि गेडर मिळून मूल जन्माला घालू शकत नाही. ते फार वाईट होईल.”

“मला वाटलं, की तू पूर्वीसारखा बोलतोयस. मला वाटलं, की तू बरा झालायस!” निराशेनं, रागानं तिचा आवाज चढला. “तो गेडर नाहीये! मॉर्टमेन आहे तो!” ती ओरडली.

त्यानं काळ बदलून तिच्यापर्यंत पोहोचण्याचा प्रयत्न केला, पण ते त्याला जमलं नाही. तो म्हणाला, “अगदी तोच फरक आहे. तोच वास. ते बाळ मॅडॉकचं असायला हवं. ब्रॅन आणि झिलाला त्या प्रार्थनेमुळे बाळ व्हायलाच हवं.”

“अरे, कसली प्रार्थना?” ती जोरात ओरडली.

“निळाईचे देव, आणि सोन्याचे देव
वाऱ्याचे देव आणि पाण्याचे देव
सरत जाणाऱ्या काळाचे देव
सौम्यसा ऋतू केव्हा येणार?
निळ्या मॅडॉकचं बाळ केव्हा येणार?”

"हे कुठे शिकलास तू?"

"त्या पत्रांमध्ये आहे."

"कुठली पत्रं?"

त्याचा धीर सुटत चालला. तो वैतागून म्हणाला, "अगं, अर्थातच ब्रॅनची पत्रं नं."

"पण आपण तर सगळी पत्रं वाचली होती की. त्यात असलं काहीही नव्हतं."

"मला आणखी काही पत्रं सापडली."

"कधी? आणि कुठे?"

"आपल्या पोटमाळ्यावर. ती पत्रं वाचायला मला आजी मदत करते."

"दाखव बरं, कुठे आहेत ती पत्रं?" तिनं दरडावून विचारलं.

तो उशीखाली हात घालून धुंडाळत म्हणाला, "ही बघ."

•••

वसंत ऋतूतल्या एका प्रसन्न संध्याकाळी चक गवतावरून चालला होता. वाढणाऱ्या गवताचा, झाडांवरून गळून पडणाऱ्या फुलोऱ्याचा सुगंध येत होता. शेतातून चालत चालत तो झऱ्यापाशी आला. वितळत्या बर्फामुळे झरा खळाळून वाहत होता. तो खाली बसला आणि वाकून झऱ्याचं पाणी ओंजळीनं पिऊ लागला. मग तो लडखडत उभा राहिला, आणि त्या सपाट खडकाकडे चालत गेला. त्याला वेदना होत होत्या. डोळ्यांवर जणू काळसर ढगाचा पडदा पडला होता, त्यामुळे तो जणू आजूबाजूच्या जगापासून अलग झालेला होता. झाडं आणि खडक हलत नव्हते. त्याला नेहमीच इतर कुठल्याही जागेपेक्षा खडकावर सुरक्षित वाटायचं.

या डोळ्यांवरच्या पडद्याबद्दल त्यानं कुणालाही काहीही सांगितलं नव्हतं.

आता त्याच्या हातून दुकानातल्या वस्तूंवर किमतीचा शिक्का मारतानादेखील चुका व्हायला लागल्या होत्या. तो जिन्यावरून पडल्यामुळे त्याच्या डोक्यावर परिणाम झालाय, आणि तो मतिमंद बनलाय, असंच डथबर्ट मॉर्टमेनला वाटत होतं, त्यामुळे तो चिडत नसे.

बाळाचा जन्म झाला, त्यांच्या आईला मुलगा झाला. आता आई दुकानात काम करेनाशी झाली. पॅडी ओ'कीफनं शाळा सोडून दिली, आणि तो त्यांच्या दुकानात मदतीसाठी यायला लागला. पॅडीच्या सूचनांनुसार चक वस्तूंवर किमतींचे शिक्के मारायचा. एकदा चकनं पॅडी आणि मॉर्टमेनचं बोलणं ऐकलं, "उपयोग

होण्यापेक्षा त्रासच जास्त आहे त्याचा. तुम्ही त्याला वेड्यांच्या इस्पितळात भरती का करत नाही?''

मॉर्टमेन 'बायकोला आवडणार नाही'...असं काहीबाही पुटपुटला.

''तो बाळाला दुखापत करेल, अशी भीती तुम्हाला वाटत नाही का?''

त्यानंतर मात्र चक त्यांच्यापासून शक्य तितका लांब राहू लागला. उबदार दिवशी तो खडकावर बसून वेळ घालवायला लागला, आणि थंडी असेल तेव्हा तो पोटमाळ्यावर अंगाची जुडी करून झोपून राहायचा. त्याच्याशी बोलण्यासाठी, गप्पा मारण्यासाठी बीझीला फक्त संध्याकाळी आणि रविवारीच वेळ मिळायचा.

एकदा बोलता बोलता तिच्या लक्षात आल्यानं तिनं पटकन विचारलं, ''चक, तुझ्या डोळ्यांना काय झालंय?

''काही नाही गं.''

''अरे, तुला नीट दिसत नाहीये.''

''नाही, ठीक आहे.''

''आई...''

''ए...आईला सांगू नको!''

''अरे, पण तू डॉक्टरांना दाखवायलाच हवंस.''

''नाही हं! अगं, त्यांना मला घराबाहेर काढायला निमित्तच हवं आहे. तू पॅडी आणि डथबर्टचं बोलणं ऐकायला हवं होतंस. त्यांना मला वेड्यांच्या इस्पितळात नेऊन टाकायचं आहे. तेही माझ्याच भल्यासाठी...असं मॉर्टमेन आईलासुद्धा सांगत होता. तो म्हणाला की मला वेड लागलंय आणि मी बाळाला इजा करू शकतो.''

बीझीला रडू फुटलं, तिनं त्याला मिठीत घेतलं. ''अरे, तू असं कधीच करणार नाहीस!''

''हो गं, मला माहीत आहे ते...पण आईदेखील या एका मुद्यावरून मॉर्टमेनचं ऐकू शकते.''

''आणि तुला वेडही नाही लागलेलं!''

बीझीच्या आसवांमुळे चकचे गाल भिजले. तो म्हणाला, ''तू त्यांना माझ्या डोळ्यांबद्दल सांगितलंस, तर ते लगेचच मला वेड्यांच्या दवाखान्यात भरती करतील, माझ्या आणि बाळाच्या भल्यासाठी...मी त्यांच्यापासून शक्य तेवढं लांब राहण्याचा प्रयत्न करतोय.''

''मी मदत करीन हं तुला...बिचारा माझा चक... मी नक्की मदत करीन तुला.'' बीझीनं त्याला वचन दिलं.

''मॅथ्यू झिलाला व्हेसप्युजियाला पाठवतो की नाही, याची खात्री करण्यासाठी मला खूप वेळ इथेच राहायचं आहे. तो पैसे वाचवतो आहेच म्हणा.''

बीझी हताश होऊन कण्हत म्हणाली, ''ए... अरे, काय रे हे... चक... अरे, निदान त्यांच्यासमोर तरी असलं काही बोलू नकोस रे.''

•••

चकच्या डोळ्यांवर पडलेला काळसर ढगांसारखा पडदा अधिक गडद होऊ लागला होता, पण त्याच्या अंतर्मनास मात्र अगदी स्पष्ट, स्वच्छ दिसायला लागलं होतं. हवामान चांगलं असताना सगळा दिवसभर तो त्या सपाट खडकावर आडवा पडून आकाशाकडे बघत राहायचा. त्याला तिथे चित्रं, दृश्यं दिसायची, आत्तापर्यंत कधीही दिसली नव्हती इतकी ठळक आणि स्पष्ट चित्रं. ती दृश्यं बघताना तो इतक्या प्रचंड एकाग्रतेनं बघत राहायचा, की तो जणूकाही त्या दृश्यात जे घडत असेल, त्याचा भागच बनून जायचा. कधीकधी संध्याकाळच्या वेळी तो त्याबद्दल बीझीला सांगायचा, पण तो ती त्याला पडलेली स्वप्नं आहेत, असं सांगायचा. बीझीला काळजी वाटू नये, तिला त्रास होऊ नये म्हणून तो तिला असं खोटंच सांगायचा.

एकदा तो सांगत होता, ''मला स्वप्न पडलं गं आज. स्वप्नात मी एका एकशिंगी घोड्यावर बसलो होतो. चंद्रप्रकाशासारखा रंग होता त्याचा, आणि तो इतका उंच होता नं, की मला एका झाडावर चढून त्याच्या पाठीवर बसावं लागलं. मग आम्ही काजव्यांच्या मधून उडत गेलो, आम्ही एकत्र गाणीही म्हटली.''

''ए, किती छान स्वप्न आहे. आणखी सांग नं, पुढे काय झालं ते...''

''ती दरी आहे नं, तिथे मला एक तलाव दिसला. मी त्या तलावातल्या एका सुंदर मोठ्या माशाच्या पाठीवर बसलो होतो. साधारण देवमाशासारखा होता तो मासा.''

''खूप खूप पूर्वी दरीच्या जागी एक मोठा तलाव होता, असं बाबांनी सांगितलंच होतं. अगदी खूप वर्षांपूर्वी, प्रागैतिहासिक काळात होतं तसं. तिथल्या खडकात पुरातत्त्वशास्त्रज्ञांना माशांचे जीवाश्म (fossils) सापडले आहेत. ते आठवल्यामुळेच कदाचित तुला असं स्वप्न पडलं असेल.''

''आजीनं आपल्याला त्या तलावाबद्दल सांगितलं होतं. आठवतंय? तेव्हा नाही का... आपण डँडेलायन क्लॉकशी खेळत होतो...तेव्हा सांगितलं की तिनं.''

''चक, अरे, कधीकधी किती विचित्र वागतोस रे तू. काही गोष्टी किती अचूक आठवतात तुला...''

''आणि नं, स्वप्नात मी गुलाबांना आग लागलेली पाहिली, आणि...'' त्यानं इकडेतिकडे चाचपडत बीझीचा हात पकडला आणि म्हणाला, ''आणि नं, मला काल-प्रवास करता येतो. मी सहजपणे काळाच्या आत-बाहेर ये-जा करू शकतो.''

"ओ...चक!, नको रे बोलू असं."

"अगं, खरंच येतं मला बीझी."

"प्लीज रे...प्लीज नको बोलू. थांबव आता सगळं."

"अगं, ते सगळं फक्त माझ्या स्वप्नातच गं." त्यानं दिलासा दिला.

"बरं...ठीक आहे. पण ह्यातलं काहीही आईला सांगू नकोस हं."

"नाही गं, फक्त तुला आणि आजीलाच."

"अरे देवा...चक...पुन्हा तेच."

खडकापर्यंत जायचा रस्ता चकला अगदी पाठ झाला होता. अंधार असताना, काहीही दिसत नसताना, तिथे जाणं त्याला जास्त सोयीचं असायचं. सूर्यप्रकाश असताना सूर्याचे तेजस्वी किरण जणू एखाद्या भाल्यागत त्याच्या डोळ्यांवरचा काळोखा पडदा भेदून डोळ्यांत शिरायचे, आणि मग त्याचे डोळे दिपून दुखायला लागायचे. मग काहीही न सुचल्यानं, दिशांचा गोंधळ होऊन, तो रस्ता भरकटायचा.

समय. वेळ. जास्त वेळ नव्हता.

समय. समय पाण्यासारखा प्रवाही झाला होता.

तो मॅथ्यूच्या कोचाशेजारी उभा होता. तो म्हणाला, "आता तुम्ही आणखी जास्त वेळ वाट बघू नका. तुम्हाला आता लगेच झिलाला व्हेसप्युजियाला न्यायलाच हवं, नाहीतर खूप उशीर होईल."

मॅथ्यू लिहितोय... काळाच्या विरुद्ध लिहितोय. बाबा सांगत होते, त्या पुस्तकात हे आहे सगळं. त्यांना मी ते पुस्तक बघायलाही नकोय.

रिची, वेल्सला निघून जाण्याआधी, ब्रॅन्डनच्या खोलीची एक लाकडी भिंत कापून खिडकी बनवतोय...

पण तिथे तर झिला नाहीये की...तिच्याऐवजी एक इंडियन मुलगी का दिसतेय?

कारण... हा झिलाचा काळ मुळीच नाहीये. ती तर मॅथ्यूच्या काळातली आहे.

एकशिंगी घोड्यांना काल-प्रवास करता येतो.

आणि वेड्या लोकांनासुद्धा...

जागा किंवा ठिकाण बदलणं जास्त अवघड असतं.

मला त्याच्या मार्गातून बाजूला करायची पॅडीची इच्छा आहे, पॅडीला आणि त्या मॉर्टमेनलादेखील तेच हवंय.

जास्त वेळ नाहीये

अंतराळाचे देव आणि काळाचे देव

आशीर्वाद देणारे, आणि कृपावंत देव
उबदार वातावरणात कोण आहे बरं?
मॅडॉकचं गीत, मग नंतर कोण गाणार?
काळाला आणि अंतराळाला निळाई बदलणार.

राजा हा फक्त एकच असतो, हे तू ग्विनेथमध्ये असताना शिकला नव्हतास का?

छोटुल्या मॅडॉग, तू खूप महान होणार आहेस. हे सगळं जग तुझं, स्वतःचं असेल, तू तुझ्या इच्छेनुसार त्याचा सांभाळ, किंवा सर्वनाश करू शकशील. हे जग फार दुष्ट, पापी आहे रे मॅडॉग बाळा.

एल झार्को, निळ्या डोळ्यांच्या छोट्याशा बाळा, तू तुझ्या लोकांचं भलंच करशील. तू म्हणजे प्रार्थनेचं फळ आहेस, नवजीवनाचं प्रतीक निळाई, आनंदाचं प्रतीक निळाई.

कोणती निळाई असेल ती?

त्यांची लढाई सुरू आहे
त्या डोंगरकड्याच्या माथ्यावर
उत्तुंग चढण असलेल्या खडकावर
हे सगळं जग
कलत चाललंय
अत्यंत वेगानं
मी खाली पडणार आता.

११

हे सगळं मी उभारतो

हळूहळू अंधार कमी होऊ लागला. आत्तापर्यंत फक्त काळोख्या सावल्या होत्या, दुसरंतिसरं काहीही नाही...फक्त गडद, घनगर्द सावल्या... आणि त्यासोबत असह्य वेदना... हळूहळू वेदनादेखील कमी होऊ लागल्या आणि गुणकारी प्रकाशानं बंद पापण्यांना अलगद स्पर्श केला. चार्ल्सनं डोळे उघडले. तो त्या तारे पाहायच्या खडकावर होता. त्याच्यासोबत गॉडियरही तिथेच उभा होता.

"वाऱ्यानं तुला चकच्या शरीराबाहेर आणलं." गॉडियर म्हणाला.

"चकचं पुढे काय झालं?"

"मॉर्टमेननं त्याला वेड्यांच्या इस्पितळात भरती केलं. तू तयार आहेस नं? चल, वेळ झालीय..." गॉडियरच्या कमरेतून तणावाची लहर सरसरत गेली.

चार्ल्स वॉलेसला सभोवताली वारा जाणवला, थंडगार, तरीही ताकद देणारा वारा होता तो. चार्ल्सनं विचारलं, "ए, चकला जे दिसलं होतं...म्हणजे ते रे...दोन माणसांची लढाई सुरू असल्याचं...ते खरं होतं का?"

गॉडियरनं चिडून प्रतिप्रश्न केला, "खरं म्हणजे काय?"

"अरे, ते महत्त्वाचं आहे की!"

"काय महत्त्वाचं आहे, आणि काय नाही, हे आपल्याला प्रत्येक वेळी कळत नाही. वाऱ्यानं खूप घाई करायचा आदेश दिलाय. चल, पटकन माझ्या पाठीवर चढ, आणि घट्ट धरून बस."

"तुझ्या पाठीवर मी स्वत:ला पुन्हा बांधून घेऊ का?"

"अरे बाबा, वारा सांगतोय की आता वेळ नाहीये. आपण आता काल-प्रवास करू. इक्थ्रॉयना माहीत नसलेल्या आकाशगंगांमधून प्रवास करू. आता मात्र तुला कोणाच्या शरीरात पाठवणं अवघड होऊ शकेल, असं वारा सांगतोय. बरं, पण तरीही चल बस. घट्ट धरून ठेव हं, आणि घाबरू नकोस."

गॉडियरनं पंख पसरले. चार्ल्सला त्यांच्याखालून वारा वाहताना जाणवला. ते उडायला लागले. सुरुवातीला ते अगदी शांतपणे उडत होते. मग अचानकच त्याला थंडी वाजायला लागली, अगदी खोलवर मुरणारी, हाडं गोठवणारी थंडी. त्या हिमयुगीन समुद्रातही वाजली नव्हती एवढी वाईट थंडी. ह्या थंडीनं जणू शरीरासोबत त्याच्या आत्म्यालाही स्पर्श केला होता. गोठून गेल्यामुळे गॉडियरच्या पाठीला तो चिकटला होता, आणि म्हणूनच तो त्याच्या पाठीवरून खाली पडला नाही. त्याच्या हातांची पकड गोठल्यामुळे अधिक घट्ट झाली होती, एवढंच काय...तर त्याच्या मुठीतली गॉडियरची आयाळही गोठून गेली होती.

गॉडियरच्या खुरांना कसलातरी भक्कम, टणक स्पर्श झाला. थंडीही अगदी जराशी कमी झाली, त्यामुळे चार्ल्सला त्याच्या हाताच्या गोठून गेलेल्या मुठी, गोठून बंद झालेल्या पापण्या उघडता आल्या. ते दोघे एका गोठलेल्या शहरातल्या चौकात उभे होते. आजूबाजूला उंचच उंच इमारती होत्या, आणि नवल म्हणजे एकाही इमारतीला खिडक्या नव्हत्या. कुठेही झाडांच्या, गवताच्या साध्या खुणाही दिसत नव्हत्या. नव्यानं सुरू केलेल्या बांधकामांपाशी सिमेंटचा पातळ थर टाकलेला होता, पण त्या सिमेंटला तडे गेले होते. रस्त्यावर दगडविटांचे ढीग पडले होते.

"आपण कुठे..." चार्ल्सनं विचारायला सुरुवात केली, पण तो एकदम थांबला.

गॉडियरनं एका दिशेला अगदी सावकाश डोकं वळवलं, आणि सांगितलं, "एका प्रक्षेपित दृश्यात..."

चार्ल्स वॉलेसनं त्याच्या नजरेच्या दिशेनं पाहिलं. त्याला दोन माणसं दिसली. त्या दोघांनी विषारी वायूपासून संरक्षण म्हणून, पूर्ण डोकं आणि चेहरा झाकणारे मास्क घातलेले होते. ती माणसं हातात बंदुका घेऊन चौकात गस्त घालत होती. चार्ल्सनं विचारलं, "आपण त्यांना दिसतोय का रे?"

हे ऐकताच, जणू त्याच्या प्रश्नाचं उत्तर म्हणून, ती दोन्ही माणसं थबकली. मग आपल्या बंदुका चार्ल्स आणि गॉडियरच्या दिशेनं रोखून, त्यांच्याकडे मास्कच्या काळ्या गोल डोळ्यांतून बघत, चाल करून येऊ लागली.

गॉडियरनं झपकन पंख पसरून उंच उडी मारली. चार्ल्सनं त्याच्या मानेशी चिकटून त्याची आयाळ घट्ट धरून ठेवली होती. पंख फडफडवत ते उंच जात राहिले. निदान त्या क्षणांपुरते का असेना, पण ते इक्थ्रॉयच्या तावडीतून निसटले. जेव्हा ते दोघे पुन्हा जमिनीवर आले, तेव्हा ते प्रक्षेपित दृश्य गायब झालेलं होतं.

चार्ल्स म्हणाला, "ती बंदुका घेतलेली माणसं ... म्हणजे जरी ती प्रक्षेपित दृश्यातली असली, तरी त्यांनी आपल्याला मारलं असतं का रे?"

"मला माहीत नाही, आणि ते काय करतील हे बघण्यासाठी, मला तिथेच

थांबून राहायचं नव्हतं.'' गॉडियर म्हणाला.

सुटकेचा नि:श्वास सोडून चार्ल्सनं इकडेतिकडे पाहिलं. तो जेव्हा चकच्या शरीरातून बाहेर आला होता, तेव्हा शरद ऋतू होता. थंडगार वाऱ्यामुळे झाडांची पानं गळून पडत होती. आता मात्र वसंत ऋतू ऐन बहरात होता. सफरचंदाची, पेअरची झाडं पूर्ण फुलली होती, आणि हवेत लायलॅकच्या फुलांचा सुगंध दरवळत होता. आजूबाजूला पक्षी किलबिलाट करत होते.

"आता आपण काय करायला हवं?'' चार्ल्सनं विचारलं.

"नशीब...निदान विचारतोयस तरी ... स्वत:च ठरवत नाहीयेस.'' गॉडियरचं वैतागणं बघून चार्ल्सच्या लक्षात आलं की तो फार मोठ्या चिंतेत पडलाय.

•••

मेगच्या अंगावर शहारा आला. कायथमध्ये तिला ऐन सोनसळी उन्हाळ्यातला तारे पाहायचा खडक दिसला. त्या खडकावर एक तरुणी आणि एक तरुण मुलगा दिसले ... की तो लहान मुलगाच होता? तिला नीटसं कळेना. तो मुलगा काहीतरी वेगळाच वाटत होता. त्या दोघांच्या कपड्यांवरून मात्र तिची नक्की खात्री पटली, की हा काळ अंतर्गत नागरी युद्धाचा आहे... साधारण १८६५ च्या सुमाराचा.

•••

या वेळी शरीराच्या आतमध्ये जायला चार्ल्सला फार वेळ लागत होता, आणि ते फारच त्रासदायकही होतं. नेहमी तर तो अगदी पटकन सहजगत्या आतमध्ये जायचा. चार्ल्सला त्याच्या पाठीत असह्य वेदना जाणवत होत्या, आणि त्याचे पायही चुरडले जात होते. स्वत:च्याच किंकाळ्या त्याला ऐकू येत होत्या. त्याचं शरीर, दुसऱ्याच्या शरीरात जोर लावून ढकलून कोंबलं जात होतं, आणि त्याच वेळेला कुणीतरी त्याला बाहेर खेचून काढत होतं. दोन परस्परविरोधी बलांच्या लढाईत तो फाटून निघत होता. डोक्यावर सूर्य आग ओकत तळपायला लागला, मग त्यानंतर बर्फाचं वादळ आलं, धगधगत्या आगीमुळे बर्फ वितळला, आणि मग विजा कडाडून लखलखल्या. अतिशय जोरकस, वेगवान वारा वाहू लागला, आणि त्या वाऱ्यानं समुद्र आणि जमिनीवरची सृष्टी ढवळून काढली...

सरतेशेवटी त्याचं शरीर आतमध्ये गेलं. तो आता एका विकलांग शरीरात गेला होता. त्या शरीराचा कमरेखालचा भाग लुळा पडला होता, त्याचे वाळके पाय सुरकुतले होते. तो होता ...मॅथ्यू मॅडॉक्स.

त्याचं कमरेपासून वरचं शरीर मॅडॉकसारखंच दिसत होतं, आणि तोही

साधारण त्याच वयाचा होता. डौलदार मान, डोकं... एखाद्या सिंहाच्या आयाळीसारखे मानेवर रुळणारे सोनेरी केस, सगळं अगदी मॅडॉकसारखंच. त्याचं शरीर मात्र मॅडॉकच्या मर्दानी, बलशाली शरीरासारखं मुळीच नव्हतं, आणि त्याचे डोळेही पावसाळी ढग दाटून आल्यावर समुद्राचा जो रंग दिसतो, तशा राखाडी रंगाचे होते.

मॅथ्यू एका मुलीकडे विषादानं पाहत होता. साधारण त्याच्याच वयाची होती ती मुलगी, पण तिच्या डोळ्यात तारुण्याची झळाळी दिसत होती. तो वेल्श भाषेत प्रेमानं म्हणाला, ''ये गं, माझी लाडकी प्रिय झिला, तुझं स्वागत आहे. मला भेटायला आल्याबद्दल आभार.''

''अरे, मी भेटायला येईन, हे तुला माहीतच होतं की. जॅक ओ'कीफनं मला तुझा निरोप दिल्याबरोबर मी लगेच निघाले. तू इथे खडकापर्यंत कसा आलास?''

त्यानं खडकापासून जराशा अंतरावर उभ्या असलेल्या, एका अगदीच कमी उंचीच्या हातगाडीकडे बोट दाखवलं.

ती त्याच्या कमरेच्या वरच्या बलदंड शरीराकडे, त्याच्या खांद्याच्या आणि हातांच्या पिळदार स्नायूंकडे बघत म्हणाली, ''एवढ्या लांबवर, अगदी एकटा आलास?''

''नाही. म्हणजे मला जमतं ते, पण फार वेळ लागतो, शिवाय मला दुकानाच्या हिशेबाच्या वह्याही तपासायच्या होत्या. मी तुझ्यासाठी लिहिलेल्या निरोपाची चिठ्ठी, जॅकला देण्यासाठी तबेल्यात गेलो होतो. तेव्हाच मला सुचलं, आणि मी सगळा अहंकार गिळून, त्याला मला घेऊन चलण्याची विनंती केली.''

झिला तिचा घेरदार पांढरा स्कर्ट पसरून खडकावर बसली. तिनं वाळलेल्या गवताच्या काड्यांनी विणलेली, रुंद काठांची लेगहॉर्न हॅट घातली होती. त्या हॅटवर निळ्या रिबिनी बांधलेल्या होत्या. हॅटमधून तिचे चमकदार काळेभोर केस उठून दिसत होते. तिच्या गळ्यात निळ्या रिबिनीत बसवलेलं एक लॉकेट होतं. मॅथ्यू मॅडॉक्ससाठी ती सर्वांत सुंदर, हवीहवीशी वाटणारी मुलगी होती; पण त्यासोबतच ती त्याच्यासाठी सर्वांत अप्राप्य, मिळू न शकणारी अशीही होती.

''मॅट, काय झालंय रे?'' तिनं विचारलं.

''ब्रॅनला काहीतरी झालंय.''

तिचा चेहरा पांढराफटक पडला. तिनं विचारलं, ''तुला कसं कळलं? तुला खात्री आहे?''

''अगं, काल रात्री मी गाढ झोपेतून अचानक जागा झालो, माझे पाय अचानक खूपच जास्त दुखायला लागले. म्हणजे नेहमी दुखतं नं, तसं दुखणं नव्हतं हे, ब्रॅनची वेदना मला जाणवत होती. तो मला मदतीसाठी हाका मारत

होता.''

''अरे देवा... तो ठीक होईल नं रे?''

''जिवंत आहे तो. दिवसभर तो माझ्या संपर्कात होता.''

तिनं मान खाली घालून आपला चेहरा हातात लपवला. त्यामुळे तिचे शब्द अस्पष्ट झाले. ती म्हणत होती, ''मला सांगितल्याबद्दल आभारी आहे हं. तू आणि ब्रॅन... तुम्हा दोघांमध्ये अगदी घट्ट भावबंध आहेत. इतर जुळ्या भावंडांमध्ये इतके घट्ट, निकटचे बंध नसतात.''

मान तुकवून त्यानं हे मान्य केलं. तो म्हणाला, ''आमच्यात पूर्वीपासून कायम असं घट्ट नातं होतंच, पण माझ्या अपघातानंतर ... नंतर तर ब्रॅननंच मला उभारी दिली, जगायला शिकवलं, जणू मला नवजीवनच दिलं त्यानं. झिला, तुला तर माहीतच आहे ते.''

आपला हात त्याच्या खांद्यावर हळूच ठेवत ती म्हणाली, ''ब्रॅन खूप जखमी झालेला असेल, तर आम्हाला तुझ्या मदतीची गरज भासेल. तुझ्या अपघातानंतर तुला त्याची गरज होती नं, तसंच.''

पाच वर्षांपूर्वी त्याचा अपघात झाला होता. तो घोडेस्वारी करत असताना त्याचा घोडा कुंपणाला अडखळून पडला आणि त्याच्या अंगावरून लोळत पलीकडे गेला. त्याच्या कंबरेचा, पायांचा चुराडा झाला, आणि त्याच्या पाठीचा कणा तुटला. अशा वेळी ब्रॅननं दया न दाखवता आपल्या जुळ्या भावाला शक्य तितकं स्वावलंबी बनण्यासाठी प्रोत्साहन दिलं, काही वेळा तर तशी सक्तीच केली. त्याला जेव्हा लाचार, अगतिक झाल्यासारखं वाटायचं; तेव्हा दर वेळी ब्रॅन त्याच्या मनातली अगतिकतेची, लाचारीची भावना पुसून टाकायचा. ब्रॅननं त्याला उभारी देत नव्यानं आयुष्य जगायला शिकवलं.

एकदा तो ब्रॅनला म्हणाला, ''पण 'रोलो' घोडा तर यापेक्षाही दुप्पट उंचीच्या कुंपणावरून सहज उडी मारून पलीकडे जातो''

''अरे, ते कुंपण ओलांडणं, या वेळी जमलं नाही त्याला.''

''ब्रॅन, रोलो अडखळून पडण्याआधी खूप घाणेरडा, सडका वास येत होता रे...''

''आता जे काही घडून गेलं, त्याच्यावर विचार करत बसू नको. या संकटावर मात करून पुढे जा.''

ते दोघे सतत एकमेकांसोबतच सगळीकडे जायचे... युद्ध सुरू होईपर्यंत हे असंच चालू राहिलं. मग ब्रॅननं आपलं खोटं वय सांगून सैन्यात प्रवेश केला.

''मी माझं आयुष्य ब्रॅनच्या माध्यमातूनच जगलोय,'' मॅथ्यू झिलाला सांगू लागला, ''तो युद्धावर गेला, तेव्हा मी पहिल्यांदाच एकटा पडलो. तू आणि ब्रॅन

एकमेकांच्या प्रेमात पडलात, तेव्हाच मला कळलं होतं की आता तो मला दुरावणार आहे, मी त्याला मोकळं करायला हवं, माझं स्वत:चं विश्व निर्माण करायला हवं. त्याला तुझ्यासाठी मोकळं करणं सोपं होतं. तू माझ्याशी नेहमीच माणुसकीनं वागत आली आहेस. एक परिपूर्ण माणूस असंच मानलंस तू मला, आणि मला माहीत होतं, की तुम्ही दोघं मला तुमच्या आयुष्यातून कधीच वगळून टाकणार नाही.''

''नाही रे मॅट. कधीच नाही. आणि तू तुझं आयुष्य किती छान घडवतोयस. तुझ्या कथा, कविता विकल्या जातायत. मला तर तुझं लेखन मार्क ट्वेनच्या तोडीचं वाटतं.''

छानसं हसून मॅथ्यू म्हणाला, ''अगं, हे तर निव्वळ शिकाऊ लेखकाचं लेखन आहे गं.''

''पण संपादकांना तर ते फार आवडतंय, आणि माझ्या बाबांनासुद्धा हं.''

''मला बरं वाटलं गं हे ऐकून. डॉ. स्होकाय यांचं मत माझ्यासाठी खूप मोलाचं आहे.''

''अरे, त्यांचं तुझ्यावर, ब्रॅनवर, ग्वेनवर स्वत:च्या मुलांएवढंच प्रेम आहे. माझी आई वारली, तेव्हापासून तुझी आई माझीही आई झाली. आणि आपल्या दोघांचे बाबा... कदाचित दूरचं नातं असेलही, पण त्या दोघांचं वेल्सबद्दलचं प्रेम पाहता, ते म्हणजे एकाच शेंगेत दोन दाणे असावेत तसे आहेत. बरं, मॅट, तू ब्रॅनबद्दल घरी आई-बाबांना किंवा ग्वेनला सांगितलं आहेस का?''

''नाही गं. मी आणि ब्रॅन एकमेकांशी न बोलता, पत्र न लिहिता, संपर्क साधू शकतो ही गोष्ट त्यांना आवडत नाही. त्यांना वाटतं की, आम्ही लहानपणी एकमेकांच्या जागा बदलून लोकांना गोंधळात टाकायचो, काहीशी तशीच हातचलाखी आत्ताही करतो. आम्ही जे करतो ते खरं नाहीये, असंच त्यांना वाटतं.''

''नाही. ते अगदी खरंय, मला शंकाच नाहीये.'' हसत झिला म्हणाली, ''मॅट, ब्रॅनचं तुझ्यावर जेवढं प्रेम आहे नं, तेवढंच माझंही आहे हं.''

•••

एका आठवड्यानंतर श्री. मॅडॉक्सना, त्यांचा मुलगा युद्धात जबर जखमी झाल्यानं त्याला घरी पाठवण्यात येणार असल्याची, अधिकृत बातमी कळली. त्यांनी सगळ्या कुटुंबीयांना अभ्यासिकेत बोलावलं. त्या अंधाऱ्या अभ्यासिकेच्या भिंतीलगत पुस्तकांची कपाटं होती. सौ. मॅडॉक्स काळी लेस लावलेल्या एका हात-पंख्यानं वारा घेत उभ्या होत्या. ''अरे देवा...पण बरं झालं,'' त्या बातमी ऐकून म्हणाल्या.

''अगं, ब्रॅन जखमी झालाय, तर तुला आनंद होतोय!'' ग्वेन चिडून जोरात

ओरडली.

सौ. मॅडॉक्स वारा घेत म्हणाल्या, ''अगं, तसं नाही गं बाळा. मला आनंद कसा होईल? तो जिवंत आहे, आणि घरी येणार आहे, याबद्दल मी खरंच देवाची आभारी आहे. यापेक्षाही काही जास्त वाईट घडू शकलं असतं नं, ते घडलं नाही याबद्दल मला बरं वाटलं गं.''

'...अगं खूप वाईट घडलंय, आई. ब्रॅननं मनाची दारं घट्ट बंद केली आहेत. तो मला त्याचे विचार कळूच देत नाहीये. त्याच्याकडून फक्त बारीकशी असह्य वेदनाच तेवढी माझ्यापर्यंत पोहोचतेय. ग्वेनला काही माहीत नसूनही ती बरोबरच बोलतेय. बरं वाटण्यासारखं काहीही नाहीये.' मॅथ्यू मनातल्या मनात म्हणाला.

त्यानं आपल्या बहिणीकडे निरखून पाहिलं. झिलासारखे तिचेही केस काळेभोर होते, आणि डोळेही निळे होते. दोघी बहिणी वाटू शकल्या असत्या. ग्वेनच्या चेहऱ्यावर मात्र झिलासारखे मनमोकळे भाव नव्हते. तिचे डोळेही थंड असायचे, आणि ती चिडली की चमकायचे. मॅथ्यूच्या अपघातानंतर तिला त्याची दया आली होती, पण त्या दयेचं रूपांतर सहानुभूतीत झालं नव्हतं. मॅथ्यूला कुणाचीही दया नको होती.

त्याच्या नजरेला नजर देत ग्वेननं विचारलं, ''मग, तुझा जुळा भाऊ घरी परत येणार आहे, त्याबद्दल तुला काय वाटतंय रे मॅथ्यू?''

''अगं, तो खूप जखमी झालाय ग्वेन. आता तो आपला पूर्वीचा हसताखेळता, आनंदी ब्रॅन नसणार गं.''

''अजून लहानच आहे तो.'' सौ. मॅडॉक्स पतीकडे वळून म्हणाल्या. श्री. मॅडॉक्स अभ्यासिकेतल्या ओक वृक्षाच्या लाकडी टेबलापाशी बसले होते.

''मोठा झालाय तो. तो घरी येईल नं, तेव्हा आपल्या दुकानाचं नाव 'मॅडॉक्स अँड सन' असं होईल.'' श्री. मॅडॉक्स म्हणाले.

'... मॅडॉक्स अँड सन', 'मॅडॉक्स अँड सन्स' असं नाही.'' मॅथ्यू जराही कडवटपणा न बाळगता, मनातच म्हणाला.

त्यानं आपली व्हीलचेअर बाजूला वळवली. त्यानं स्वत:ला लेखनाला वाहून घेतलं होतं. त्याला मॅडॉक्स कुटुंबाच्या दुकानाचा भागीदार बनायचं नव्हतं. त्यांचं दुकान खूप मोठं, भरभराटीला आलेलं होतं. दुकान त्या गावाच्या मध्यावर होतं. आसपासच्या कित्येक मैलांच्या परिसरात त्यांचा व्यापार चालत असे. त्या दुकानाची भव्य इमारत कसलाही विचार न करता, बांधलेली होती. दुकानाच्या पहिल्या मजल्यावर गावकऱ्यांना नेहमी लागणारे खाद्यपदार्थ ठेवले होते. वरच्या मजल्यावर खोगिरं, घोड्याला जुंपण्यासाठी लागणारं सामान, लगाम, बंदुका, नांगर असा सगळा लवाजमा, आणि खूप सारी वल्हीदेखील होती. कोणे एके काळी दरीच्या

जागी खूप मोठा तलाव असल्याचं श्री. मॅडॉक्सना आठवत होतं. त्या तलावाऐवजी आता फक्त काही लहानशी तळी तेवढी शिल्लक राहिली होती. जवळजवळ रोज सकाळी मॅथ्यू दुकानात येऊन हिशेब बघायचा, हिशेबाच्या वह्या तपासायचा. दुकानाच्या सगळ्या आर्थिक ताळेबंदाची जबाबदारी मॅथ्यू सांभाळायचा.

दुकानाच्या मागेच त्यांचं घर होतं. घराला 'मेरियोनेथ' असं नाव दिलं होतं. त्यांच्या घरामागे स्होकाय कुटुंबाचं, 'मॅड्रन' नावाचं घर होतं. हे घर जरा दिमाखदार होतं. पांढरे खांब, गुलाबी विटा वापरून ते सजवलं होतं. मेरियोनेथ मात्र अगदी नेहमीच्या धाटणीचं, तीन मजली, पांढऱ्या चौकटीचं फार्महाउस होतं. त्याला गडद रंगाच्या खिडक्या होत्या. मूळच्या लाकडी घराची जागा या घरानं घेतली होती.

मॅथ्यूचा अपघात होण्याआधीची गोष्ट. शाळेतून घरी परत येताना ब्रॅन तक्रारीच्या सुरात म्हणाला होता, "आपण आपल्या घरांना नावं दिली आहेत नं, त्यामुळे लोकांना आपण फार बढाईखोर आहोत, असं वाटतं."

मॅथ्यू हातांच्या आधारे चक्राकार कोलांटी मारत म्हणाला, "मला तर आपल्या घराचं नाव आवडतं." कोलांटी पूर्ण करून तो उभा राहिला आणि म्हणाला, "वेल्समधल्या आपल्या लांबच्या नात्यातल्या एका चुलतभावाच्या सन्मानार्थ मेरियोनेथ हे नाव दिलंय आपल्या घराला."

"हो रे, मला माहितीये. मायकल जोन्स. मेरीयोनेथमधल्या बाला येथील धर्मपरिषदेचे मंत्री."

"आपण आपल्या घराला मेरियोनेथ हे नाव दिल्याचा मायकलला खूप आनंद झाला. तो बाबांना पत्र लिहितो, तेव्हा दर वेळेला त्याचा उल्लेख करतो. काल बाबा सांगत होते, ते आठवतंय नं? तो मॅड्रनचा जमीनदार लव्ह जोन्स पॅरी, तो पॅटॅगोनियाला जाऊन तिथल्या जमिनीची पाहणी करणार आहे. ती जागा वेल्श वसाहत वसवण्यासाठी योग्य आहे की नाही, हे तपासणार आहे तो."

ब्रॅन म्हणाला, "हो. त्यातला फक्त तेवढाच माझ्या आवडीचा भाग आहे. मला प्रवास करायला खूप आवडतं. अगदी बाबांसोबत सामान आणायला जायलासुद्धा आवडतं मला. जर तो मॅड्रनचा जमीनदार खरंच पॅटॅगोनियाला जाणार असेल, तर आपणही त्याच्याबरोबर जाऊ शकतो."

या घटनेनंतर थोड्याच दिवसांनी मॅथ्यूला अपघात झाला. निराशेच्या गर्तेत गटांगळ्या खाणाऱ्या मॅथ्यूला ब्रॅननं उभारी दिली. त्यानंच अथक प्रयत्न करून मॅथ्यूला नैराश्यातून बाहेर काढलं. हे सगळं मॅथ्यूच्या चांगलंच लक्षात होतं. तो लव्ह जोन्स पॅरी खरोखरच पॅटॅगोनियाला गेल्याचं, एक दिवस ब्रॅननं मॅथ्यूला सांगितलं. त्या पॅरीनं आपल्या अहवालात लिहिलं होतं, की जरी तिथली जमीन

रुक्ष आणि ओसाड असली, तरी तिथे वेल्श वसाहत वसवता येईल. शिवाय वसाहत करणारे लोक तिथल्या शाळांमध्ये त्यांची मातृभाषादेखील कदाचित शिकवू शकतील. स्पॅनिश सरकारनं पॅटॅगोनियाच्या या भागाकडे तसं दुर्लक्षच केलं होतं. तिथे फक्त काही इंडियन्स आणि थोडेसे स्पॅनिश लोक राहत होते.

मॅथ्यूनं मात्र या बातमीत खूश होण्यासारखं काही नाही, असं म्हटलं. तो म्हणाला, "तुझ्यासाठी आनंदाची बातमी असेलही. मी मात्र आता मेरियोनेथपासून कधीही फारसं लांब जाणार नाहीये."

अतिशय चिडून, कपाळाला आठ्या घालत ब्रॅन म्हणाला, "स्वत:ला सतत 'बिचारा' मानणं, स्वत:चीच कीव करणं ही चैनीची गोष्ट वाटते नं तुला, आता सोड ते सगळं. ही असली चैन परवडणार नाहीये."

"... हो खरंच परवडणार नाहीये." मॅथ्यू मनात म्हणाला, "असली चैन कशी परवडेल..."

"ए मॅट! अरे, कसला विचार करतोयस रे?" ग्वेननं विचारलं.

तो आपल्या विचारांतून जागा झाला. त्याच्या बाबांनी सगळ्यांना अभ्यासिकेत बोलावलं, तेव्हा तो लिहीतच होता. अजूनही त्याची वही त्याच्या मांडीवर होती. त्यानं बहाणा केला, "एका कथानकाचा विचार करतोय."

खूश होऊन हसत ती म्हणाली, "तू मॅडॉक्स या नावाला फार मोठी प्रसिद्धी मिळवून देणार आहेस!"

सौ. मॅडॉक्स म्हणाल्या, "माझं धिटुकलं बाळ गं ते! मला तुझा इतका अभिमान वाटतो नं! तू नुकतीच तुझी तिसरी कथा 'हार्पर्स मंथली' या मासिकाला विकलीस, खरं ना?"

"तिसरी नाही गं, चौथी. आई-बाबा, ग्वेन, आता ब्रॅन घरी आला की त्याला आपल्या खूप खूप प्रेमाची आणि मदतीची गरज भासणार आहे हं. मला तुम्हाला तेच बजावून ठेवावंसं वाटतंय."

"हो, अरे अर्थातच..." ग्वेन चिडून बोलू लागली, पण त्यानं तिचं बोलणं अर्ध्यातच तोडलं.

तो शांतपणे म्हणाला, "नाही ग्वेन. ब्रॅनच्या पायाला चांगलीच जखम झालीय खरी, पण तो त्यापेक्षाही कितीतरी जास्त दुखावला गेलाय."

त्याच्या बाबांनी विचारलं, "म्हणजे काय? कशाबद्दल बोलतोयस तू?"

"अं...आपण त्याचं मन किंवा आत्मा दुखावलाय, असं म्हणू शकतो. त्याचं मन आजारी पडलंय."

•••

ब्रॅन घरी परत आला. लंगडत चालावं लागायचं त्याला, आणि आपल्याच कोशात असायचा तो. एखादं दार घट्ट बंद करावं, तसं त्यानं मॅथ्यूसाठी आपलं मन बंद करून टाकलं होतं.

पुन्हा एकदा मॅथ्यूनं झिलाला निरोपाची चिठ्ठी पाठवून खडकापाशी भेटायला बोलावलं. या वेळी, जॅक ओ'कीफची मदत न घेता, तो स्वत:च त्या अगदी कमी उंची असणाऱ्या गाड्यात बसला, आणि हातांनी ढकलत ढकलत खडबडीत जमिनीवरून तो पुढे जाऊ लागला. फारच जिकिरीचं काम होतं ते. त्याचे हात चांगले ताकदवान असले, तरी तो खडकापाशी पोहोचता पोहोचता दमून गेला होता. कसाबसा तो त्या गाड्यातून उतरला आणि रखडत रखडत खडकापाशी आला. तो त्या सपाट खडकावर आडवा झाला आणि उबदार उन्हात झोपून गेला.

"मॅट..."

त्यानं डोळे उघडले. झिला त्याच्याकडे बघत हसत होती. आपले सोनेरी केस डोळ्यांवरून मागे सारत तो उठून बसला आणि तिचं स्वागत करत म्हणाला, "ये गं झिला. तू आलीस त्याबद्दल धन्यवाद हं."

"आज कसा आहे रे तो?"

मान हलवत मॅथ्यू म्हणाला, "तसाच आहे. काही फरक नाही. दुसरा मुलगाही विकलांग झाल्याचं पाहून बाबांना फार त्रास होतो गं."

"श्श्श... काहीतरी बोलू नकोस. ब्रॅन काही अपंग नाहीये!"

"अगं, पायाला झालेल्या जखमेमुळे त्याला आता जन्मभर लंगडत चालावं लागणार आहे. शिवाय त्याच्या मनावरचे घाव भरून निघतील की नाही... कोण जाणे."

"त्याला थोडा वेळ द्यायला हवा रे. ए मॅट..."

मॅथ्यू धीर सुटून तिचं बोलणं झटकत म्हणाला, "वेळ! आईसुद्धा असंच म्हणत असते. अगं, पण भरपूर वेळ दिला की गं त्याला. तो घरी परत येऊन तीन महिने होऊन गेलेत. दिवसातला अर्धा वेळ तो झोपा काढतो, आणि मध्यरात्रीपर्यंत वाचत बसतो. तो अजूनही आपल्याच कोशात असतो. अगदी माझ्यासाठीदेखील त्यानं मनाची दारं बंद ठेवली आहेत. तो जर त्याला आलेल्या अनुभवांबद्दल मोकळेपणानं बोलला तर त्यालाच बरं वाटेल, पण तो तसलं काहीही करत नाही."

"तो तुझ्याशीदेखील बोलत नाही?"

कडवट आवाजात मॅथ्यू म्हणाला, "त्याला वाटतंय, मला त्रास होईल, माझा त्रासापासून बचाव करायला हवा, असं वाटतंय त्याला. अगं, ब्रॅन आधी

असं मुळीच वागायचा नाही. उलट मला उगाचच पंखाखाली घ्यायला, लाडावून ठेवायला तो नेहमीच ठाम नकार द्यायचा. त्याची हीच गोष्ट मला सर्वांत जास्त आवडायची.''

''ओ ब्रॅन, ब्रॅन...'' झिला पुटपुटली, ''किती धाडसानं सैन्यात भरती झाला तो. आपल्या देशाचं रक्षण करून गुलामांना मुक्त करण्यासाठीच लढाईवर गेला नं तो...'' बोटातल्या अंगठीकडे नजर टाकून ती पुढे म्हणाली, ''त्यानं ही अंगठी परत मागितली आहे. त्याला मला या बंधनातून मोकळं करायचं आहे. तोच म्हणाला तसं.''

मॅथ्यूनं तिच्या दिशेनं हात लांबवला, पण लगेच मागे घेतला.

झिला बोलत होती, ''मला आणि ब्रॅनला वेळ हवाय. आम्ही दोघांनी जरा वाट बघायला हवी. जेव्हा त्यानं मला ही अंगठी दिली होती, तेव्हा, काहीही झालं तरी, मी तो परत येईपर्यंत त्याची वाट बघीन, असं वचन त्याला दिलं होतं. मला माझं वचन पूर्ण करायचं आहे. त्याला या नैराश्याच्या दलदलीतून बाहेर काढण्यासाठी आपण काय करू शकतो?''

मॅथ्यूला तिच्या गोऱ्यापान त्वचेला स्पर्श करायची, तिच्या सुंदर काळ्याभोर केसांवरून हात फिरवायची अगदी प्रबळ इच्छा होत होती. स्वत:ला आवर घालत त्यानं आपले हात त्या उबदार खडकावर पसरून ठेवले. तो म्हणाला, ''मला घोडेस्वारीसाठी घेऊन जाण्याची गळ मी त्याला घातली. तो गेल्यापासून मी घोड्यावर बसलोही नव्हतो.''

''मग?''

''अगं, तो म्हणाला की ते फार धोकादायक असतं.''

''धोकादायक? तुझ्यासाठी, की, त्याच्यासाठी?''

''मीही त्याला तेच विचारलं. तो फक्त एवढंच म्हणाला, 'माझ्यामागे लागू नकोस, मला एकटं राहू दे. माझे पाय दुखतात,' मग मी त्याला म्हटलं, 'अपघात झाल्यानंतर माझेही पाय दुखायचे, पाठ दुखायची, पण तेव्हा तू असं कधीच बोलला नाहीस'. त्यावर माझ्याकडे बघत तो म्हणाला, 'तेव्हा मला वेदना या शब्दाचा अर्थ नीटसा कळलेला नव्हता.' मी त्याला सांगितलं, 'तुला त्या शब्दाचा अर्थ, आत्तापेक्षा, त्यावेळीच जास्त चांगला समजला होता.'' मग आमचं बोलणंच बंद पडलं, कारण त्याचा काहीही उपयोग नव्हता. तो मला सतत दूर ठेवतोय, त्यानं माझ्यापाशी जराही मन मोकळं केलं नाही.''

''बाबा म्हणतात, की त्याच्या वेदना आतापर्यंत कमी व्हायला हव्या, आणि शारीरिक जखमा ही त्याची खरी समस्या नाहीये.''

''अगदी बरोबर. काहीतरी करून त्याला त्याच्या कोशातून बाहेर काढायलाच

हवंय. झिला, मला तुझ्याशी दुसऱ्याच एका गोष्टीबद्दलही बोलायचं आहे. काल घोडेस्वारीसाठी जाऊ, असं मी ब्रॅनला म्हटलं नं, त्यानंतर मग मी, माझं खोगीर बघून ठेवायला तबेल्यात गेलो होतो. तबेल्याचं दार उघडताक्षणी मला तिथे जॅक, आणि... आणि...''

''ग्वेन?''

''तू कसं ओळखलंस?''

''अरे, तो सारखा तिच्याकडे बघत असतो, माझ्या लक्षात आलं होतं ते. तीसुद्धा सारखी त्याच्याकडे नजर टाकत असते.''

''अगं, तबेल्यात ते नुसतेच एकमेकांकडे पाहत नव्हते, ते चुंबन घेत होते.''

''हं...एका मोठ्या व्यापाऱ्याची मुलगी, आणि त्यांचा नोकर. तुझ्या आई-वडिलांना हे कधीच मान्य होणार नाही, आणि आवडणारही नाही. तुझं काय मत आहे?''

''झिला, अगं, जॅक ओ'कीफ नोकर आहे, हे माझ्या विरोधाचं कारण नाहीये गं. तो चांगला थोराड आणि बलदंड आहे. माझ्यावर तो सतत वैतागलेला असतो...माझ्यावरच असं नाही, तर शारीरिक वैगुण्य असलेलं काहीही त्याला आवडत नाही. अगं, एकदा त्यानं एक रस्त्यावरचं कुत्र्याचं पिल्लू उचलून भिंतीवर आपटून मारलं गं, मी स्वत: बघितलं होतं ते.''

कानांवर हात ठेवत ती म्हणाली, ''अगं आई गं! मॅट! नको सांगूस!''

''शारीरिकदृष्ट्या तो असा आडदांड आणि बलशाली आहे नं, म्हणूनच बहुतेक ग्वेन त्याच्याकडे आकर्षित झाली असावी. मी तर अगदी पूर्णपणे अपंग आहे, ब्रॅनही निदान आत्ता तरी अर्धवट अपंगच आहे. जॅकच्या रूपात तिला चैतन्यानं सळसळतं जोशपूर्ण जीवन दिसलं असेल. त्याच्या मनमोकळ्या, खळखळून हसण्यामागचा क्रूरपणा तिला दिसत नाहीये.''

''मग आता तू काय करणार आहेस?''

''आत्ता तरी काही नाही. आई-बाबांना आधीच खूप चिंता आहे. ब्रॅनची तर फारच काळजी वाटते त्यांना. मी जर ग्वेनला धमकावलं, तर मला जॅकचा मत्सर वाटतो, कारण त्याला जे करता येतं, ते मला करता येत नाही, असा भलताच अर्थ ती काढेल. मी ब्रॅनशी बोलण्याचा प्रयत्न करणार आहे, पण तो ऐकून घेईल की नाही... शंकाच आहे.''

''मॅट, आपण दोघं एकमेकांशी असं बोलू शकतोय, याचं इतकं बरं वाटतंय नं... आपली मैत्री अशीच राहू दे. तू माझा एक चांगला आणि सच्चा मित्र आहेस.'' तिच्या आवाजात सहानुभूती होती, पण दया नव्हती. त्याला दया

दाखवलेली अजिबात आवडत नसे.

एका रात्रीची गोष्ट. जेवणानंतर सगळे पुरुष वाईनचे घुटके घेत गप्पा मारत होते. लाल माणकाच्या रंगाच्या वाईनचा ग्लास हातात खेळवत श्री. मॅडॉक्स ब्रॅनला म्हणाले, ''तू या आठवड्यात, मॅथ्यू आणि झिलासोबत, वेल्श भाषेचा अभ्यास सुरू केलास, तर त्या दोघांनाही ते आवडेल.''

''आत्ता तरी नको हो बाबा.''

''अरे, गेले तीन महिने, तू फक्त आत्ता नको, आत्ता नको, असंच म्हणत राहिला आहेस. विल स्होकायच्या मते, तुझी जखम आता भरून आली आहे. उगाचच आजारपणाचं ढोंग करू नकोस.''

बाबांना थांबवायचा आटोकाट प्रयत्न करत मॅथ्यूनं विषय बदलला, ''आजच माझ्या लक्षात आलंय की आपली ग्वेन, वेल्शपेक्षा इंडियनच जास्त वाटते. तिच्या गालांची हाडं उंचावलेली आहेत नं.''

श्री. मॅडॉक्सनं आपल्या ग्लासात पुन्हा एकदा वाईन ओतून घेतली आणि बाटलीचं झाकण बंद करत ते म्हणाले, ''कितीतरी पिढ्यांपूर्वीचं का असेना, पण माझ्या अंगात इंडियन रक्त खेळतंय, याची आठवण करून दिलेली तुमच्या आईला मुळीच आवडत नाही हं. स्होकाय कुटुंबातदेखील आहे इंडियन रक्त. दोघांचे पूर्वज एकच नं, ब्रॅन्डन स्होकाय आणि वाऱ्याच्या लोकांपैकी असलेला मॅडॉक. त्या दोघांच्या मुलांनी आपसातच लग्नं केली. या मॅडॉकचे डोळे निळे होते, म्हणून त्याला त्या वेल्श मॅडॉकचं नाव देण्यात आलं होतं... जाऊ दे, मला पुन्हापुन्हा तीच गोष्ट सांगायची गरज वाटत नाहीये.''

''अगदी खरंय,'' ब्रॅनला पटलं ते.

''मला मात्र आवडतं ती गोष्ट ऐकायला,'' वाईनचा घुटका घेत मॅथ्यू म्हणाला.

''तुला त्यात रमायला आवडतंच. तू तुझ्या लेखनासाठी वापर ते.'' ब्रॅन म्हणाला.

श्री. मॅडॉक्स ताठरपणे म्हणाले, ''तुमची आई नेहमी सांगते नं, ते बरोबरच आहे. काळेभोर केस आणि निळे डोळे ही वैशिष्ट्यं इंडियन लोकांपेक्षा, वेल्श लोकांमध्येच जास्त प्रमाणात आढळतात. आपण अगदी निःसंशय वेल्शच आहोत, आणि तसेच कष्टाळूसुद्धा आहोत.'' या वाक्याला त्यांनी ब्रॅनकडे रोखून बघितलं.

त्या दिवशी संध्याकाळी मॅथ्यू आपली व्हीलचेअर घेऊन ब्रॅनच्या खोलीत आला. तो खिडकीपाशी मखमली पडदे बाजूला सारून उभा होता. त्यानं पडदे हातातच धरून ठेवले होते, आणि ते बाजूला करून तो हिरवळीपलीकडच्या रानाकडे एकटक बघत होता. त्यानं गुरगुरत मॅथ्यूला सांगितलं, ''ए, जा रे इथून.''

“नाही हं ब्रॅन. माझा अपघात झाल्यानंतर मीही तुला असंच निघून जायला सांगितलं होतं, पण तू तसं केलं नाहीस, आणि आता मीही ते करणार नाहीये.” आपली व्हीलचेअर त्याच्याजवळ नेऊन मॅथ्यू म्हणाला, “अरे, आपली ग्वेन त्या जॅक ओ'कीफच्या प्रेमात पडलीये.”

“मला मुळीच आश्चर्य वाटलेलं नाही. तो जॅक रासवट आहे, पण चांगला देखणा आहे.”

“अरे, आपल्या ग्वेनसाठी योग्य नाहीये रे तो.”

“का? तो आपला नोकर आहे म्हणून? उगाचच दांभिकपणा करू नकोस.”

“नाही रे. तूही म्हणालास नं, आडदांड आणि रासवट आहे रे तो, म्हणूनच.”

“ग्वेन स्वत:ची काळजी चांगल्या प्रकारे घेऊ शकते, आणि नेहमीच घेतही आलीये. बाबा मात्र मुळीच मान्य करणार नाहीत.” जरा वेळ खोलीत शांतता पसरली. मग या शांततेचा भंग करत मॅथ्यू म्हणाला, “ए, पण झिलाला तुझ्या आयुष्यातून असं वगळून टाकू नकोस रे.”

“अरे, माझं प्रेम आहे नं तिच्यावर, मग तिला माझ्या बंधनातून मोकळं करणं, हा एकच मार्ग शिल्लक राहतो.”

“पण तिला या बंधनातून मुक्त व्हायचंच नाहीये नं. तिचं खूप प्रेम आहे रे तुझ्यावर.”

ब्रॅन त्याच्या पलंगाकडे चालत गेला आणि आपलं अंग पलंगावर झोकून देत तो म्हणाला, “मी तर आता कुणाच्याही, कशाच्याही प्रेमाच्या पलीकडे गेलोय, अगदी आयुष्यावरदेखील प्रेम उरलं नाही माझं.”

“का रे?”

“तुला माहीत नाही? हा प्रश्न विचारायला हवाच का?”

“हो, विचारायलाच हवाय. तू मला काहीच सांगत नाहीस.”

“पूर्वी तर तुला काही सांगायच्या आधीच कळायचं सगळं.”

“अजूनही कळेल की मला. तू तर मला दूर ठेवतोयस, माझ्यासाठी मनाची दारं घट्ट बंद करून घेतली आहेस.”

अस्वस्थ होऊन उशीवर डोकं आपटत ब्रॅन म्हणाला, “हे बघ, असं घाईनं मागे लागू नकोस. बाबा हातघाईवर येऊन मागे लागतात तेवढं पुरेसं आहे.”

मॅथ्यू त्याच्या पलंगाजवळ येऊन म्हणाला, “तुला बाबांचा स्वभाव माहीत आहे नं.”

“अरे, मला दुकान चालवता येणार नाही रे, माझ्यात ती क्षमताच नाहीये. बाबांची व्यापार करण्याची क्षमता ग्वेनला मिळालीय. व्यवहाराची, व्यापाराची खूप छान जाण आहे तिला. बरं, आणि माझ्यात तुझ्यासारखी दुसरी कुठली

क्षमतादेखील नाहीये. त्यामुळे बाबा सारखे दुकान सांभाळण्यासाठी माझ्या मागेच लागतात. मी त्यांचा व्यवसाय सांभाळीन, असं त्यांना आधीपासूनच वाटत होतं रे. पण मला ते नाही करायचं. मला कधीही दुकान सांभाळायचं नव्हतं.''

''बरं, मग आता काय?''

''मलाही कळत नाहीये. मी युद्धावर गेलो आणि त्यामुळे एकच गोष्ट चांगली झाली. ती म्हणजे प्रवास. मला प्रवास करणं फार आवडतं, हे माझं मलाच नीट समजलं. साहस आवडतं मला...पण ठार मारणं मात्र मुळीच नाही. बऱ्याचदा ह्या दोन्ही गोष्टी एकमेकींशी निगडित असतात.''

ब्रॅन घरी आल्यापासून त्यांच्यात पहिल्यांदाच एवढं बोलणं झालं होतं. आता तो हळूहळू आणखी मोकळेपणानं बोलेल, अशी मॅथ्यूला आशा वाटली.

एक दिवस, फारशा वापरात नसलेल्या एका खोलीच्या ऊन येत असलेल्या कोपऱ्यात बसून, मॅथ्यू त्याच्या लहानशा डेस्कवर कागद ठेवून लिहीत होता. हे डेस्क सहज इकडेतिकडे हलवता येत असे.

त्याला शोधत ब्रॅन तिथे आला. तो म्हणाला, ''ए जुळ्या भावा, मला तुझ्याशी बोलायची गरज वाटतेय.''

''हं, बोल नं, मी इथेच आहे, ऐकतोय.''

ब्रॅन एका सोनेरी रंगाच्या हात नसलेल्या खुर्चीत, घोड्यावर बसावं तसा उलटा बसला आणि हात खुर्चीच्या पाठीवर टेकवून रेलून बसत तो म्हणाला, ''ए मॅट, हे असं काही होईल, असं मला वाटलंच नव्हतं. मी मारे स्वत:ला गॅलॅहॅडसारखा अगदी महान सद्‌गुणी, कनवाळू समजून युद्धावर गेलो. मला गुलामगिरी संपवून टाकायची होती. माझ्या बांधवांना सोडवण्यासाठी गेलो खरा मी, पण ते तितकं सोपं नव्हतं रे. इतर वेगळ्याच क्षुद्र मुद्द्यांवरून लढत होते लोक. त्या बिचाऱ्या गुलामांची कोणालाच फिकीर नव्हती. राजकीय लालसा, भ्रष्टाचार, सत्ता मिळवण्यासाठी कटकारस्थानं हेच सगळं त्यांना जास्त महत्त्वाचं वाटत होतं, मग त्यापुढे कसलीच फिकीर नव्हती. अरे मॅट, मी नं युद्धात एक माणूस पाहिला, त्याचा चेहरा उद्‌ध्वस्त झाला होता, ओरडण्यासाठी तोंडही नव्हतं रे, पण तो बिचारा तसाच किंचाळत होता, मरूही शकला नाही बिचारा. मला दोन भाऊ लढताना दिसले, एक निळ्या गणवेशात होता, तर दुसरा राखाडी. त्यातल्या एकानं त्याची तलवार उपसली आणि दुसऱ्याच्या अंगात खुपसली. त्यातल्या कुणी वार केला, ते मी तुला सांगणार नाहीये. हे भगवान... भावाभावांची लढाई, त्या केन आणि एबलसारखं. माझं केनमध्ये रूपांतर झाल्यागत वाटलं मला. इतक्या निर्दयतेनं, क्रूरपणे भावाभावांची लढाई चाललेली पाहून,

असल्या देशाबद्दल देवाला तरी कशाला काही वाटेल? देवही असल्या देशाला सोडूनच देणार नं.'' गळा दाटून आल्यामुळे ब्रॅन थांबला, आणि हुंदके देऊ लागला.

मॅथ्यूनं मांडीवर घेतलेलं डेस्क खाली ठेवलं आणि आपल्या जुळ्या भावाला मिठीत घेतलं. दोघे मिळून रडायला लागले. ब्रॅननं आत्तापर्यंत अनुभवलेलं सगळं दुःख, सगळी दहशत, भयानक स्वप्नं हे सगळं त्याच्या अश्रूंवाटे बाहेर पडू लागलं. मॅथ्यूनं त्याला मिठीत घट्ट धरून ठेवलं. त्याची सगळी वेदना स्वीकारली, जणू स्वतःच्या मनात साठवली.

आसवांचा सगळा महापूर वाहून गेल्यावर ब्रॅन त्याच्या जुळ्या भावाला म्हणाला, ''धन्यवाद हं.''

मॅथ्यू त्याला आणखी जवळ घेत म्हणाला, ''माझा आधीचा ब्रॅन परत मिळाला. ब्रॅन आता आपण पुन्हा एकत्र असणार आहोत.''

''हो. अगदी कायमचे.''

''तू आयुष्याचा नव्यानं स्वीकार करतोयस...ते बघून खूप छान वाटतंय.''

''पण त्रास होतोय रे त्याचा. मला माझ्या दुःखासकट दूर दूर जाण्याची गरज वाटते आहे.''

मॅथ्यूनं चमकून विचारलं, ''म्हणजे काय?''

''मॅट, माझ्या जुळ्या भावा, मी लांब निघून जाणार आहे.''

''काय?'' मॅथ्यूनं ताठ उभ्या असलेल्या ब्रॅनकडे निरखून पाहिलं. खिडकीच्या, सॅटिनच्या पिवळ्या पडद्याआडून येणारं ऊन ब्रॅनच्या केसांवर पडत होतं, त्यामुळे त्याच्या केसांना झळाळी आली होती. ''अरे, पण कुठे?'' मॅथ्यूनं विचारलं.

''तुला ओळखताच येणार नाही.''

मॅथ्यू तो पुढे बोलण्याची वाट पाहत राहिला.

मग ब्रॅननं सांगितलं, ''बाबांना वेल्समधल्या आपल्या चुलतभावाचं, मायकलचं पत्र आलंय. वेल्समधल्या लोकांचा एक गट, वसाहत वसवण्यासाठी पॅटॅगोनियाला रवाना झाला होता. ते सगळे तिथे पोहोचलेत आता. मी तिथे जाऊन त्यांच्यात सामील होणार आहे. माझं पूर्वीचं जुनं स्वप्न साकार होणार आहे. मग, त्यांबद्दल काय वाटतंय तुला?''

''अरे, आपण दोघं मिळून जाणार होतो...''

''तू माझा लाडका जुळा भाऊ आहेस, पण आताशी कुठे तू तुझ्या लेखनामुळे नावारूपाला येऊ लागला आहेस. बाबांना कळत नसलं, तरी मला माहितीये नं, उत्तम कथेची निर्मिती हे फार मोठं काम आहे. तिथल्या वेल्श वसाहतीत जाऊन राहण्यासाठी शारीरिक कष्ट घ्यावे लागतील, आणि ते तुला जमणार नाही रे.''

“हो, तेही बरोबरच आहे म्हणा. माझं तुला ओझं होईल उगाचच.” मॅथ्यूनं मान्य केलं.

“मी तुझ्यापासून कधीच दुरावणार नाहीये रे, अगदी पॅटॅगोनियाला गेलो तरीही.” ब्रॅन त्याला दिलासा देत म्हणाला, “तिथलं अगदी सगळं तुला सांगीन. मग, जणू स्वतः तिथे जाऊन सगळं अनुभवलंयस अशा थाटात, तू त्याबद्दल सुंदर शब्दांत चित्रदर्शी कथा लिही. व्हेसप्युजिया नावाच्या एका लहानशा भागात वेल्श वसाहत आता हळूहळू स्थिरावते आहे, असं मायकलनं पत्रात लिहिलंय. मी तुला तिथलं सगळं वर्णन कळवेन. तिथल्या लोकांविषयी, त्यांच्या स्वभावाविषयीसुद्धा कळवेन, तुला कथेसाठी आयती पात्रं मिळतील.”

“तू हे सगळं झिलाला सांगितलं आहेस का?”

ब्रॅननं नकारार्थी मान हलवली.

“अरे बाबा, याचा झिलाशी संबंध आहेच नं रे...तुलाही माहितीये की. अरे, ती तुझ्या नावानं अंगठी घालते.”

“मी आज रात्री जेवताना अगदी सगळ्यांना सांगीन. मी आईला स्होकाय कुटुंबाला जेवणाचं निमंत्रण द्यायला सांगतो.”

जेवणघरात सगळे जेवणासाठी जमले होते. ओक वृक्षाच्या लाकडाची तावदानं बसवलेली भलीमोठी खोली होती ती. काचेच्या स्फटिकासारख्या झुंबरातून येणारा उजेड त्या तावदानांत जणू शोषला जात होता. खिडक्यांवरचे जाड तपकिरी पडदे रात्रीच्या थंडीमुळे ओढून घेतले होते. शेकोटीमध्ये आग पेटलेली होती, पण एवढ्या मोठ्या खोलीला उबदार ठेवण्यासाठी ती आगही अपुरी पडत होती.

जेवताना सगळं संभाषण वेल्श लोकांच्या पॅटॅगोनियामधल्या मोहिमेबद्दल चालू होतं. श्री. मॅडॉक्स आणि डॉ. स्होकाय, दोघांनाही या साहसाबद्दल फारच उत्सुकता होती.

ग्वेन म्हणाली, “किती मज्जा असेल नं! बाबा, तुम्ही का नाही जात तिथे? मी पुरुष असते, तर मी नक्कीच गेले असते.”

टेबलापाशी एकमेकांसमोर बसलेल्या मॅथ्यू आणि ब्रॅनची नजरानजर झाली, पण ब्रॅननं मात्र हलकेच मान हलवली.

जेवण झाल्यावर सौ. मॅडॉक्स खुर्चीतून उठल्या. त्यांनी ग्वेन आणि झिलाला त्यांच्यासोबत येण्यास मानेनं खुणावलं. ब्रॅन त्यांना थांबवत म्हणाला, “आई, थांब नं जरा. मला तुम्हा सगळ्यांना काहीतरी सांगायचं आहे. आत्ताच आपण पॅटॅगोनियाच्या मोहिमेविषयी, व्हेसप्युजियातल्या वसाहतीविषयी अगदी खूश होऊन चर्चा केली. काही वर्षांपूर्वी, मॅटचा अपघात होण्याआधी, आम्ही दोघांनी त्या

मॅड्रनच्या जमीनदारासोबत पॅटॅगोनियाला जाण्याचं स्वप्न पाहिलं होतं. ती जागा वेल्श वसाहतीसाठी योग्य आहे की नाही, हे बघायला तो जमीनदार तिथे गेला होता. मी तिथे जाऊन त्यांच्यात सामील होण्याचं, आणि आयुष्याला नव्यानं सुरुवात करायचं ठरवलं आहे. मला वाटतंय, बहुतेक तुम्हाला याचं फारसं नवल वाटणार नाही. मी आजच वेल्समध्ये असलेल्या मायकल आणि श्री. पॅरी यांना तसं कळवलं आहे, आणि व्हेसप्युजियातल्या लोकांनाही पत्रं पाठवली आहेत.''

क्षणभर एकदम शांतता पसरली.

ब्रॅन हसून त्या शांततेचा भंग करत म्हणाला, ''मला उष्ण हवामानात बरं वाटेल, असं डॉ. स्होकाय म्हणाले होते.''

श्री. मॅडॉक्सनं विचारलं, ''अरे, पण उष्ण हवामानात राहण्यासाठी, एवढ्या लांब पॅटॅगोनियाला कशाला जायला हवं? तू जरासं दक्षिणेला, म्हणजे दक्षिण कॅरोलायना किंवा जॉर्जियाला जाऊ शकतोस की.''

ब्रॅननं दुखावल्यागत ओठ आवळून घेतले, आणि म्हणाला, ''बाबा, अहो मी कुठून परत आलोय, आणि मी तिथे कशासाठी गेलो होतो, तिथे काय घडलं, हे सगळं तुम्ही विसरला आहात का?''

सौ, मॅडॉक्स म्हणाल्या, ''नाही रे बाळा, बाबा काहीही विसरले नाहीयेत. अरे, पण आता युद्ध संपलंय, तू आता ते सगळं विसरून जा बरं. भूतकाळ होता रे तो.''

''जरासंच दक्षिणेला जाऊ? अहो, पण त्या कॉनफेडरेट स्टेट्समध्ये, म्हणजेच त्या संघराज्यात, माझं स्वागत होईल, असं मला वाटत नाही.''

''पण म्हणून एकदम व्हेसप्युजिया... अरे, किती लांब आहे ते...'' सौ. मॅडॉक्सच्या डोळ्यांत बोलताबोलता पाणी आलं. झिलानं आपल्या बटव्यातून एक स्वच्छ रुमाल काढून त्यांना दिला. तिचा चेहरा फिकुटलेला दिसत असला तरी त्यावरचा दृढनिश्चय स्पष्ट दिसत होता. डोळे पुसत सौ. मॅडॉक्स पुढे बोलू लागल्या, ''अरे, त्यापेक्षा इथे राहून हळूहळू तुझी ताकद परत येईल, आणि एकीकडे तू मॅथ्यू आणि झिलासोबत वेल्श भाषा शिकत जा नं. हळूहळू बाबांच्या व्यवसायातही लक्ष घालायला सुरुवात कर ...''

ब्रॅन मान हलवत म्हणाला, ''आई, अगं तुला माहितीये नं, मी बाबांचा व्यवसाय सांभाळू शकणार नाहीये. मला ते जमणार नाही गं, माझ्यात ती क्षमताच नाहीये. मॅथ्यूसारखी दुसरी कुठली क्षमतादेखील नाहीये माझ्यात. या सगळ्यातून एकच मार्ग मला दिसतोय, आणि तो म्हणजे इथून बाहेर पडण्याचा. वेल्श भाषा तर मी तिथेच जास्त चांगली शिकेन की, तिथले वेल्सहून आलेले लोक सतत त्याच भाषेत बोलत असतील.''

श्री. मॅडॉक्स अगदी सावकाश बोलू लागले, "तू तर मला आश्चर्याचा धक्काच दिलायस मुला, पण तसं करणं तुला योग्य वाटतंय. काय विल? तुझं काय मत आहे?" डॉ. स्होकायकडे बघत त्यांनी विचारलं. डॉक्टरसाहेब टिचक्या मारत त्यांच्या पाइपमधली तंबाखू हलवत होते.

"बाबा, एका प्रकारे मी साधारणपणे त्या मॅडॉकसारखा आहे, असं मला वाटतंय," ब्रॅन बोलू लागला. "मी आणि मॅट संध्याकाळी टी. ग्विन जोन्स यांची कविता वाचत होतो." ग्वेनकडे बघून त्यानं विचारलं, "आठवतंय नं?"

नाक मुरडून ग्वेन म्हणाली, "मी, बाबांनी फार जबरदस्ती केली तरच वेल्श भाषेतलं थोडंसं वाचते, नाहीतर मुळीच नाही."

"ymdroi gyda diflastod as anobaith Madog wrth ystried cyflwr gwlad ei ededigaeth, lle'r oedd brawd un ymladd yn erbyn brawd hyd nes yr oedd petal Duw ei hun wedi peidio a gofalu am feibion dynion" म्हणजेच, "भावाभावांची सत्तेसाठी चाललेली लढाई बघून, अत्यंत निराश होऊन मॅडॉकनं, त्याची जन्मभूमी असलेलं वेल्स सोडलं. 'जणू देवानं मनुष्यप्राण्यावर, त्याच्या मुलांवर असलेली आपली छत्रछाया काढून घेतली'. या भयानक युद्धात आम्हालाही तसंच वाटलं होतं."

श्री. मॅडॉक्स पाइपमधून झुरका घेत म्हणाले, "तुला सगळं आठवतंय."

"अरे वा, शाब्बास!" डॉ. स्होकायनं कौतुक केलं.

"हो, मला आठवतंय, आणि मला खूप चांगलं समजलंयसुद्धा. कित्येक रात्री, युद्ध सुरू असताना, युद्धभूमीवरून देवाचं अस्तित्व नाहीसं झाल्याचं आम्हाला जाणवलं होतं. इतक्या कठोरतेनं, निर्ममपणे जर माणसांची मुलं आपापसात लढत असतील, तर तिथे देव का बरं थांबतील? गुलामगिरीची प्रथा अतिशय दुष्टपणाची आहे, आणि देवालाही ते मान्य आहे, पण युद्धसुद्धा अतिशय वाईट असतं, वाईट, अगदी सैतानीच."

झिलानं तिच्यासमोरची डिश सरकवली, आणि ब्रॅनजवळ जाऊन ती त्याच्या खुर्चीपाशी गुडघ्यांवर खाली बसली. तिनं आवेगानं त्याचा हात हातात घेऊन आपल्या गालावर दाबला.

तिचा हात आपल्या हातात घेत ब्रॅन म्हणाला, "मानवाच्या न्याय्य आणि विवेकी समंजसपणावर विश्वास ठेवून मी युद्धावर गेलो होतो, पण तसं काहीही नाहीये, हे मला नंतर समजलं. ते आधीपासून तसं नव्हतंच, निदान आता तरी मला समज आलीय. मॅथ्यूला तर माझ्या कितीतरी आधी आली होती ही समज. मला माहितीये, तो माझ्याबरोबर व्हेसप्युजियाला येण्यासाठी आटोकाट प्रयत्न करेल आणि मीदेखील तसंच करीन, पण ते शक्य नाही, हे आम्हा दोघांनाही

चांगलंच ठाऊक आहे.''

झिलानं दिलेला रुमाल तोंडावर ठेवून सौ. मॅडॉक्स अजूनही रडत होत्या. त्या म्हणाल्या, ''लोकांच्या मनावर इतका भीषण परिणाम करणारी युद्धं पुन्हा कधीही होऊ नयेत.''

श्री. मॅडॉक्स म्हणाले, ''आपण सतत त्याला त्या युद्धाची आठवण करून देणं चांगलं नाही गं. कदाचित मेरियोनेथपासून दूर, व्हेसप्युजियाला गेल्यानं तो ते सगळं विसरेल तरी. हा त्यासाठी उत्तम मार्ग असू शकेल.''

मॅथ्यूनं आपल्या बाबांकडे नजर टाकली. त्यांचं 'मॅडॉक्स अँड सन' या दुकानाचं स्वप्न, त्यांनी स्वतःच व्हेसप्युजियाच्या ओसाड प्रदेशात विसर्जित करून टाकल्याचं, त्यांच्या चेहऱ्यावर त्याला स्पष्ट दिसलं.

''ब्रॅन.'' झिलानं उठून त्याला हाक मारली.

''माझी छोटीशी झिला.''

''ब्रॅन, मी आता छोटीशी झिला नाहीये. युद्धावर जाण्याच्या आदल्या रात्री तू माझ्या बोटात ही अंगठी घातली होतीस. त्यामुळे तेव्हाच सगळं बदललं होतं.''

डॉ. स्होकाय तिच्यावर रागावून म्हणाले, ''हे बघ बेटा, स्होकाय कुटुंब आणि मॅडॉक्स कुटुंब, तुमच्या लग्नबंधनामुळे पुन्हा एकत्र जोडलं जावं, अशी माझी मनापासून इच्छा आहे. ब्रॅननं माझ्याकडे येऊन तुला लग्नाची मागणी घातली, तेव्हा मी त्याला आशीर्वादच दिले, हो नं? पण आत्ता नाही हं. तू आता फक्त सतरा वर्षांची आहेस.''

''मग काय झालं? कितीतरी बायका सतराव्या वर्षी लग्न करून मूल जन्माला घालतात की. मला ब्रॅनसोबत, त्याची बायको बनून व्हेसप्युजियाला जायचं आहे.''

डॉ. स्होकाय म्हणाले, ''झिला, तुला थांबावं लागेल हं. ब्रॅनला तिथे जाऊन एक-दोन वर्षांत आपला जम बसवू दे, आणि नंतर मग तो तुला बोलावून घेऊ शकतो.''

ब्रॅन झिलाचा हात दाबत म्हणाला, ''अगं, सगळ्या गोष्टी आत्ताच ठरवायची गरज नाहीये.''

सरतेशेवटी ब्रॅन ग्वेनसोबत व्हेसप्युजियाला गेला, झिलासोबत नाही. एक दिवस, श्री. मॅडॉक्सनं, ग्वेन आणि जॅक ओ'कीफला तबेल्याच्या दाराआड चुंबन घेताना पकडलं. मग तर त्यांनी ग्वेन ब्रॅनसोबत व्हेसप्युजियाला जाईल, असं ठामपणे जाहीर करून टाकलं. ग्वेनच्या रडण्याचा, आकांडतांडव करण्याचा काहीही उपयोग झाला नाही. सौ. मॅडॉक्सनंदेखील विनंती करून पाहिली, तरी त्याचाही उपयोग

झाला नाही.

जाण्याच्या दिवशी, ग्वेन आणि झिला, दोघी मिळून रडल्या. हुंदके देत ग्वेन म्हणाली, "हे बरोबर नाहीये. एका स्त्रीला तिच्याच आयुष्याचे निर्णय घेण्याचा हक्क नाही. मला फार तिरस्कार वाटतो या दुष्ट पुरुषांचा!"

मॅथ्यूनं डॉ. स्होकायपाशी झिलाला जाऊ देण्याविषयी मध्यस्थी करून पाहिली, पण ते आपल्या मतावर ठाम होते. झिलानं निदान ती अठरा वर्षांची होईपर्यंत, आणि ब्रॅन तिथे स्थिरस्थावर होऊन त्याची राहण्याची योग्य व्यवस्था लागेपर्यंत तरी थांबायला हवं, असं त्यांचं ठाम मत होतं.

ब्रॅन आणि ग्वेन निघून गेल्यावर घर, दुकान सगळं काही सुनंसुनं वाटायला लागलं. मॅथ्यू सकाळी दुकानाचे आर्थिक व्यवहार बघायचा, आणि दुपारी, संध्याकाळी त्याच्या रिकाम्या खोलीच्या कोपऱ्यात लिहीत बसायचा. त्याची पहिली कादंबरी प्रकाशित झाली होती, त्या कादंबरीला चांगला प्रतिसादही मिळत होता. तो आता त्याच्या दुसऱ्या कादंबरीवर मेहनत घेत होता. त्याचं हे काम आणि अधूनमधून होणाऱ्या झिलाच्या भेटी, तिच्याशी होणारं संभाषण यामुळे त्याला उत्साह वाटत राहायचा. झिला बऱ्याच वेळा मॅड्रनमधून मेरियोनेथमध्ये भेटायला यायची.

"ब्रॅन ठीक आहे ग" एकदा त्यानं तिला सांगितलं, "त्यानं तुला प्रेमाचा संदेश दिलाय."

"अरे, काहीतरीच काय सांगतोस? ते अजून व्हेसप्युजियाला पोहोचलेही नसतील, आणि पत्र पाठवायची संधी तर मुळीच मिळाली नसणार त्याला." झिला म्हणाली.

"ब्रॅन आणि मला संपर्क साधण्यासाठी पत्र लिहिण्याची गरज नाहीये, तुला माहितीये की."

एक निःश्वास सोडून ती म्हणाली, "हो, माहितीये. ए... ब्रॅन आणि मी, आम्हा दोघांची मनंदेखील कधीतरी अशी जोडली जातील का रे?"

"हो, तुमच्या मनांचं वेगळ्याच प्रकारचं अद्वैत असेल. कदाचित आमच्यापेक्षाही चांगलं, पण वेगळं."

"तो मला बोलावून घेईल नं रे?"

"अगं, तू त्याला जरा वेळ द्यायला हवा नं झिला... पुन्हा एकदा जरा वेळ जाऊ दे. तिथल्या नव्या जगात जम बसवायला, नवी जीवनशैली आत्मसात करायला, वेळ लागणारच नं त्याला. आपलं एकुलतं एक मूल आपल्यापासून इतक्या दूर जाणार आहे, या कल्पनेचा स्वीकार करायला तुझ्या बाबांनाही वेळ लागणारच की गं."

"हं...बरं, ग्वेन कशी आहे?"

"रुसून धुसफूस करतेय, तिला स्वत:साठी वाईट वाटतंय, पण जहाजावरचे सगळे खलाशी मात्र चोरट्या नजरांनी तिच्याकडेच बघत राहतात, आणि तिचा शब्द झेलायची धडपड करतात, हे मात्र तिला चांगलंच आवडतंय. तिला मात्र व्हेसप्युजियात राहणं मुळीच आवडणार नाहीये. तिला उष्ण हवामान अजिबात आवडत नाही, आणि दगदगीचं, धकाधकीचं जगणं तर तिला आधीपासून नकोच असायचं."

"लहानपणीही तिला दंगामस्ती, मैदानी खेळ मुळीच आवडायचे नाहीत, ती काही माझ्यासारखी टॉमबॉय नव्हती. बाबा मला, ब्रॅन आणि तुझ्यासोबत दंगामस्तीचे मैदानी खेळ खेळू द्यायचे, या गोष्टीचं तिला आश्चर्य वाटायचं. तिला माझे बाबा फार भयंकर माणूस वाटायचे. ए मॅट, तुझे बाबा तिला परत घरी येऊ देतील का रे? तुझ्या बाबांचं मन विरघळेल?"

"जॅक इथे आसपास असेपर्यंत तरी मुळीच नाही, त्याबद्दल तर मुळीच दुमत नाहीये. एखादी गोष्ट त्यांच्या मनात पक्की रुजली नं, की मग ती योग्य असो किंवा नसो, ते त्यापासून ढळणार नाहीत." तो जरासा गप्प झाला आणि मग म्हणाला, "झिला, तुला त्या इंडियन कवितेच्या ओळी आठवतात का गं?"

"तेच नं? काळे केस आणि निळे डोळे यांच्याबद्दल?"

"हो, त्याच ओळी. त्या ओळी सतत माझ्या डोक्यात रुंजी घालतायत, डोक्यातून जातच नाहीयेत त्या. विशेषत: या ओळी...

"आत्म्याच्या देवांनो, श्वासाच्या देवांनो,
काजव्यांच्या, ताऱ्यांच्या आणि प्रकाशाच्या देवांनो,
या जगास मृत्यूपासून कोण वाचवील?
येणारी काळरात्र कोण थांबवील?
बघा की हो जरा, निळ्या निळ्या डोळ्यांनो"

"किती छान आहे नं, पण खरं तर मला त्याचा अर्थ माहीतच नाहीये," झिला म्हणाली.

"त्याचा शब्दश: अर्थ घ्यायचा नसतो गं. जोपर्यंत दर पिढीत एक तरी निळ्या डोळ्यांचं मूल जन्माला येतंय, तोपर्यंत सगळं ठीक असणार आहे, अशी इंडियन लोकांची श्रद्धा होती."

"पण तसं नव्हतं, हो नं? इथून तर ते लोक खूप पूर्वीच निघून गेले होते."

"अगं, माझ्या मते तर, हे जे सगळं चांगलं असणं होतं नं, ते काही फक्त त्यांच्या जमातीपुरतंच मर्यादित नव्हतं. तुझ्या आणि ग्वेनच्या रक्तात थेंबभर तरी

इंडियन अंश आहे, आणि तुम्हा दोघींचे डोळेही निळे आहेत, त्या कवितेसारखे.''

झिला स्वप्नाळूपणे म्हणाली, ''म्हणजे, एका अर्थानं आम्ही दोघी वाऱ्याच्या लोकांपैकी अखेरच्या आहोत. जर...''

हसत मॅथ्यू म्हणाला, ''तुला नक्कीच काळ्याभोर केसांचं आणि निळ्या डोळ्यांचं बाळ होईल. मला तरी तसंच वाटतंय.''

फुरंगटून झिला म्हणाली, ''अरे, पण कधी? ब्रॅन जगाच्या दुसऱ्या टोकाला आहे. आणि मी मोठी झालीये, हे बाबांच्या लक्षात येऊन, त्यांनी मला जाण्याची परवानगी देईपर्यंत, मी पांढऱ्या केसांची, सुरकुतलेल्या चेहऱ्याची म्हातारी झालेली असेन.'' चिंतेत पडून ती त्याच्याकडे पाहू लागली.

•••

आता मॅथ्यूच्या लेखनाची अधिकाधिक प्रशंसा व्हायला लागली होती. श्री. मॅडॉक्सनादेखील तो काहीतरी 'खरंखुरं काम' करतोय, असं वाटायला लागलं. याआधी, त्यांना तो उगाचच काहीबाही खरडत असतो, असंच वाटायचं. खालच्या मजल्यावरच्या, नेहमीच्या वापरात नसलेल्या एका खोलीची त्याच्यासाठी अभ्यासिका बनवली गेली. डॉ. स्होकायनं एक मोठं आणि जास्त उपयोगी पडेल असं डेस्क त्याच्यासाठी बनवून घेतलं.

त्याची ही नवी अभ्यासिका घराच्या मागच्या बाजूला होती. खोलीतून बाहेर नजर टाकल्यावर हिरवळ आणि त्यामागचं रान दिसायचं. शरद ऋतूत पानांचे बदलते रंग, पानगळ असं सगळं सुंदर दृश्य दिसायचं. त्यानं सांगितल्यानुसार खोलीत फारसं सामान ठेवलेलं नव्हतं. खूप वेळ बसून लिहिल्यावर, पाठीला रग लागून दुखलं तर जरा आराम करता यावा, म्हणून चामड्याचा एक मोठा काळा कोच तिथे ठेवला होता. हळूहळू हिवाळा सुरू झाला, मग तर तो रात्रीचा जास्तीत जास्त वेळ त्या खोलीतच घालवायला लागला. शेकोटीच्या समोर एक लहानसं घडीचं टेबल आणि एक आरामात बसता येईल अशी हात नसलेली खुर्ची ठेवली होती. त्या खुर्चीवर निळ्या रंगाची छोटीशी गादी होती. झिलाच्या डोळ्यांसारखाच निळा रंग होता त्या गादीचा. तो त्या खुर्चीला 'झिलाची खुर्ची' असं म्हणायचा.

वसंत ऋतू सुरू झाला. ऐन वसंतात त्याला अगदी नियमितपणे ब्रॅनची पत्रं यायला लागली. वचन दिल्याप्रमाणे, ब्रॅन पत्रात अगदी सगळ्या बारकाव्यांसकट वर्णनं लिहित होता. एका पत्रात त्यानं लिहिलं होतं :

''सगळ्याच गोष्टी एकमेकांशी किती निगडित झालेल्या असतात नं,

खरंच आश्चर्य आहे. निदान वेल्श रक्त अंगात सळसळणाऱ्या आपल्यासाठी तरी नवलच आहे ते. इथे रिचर्ड स्होकाय, त्यांची पत्नी आणि त्यांचा मुलगा रिच या कुटुंबाशी माझी अगदी घट्ट मैत्री झाली आहे. आपल्याशी अगदी लांबचं का असेना, पण काहीतरी नातं असेल त्यांचं, कारण स्होकाय हे काही सर्वसामान्य आडनाव नाहीये. वेल्समध्येदेखील फारसं नसतं ते नाव. रिचर्डनं सांगितलं, त्यांच्या पूर्वजांनी अगदी खूप पूर्वी नव्या जगात स्थलांतर केलं, आणि मग ते परत वेल्सला गेले. तिथे चेटकिणीचा शोध, जादूटोणा यांसारखे फार वाईट अनुभव आले त्यांना. त्यांच्यापैकी एका पूर्वजाला तर जाळून मारणारच होते, पण थोडक्यात निभाव लागला. ते नक्की कुठले, ते त्यांना माहीत नाहीये, पण कदाचित सेलमच्या आसपास असेल त्यांचं मूळ ठिकाण.

रिचला बहुतेक ग्वेन आवडते, तो एकसारखा तिच्याचकडे बघत असतो. त्याचं प्रेम तिच्या लक्षात यायला हवं, आणि तिनंही त्याला प्रतिसाद द्यायला हवा, असं मला तरी वाटतं. खरंच खूप चांगला आहे तो. माझा मेहुणा म्हणून डोळ्यांसमोर त्याच्याशिवाय दुसरं कुणी येतच नाही. ग्वेन मात्र गेडरकडे जास्त आकर्षित झालीय. गेडर उंचापुरा, थोराड बांध्याचा, बलदंड ...आणि जास्तच बढाईखोर आहे. मला जरा काळजीच वाटते. त्याच्या बहिणीनं, झिलीनं मला त्याच्या प्रखर महत्त्वाकांक्षेबद्दल सांगितलंय, आणि आजकाल तो सगळ्यांशीच जरा चढेलपणानं वागतो, सगळ्यांवर जणू सत्ता गाजवू पाहतो. तशी मदतही करतो म्हणा तो...इथे इंडियन लोक नसते नं, तर ही वसाहत टिकलीच नसती. अरे, इथलं सगळंच आपल्यापेक्षा अगदी पूर्णपणे वेगळं आहे... म्हणजे शेतात पेरणी करण्याचा काळ, केव्हा काय पेरायचं, शेताला पाणी देण्याची पद्धत... अगदी सगळंच वेगळं आहे. इंडियन लोकांचे उपकारच आहेत, ते नेहमी आमच्याशी मित्रत्वानं तर वागतातच, पण त्याशिवाय त्यांनी शक्य तेवढी सगळी मदत केली आहे. गेडर इतका चढेल, वर्चस्व गाजवणारा नसता, त्याऐवजी त्याच्या भाऊबंदांसारखाच असता, तर किती बरं झालं असतं. गेडर त्याच्या बहिणीशी, ती जणू त्याची एक क्षुल्लक गुलाम असल्यासारखा वागतो, ते आमच्यापैकी कुणालाच आवडत नाही.

त्या झिलीचे नाक-डोळे ग्वेन आणि झिलासारखेच आहेत, आश्चर्यच आहे अगदी. तिचे डोळे नाकापासून दूर आहेत, आणि डोळ्यांत अगदी किंचित तिरळेपणाची झाक जाणवते. तिचे डोळे मात्र तपकिरी आहेत, निळे नाहीत. गालाची हाडं उंचावलेली आहेत, आणि नाजूकसं नाक आहे. सरळ काळेभोर चमकदार केस तर आहेतच. ग्वेन आणि झिलीच्या चेहरेपट्टीत असणाऱ्या साम्याविषयी लोक नेहमीच बोलून दाखवतात. मॅडॉकच्या दंतकथेबद्दल मी

फक्त स्होकाय मंडळींशी बोललोय, बाकी कुणाशीही नाही. त्यांनी ती कथा धुडकावून लावली नाही. खरंच रे... सत्य कल्पनेपेक्षा फार वेगळं आणि विचित्र असतं. ए मॅट, हे सगळं तू तुझ्या कथेत लिही हं.'

'हो, मी लिहीन.' मॅथ्यूनं मनातल्या मनात मूक संमती दिली... 'मी नक्की लिहीन, पण तू मला आणखी जास्त सांगायला हवंस.' तो पुढे वाचू लागला :

'माझं घर आता जवळजवळ पूर्ण बांधून झालंय. छान मोठं, हवेशीर घर आहे ते. घराला व्हरांडेदेखील आहेत. हे घर माझ्या बायकोसाठी, मुलांसाठी बांधलं जातंय, ही गोष्ट सगळ्यांनाच माहीत आहे. झिली नेहमीच इथे येते, आणि नुसतीच बघत बाजूला उभी राहते. मला त्यामुळे अस्वस्थ वाटतं रे. मला नाही वाटत, ती स्वत:च्या इच्छेनं इथे येत असेल. मला वाटतंय, तो गेडर तिला पाठवून देत असेल. मी नेहमीच माझ्या झिलाबद्दल बोलत असतो, मी तिच्या इथे येण्याची किती वाट बघतोय, हेदेखील सांगत असतो. ए मॅथ्यू, तिला लवकर इथे पाठवण्याबद्दल डॉ. स्होकायना समजावून सांग नं रे. ते तिला त्यांच्याजवळच का ठेवून घेतायत? आत्ता मला तिची खूप गरज आहे रे.'

काळाची पानं उलटत राहिली. हिवाळा आला. आता मॅथ्यूला घराबाहेर जाता येईना. त्यामुळे झिला रोजच मॅड्रनमधून मेरियोनेथमध्ये, दुपारच्या चहाच्या वेळेला यायला लागली. आधी ती रोज येत नव्हती, मॅथ्यूला तिची आठवण आधीपेक्षाही आता जरा जास्तच येऊ लागली. तो त्याची दुसरी कादंबरी पूर्ण करण्याच्या कामात गढून गेला होता. आजकाल तो लवकरच थकून जात असे. मग तो त्याच्या काळ्या कोचावर आडवा पडून व्हेसप्युजियामधल्या ब्रॅनशी संपर्क साधत असे. हे असं खूप काळ चालू राहिलं. तो हिवाळा, उन्हाळा आणि मग पुन्हा पुढच्या हिवाळ्यातही असंच सुरू राहिलं. त्याला आपल्या जुळ्या भावाशी आधीपेक्षाही खूप जवळचे, घट्ट भावबंध जोडले गेलेत, असं जाणवलं. त्याला झोप यायला लागायची, तेव्हा मनानं तो त्या वैराण व्हेसप्युजियामध्ये पोहोचलेला असायचा. तो तिथल्या वसाहतीतल्या घटनांचा साक्षीदार व्हायचा.

सकाळ झाल्यावर तो त्याची पेन्सिल आणि लिहायची वही घेऊन, त्यानं रात्री व्हेसप्युजियात जे काही अनुभवलं असेल, ऐकलं असेल, ते सगळं लिहून काढायचा.

एक दिवस दुपारी त्याच्यासाठी कपात चहा ओतत झिला म्हणाली, "तू

फार निस्तेज आणि मलूल झालेला दिसतोयस मॅट.''

''अगं, थंडी किती जास्त आहे. शेकोटी सतत पेटलेली असते, पण तरीही अगदी हाडांपर्यंत थंडी जाणवतेच.''

तिची चिंताग्रस्त नजर टाळून, तो खिडकीबाहेर बघत राहिला. मग तो तिला म्हणाला, ''मला माझं पुस्तक पूर्ण करायचं आहे, जास्त वेळ उरला नाहीये. त्यात मी खूप मोठ्या कालखंडाचं चित्रण करतोय, अगदी पार जुन्या काळापासून. ग्विनेथच्या राजाची, म्हणजेच ओवेनची मुलं राजसत्तेसाठी लढली होती, तेव्हापासून. मॅडॉक आणि त्याचा भाऊ ग्विदायर या दोघांनी वेल्स सोडलं, आणि ते एका नव्या जागी येऊन पोचले. माझ्या मते तर ती नवी जागा म्हणजे इथेच आसपास, कुठेतरी असेल. तेव्हाही इथल्या दरीच्या जागी भलामोठा तलाव होता. पुन्हा एकदा दोन भावांत लढाई झाली. ग्विदायरला सत्ता हवी होती, प्रशंसा, खुशामत, अवास्तव कौतुक हवं होतं. आपण पुन्हापुन्हा, भावाभावांच्या लढाईत एकाचा बळी गेल्याच्या घटनेचे साक्षीदार होतोय. त्या भयंकर युद्धात ब्रॅन अडकला होता नं, अगदी तसं. अजूनही त्या जखमा भरल्या नाहीयेत. अगदी आदिम काळापासून चालत आलंय हे असं. केन आणि एबलनं तसा पायंडाच पाडलाय नं. एक चिवट जाळं आहे हे, ते तोडून बाहेर पडणं शक्य नसल्याचंच जाणवतंय. हा सगळा प्रकार थांबवायलाच हवा, नाहीतर आपला सर्वनाश होईल.''

आपले दोन्ही हात एकमेकांत गुंफून झिलानं विचारलं, ''हा प्रकार थांबवता येईल?''

तिच्याकडे वळून मॅथ्यू म्हणाला, ''माहीत नाही गं झिला. मला झोप लागली की स्वप्नं पडतात. मला स्वप्नात काळोख्या, सैतानी शक्ती दिसतात. शेकडो, हजारो भीषण युद्धांमध्ये लहान लहान मुलं बळी पडताना दिसतात. ती युद्धं जणू त्यांच्या अंगावर चाल करून जातात.''

तिचा हात हातात घेऊन तो पुढे म्हणाला, ''सर्वनाशाबद्दल मी उगाच, सहजच बोलत नाहीये गं झिला. पुढे काय होणार आहे, ते मला खरंच माहीत नाही. कदाचित माझं बोलणं मूर्खपणाचं असेलही, पण व्हेसप्युजियामध्ये जे काही घडेल, ते फार महत्त्वाचं असेल, अशी मला खात्री आहे. प्लीज, आज आलेलं ब्रॅनचं पत्र मला पुन्हा एकदा वाचून दाखव नं.''

टेबलावर ठेवलेलं ते पत्र तिनं हातात घेतलं, आणि वाचायला सुरुवात केली :

'प्रिय जुळ्या भावा, आणि माझी लाडकी झिला, तुम्ही दोघं केव्हा येणार आहात? मॅथ्यू, जर तू झिलाला इकडे घेऊन येऊ शकत नसशील, तर

झिलानं तुला इकडे आणायला हवं. तुला हिवाळ्याचा खूप त्रास होतोय, आणि तिला तुझी काळजी वाटतेय, असं मला झिलानं कळवलंय. अरे, इकडे तुझं लक्ष वेधून घेतील, अशा बऱ्याच गोष्टी आहेत. लुवेलिन प्यू झिलीच्या प्रेमात पडून, तिचं प्रेम मिळवण्यासाठी व्याकूळ झालाय. गेडर तिला सतत माझ्यावर लादत असतो, ते थांबलं नं, तर ती नक्कीच त्याच्या प्रेमाचा स्वीकार करील, असं मला वाटतं. जरी मी कितीही ठामपणे, अगदी ओरडून सांगितलं, की माझं लग्न ठरलेलं आहे, आणि माझी झिला आता इथे येणार आहे, तरी त्या गेडरला काहीही फरक पडत नाही. मला खोटं पाडू नका हं!

आमच्या वसाहतीत पहिल्यांदाच मृत्यू झाला, फार वाईट घटना होती ती. इथे एक मोठा डोंगरकडा आहे. त्यामुळे आमच्या वसाहतीचं झंझावाती वाऱ्यापासून संरक्षण होतं. सगळ्या लहान मुलांना त्या कड्यावर चढायची सक्त मनाई केलेली आहे, पण कसं कोण जाणे, सगळ्यांची नजर चुकवून एक मुलगा ती चढण चढून वर गेला, आणि खाली कोसळला. आम्हा सगळ्यांनाच फार दु:ख झालंय. इथे प्रत्येकालाच एवढं काम असतं की रिकामा वेळच मिळत नाही. एका अर्थी बरंच म्हणा...निदान त्या मुलाच्या आई-वडिलांसाठी तरी बरंच म्हणावं लागेल. त्यांचं लक्ष दुसरीकडे वळेल तरी. रिचनं मात्र खूपच आधार दिला सगळ्यांना. रिचमुळेच तर त्या मुलाच्या मानसिक धक्का बसलेल्या आईच्या डोळ्यांतून पाणी वाहू लागलं. त्याला स्वत:ला रडायची लाज वाटत नाही, त्यामुळे असेल कदाचित.'

"हा रिच चांगला माणूस आहे. तो ग्वेनसाठी काहीही करायला तयार होईल." मॅथ्यू म्हणाला.

"तू तर असं बोलतोयस, की जणू तू त्याला चांगलं ओळखतोस."

तिच्याकडे हसून बघत मॅथ्यू म्हणाला, "हो, ओळखतो. मी ब्रॅनच्या माध्यमातून ओळखतो त्याला, आणि माझ्या कादंबरीच्या माध्यमातूनही. रिच, ब्रॅन, ग्वेन, झिली या सगळ्या लोकांचं पुढे काय होतं, हे माझ्या कथेसाठी महत्त्वाचं आहे. त्यामुळे बरेच बदल घडू शकतील." तिनं प्रश्नार्थक नजरेनं त्याच्याकडे पाहिलं. तो म्हणाला, "हे पुस्तकच मला लिहायला भाग पाडतं गं झिला. ते मला उत्तेजित करतं, मला प्रेरणा देतं. त्याच्या पानापानात सत्य आणि काल्पनिकतेची सरमिसळ होते. एका काळात जे घडतं, त्याचा परिणाम दुसऱ्या काळातल्या घटनांवर होतो, अगदी आपल्या लक्षातही येणार नाही एवढा जास्त. गेडर जे काय करणार आहे, त्याचा पुस्तकावर, आणि कदाचित सगळ्या जगावरही परिणाम होऊ शकेल. क्षुल्लक, बिनमहत्त्वाचं असं काहीही, आणि कोणीही

नसतं. तुम्ही जे काही करता, त्याचा परिणाम नक्कीच होतो.''

हिवाळ्याच्या सुरुवातीला मॅथ्यूला खूप सर्दी-खोकला होऊन त्याच्या छातीत कफ भरला. त्याला खूप अशक्तपणा आला. डॉ. स्होकाय रोज त्याला तपासायला येऊ लागले. मॅथ्यू दिवसभर त्याच्या काळ्या कोचावर ब्लँकेटस् गुंडाळून बसलेला असायचा. त्याच्या कादंबरीचं काम तर सुरू होतंच, शिवाय त्यानं त्याच्या अनेक कथादेखील विकल्या. त्यातून त्याला बरीच प्राप्ती झाली होती. ते सगळे पैसे तो त्याच्या अभ्यासिकेतल्या लहानशा तिजोरीत ठेवायचा. आता जास्तीत जास्त वेळ तो त्याच्या अभ्यासिकेतच घालवत असे.

लिहूनलिहून दमल्यावर तो एक लहानशी डुलकी काढायचा. एकदा अशीच झोप लागलेली असताना त्याला स्वप्न पडलं. त्या स्वप्नात ब्रॅन आणि व्हेसप्युजियामधली वसाहत, अगदी सगळ्या बारकाव्यांसकट स्पष्ट दिसत होती. तो ते सगळं जणू प्रत्यक्ष तिथे हजर राहून अनुभवत होता. थंडगार मेरिओनेथपेक्षा ते सगळं जास्त खरं वाटत होतं.

स्वप्नात तो त्या सपाट खडकापाशी होता. याच खडकापाशी तो झिलाला भेटत असे. आत्ता मात्र तिथे झिलाच्या ऐवजी साधारण बारा वर्षांचा एक मुलगा होता. त्याच्या अंगावर वेगळ्याच प्रकारचे, जुनाट कपडे होते. तो मुलगा खडकावर झोपला होता, आणि तोदेखील स्वप्न बघत होता. त्याचं स्वप्न मॅथ्यूच्या स्वप्नात मिसळून गेलं.

गेडर ग्वेनच्या मागे लागलाय. त्याला थांबवा. बाळानं मॅडॉकच्याच वंशात जन्म घ्यायला हवा. ग्विदायरचा वंश दूषित आहे. ग्विदायरच्या वंशात गर्व, सत्तेची हाव, सूड यापलीकडे दुसरं काहीही नाही. मॅथ्यू, त्याला थांबव रे.

मग त्याला त्याचा जुळा भाऊ दिसला, पण तो व्हेसप्युजियामधला ब्रॅन नव्हताच...की ब्रॅनच होता तो? तो साधारण ब्रॅन आणि मॅथ्यूच्याच वयाचा एक तरुण होता. तलावाकाठी उभा होता तो. त्याच्यामागे वयानं जरासा मोठा तरुण होता, ब्रॅनसारखाच दिसत होता तो, पण तो ब्रॅन नव्हता. त्याच्या डोळ्यांत गेडरसारखा वैरभाव अगदी स्पष्ट दिसत होता. ते दोघे कुस्ती करायला लागले, एकमेकांशी झगडू लागले, त्यांची प्राणांतिक लढाई सुरू झाली होती.

तलावाच्या किनाऱ्यावर फुलांचा अवाढव्य ढीग अचानक पेटला, त्यातून आगीच्या लालसर ज्वाळा गुलाबाच्या पाकळ्यांना चाटून जाऊ लागल्या...

''मॅथ्यू!''

त्यानं डोळे उघडले. त्याची आई हातात चहाचा कप घेऊन त्याच्याजवळ उभी होती.

कादंबरीच्या वाढत्या पानांशेजारीच त्यानं काळजीपूर्वक तयार केलेली वंशावळ ठेवली होती. या वंशावळीला दोन फाटे फुटलेले होते, एकाच दोरखंडातून दोन दोर सुटे व्हावे तसे. एका फाट्याच्या दिशेला आशा होती; तर दुसऱ्या दिशेला मात्र अनर्थ, अरिष्ट होतं. ते पुस्तक, ब्रॅन आणि व्हेसप्युजियामधली वसाहत हे सगळं त्याच्या मनात एकत्र गुंफलं गेलं होतं.

थंडी चांगलीच वाढली होती.

डॉ. स्होकाय मॅथ्यूला तपासायला आले होते. ते त्याच्या हृदयाचे ठोके तपासत असताना मॅथ्यू म्हणाला, ''दिवस जसजसे वाढायला लागतात, तसतशी थंडीही वाढत जाते.''

ते त्याला म्हणाले, ''मॅथ्यू, तू झिलाला प्रोत्साहन देतोयस हं.''

हसत हसत मॅथ्यू म्हणाला, ''अहो, मी तर तसं अगदी पूर्वीपासूनच करत आलोय की. लहानपणी तिला आम्हा दोघांसारखंच झाडावर चढायचं असायचं, आणि तेसुद्धा आम्ही चढू तितक्याच उंचावर. तेव्हाही मी तिला प्रोत्साहन देतच असे की.''

''मला तसं म्हणायचं नाहीये. तू, तिला व्हेसप्युजियाला जाऊन ब्रॅनसोबत राहण्यासाठी प्रोत्साहन का देतोयस? माझ्या मते, ते म्हणजे उगाच हातचं सोडून पळत्याच्या पाठी लागण्यासारखं आहे.''

''अहो, पण जेव्हा ब्रॅननं तुमच्याकडे येऊन झिलाला लग्नाची मागणी घातली होती, तेव्हा तर तुम्ही लग्नाला मान्यता देऊन, त्याला आशीर्वादही दिले होते की.'' मॅथ्यूनं त्यांना आठवण करून दिली.

''हो, पण तेव्हा, ब्रॅन इथेच राहून त्याच्या वडिलांच्या व्यवसायात भागीदार बनेल, असंच मला वाटलं होतं.''

''अहो पण डॉ. स्होकाय, एकदा लग्नाला मान्यता देऊन आशीर्वाद दिले, की ते परत काढून घेता येत नाहीत नं.'' मॅथ्यू आर्जवानं बोलू लागला, ''झिलाचं मन ब्रॅनपाशी व्हेसप्युजियात जाऊन पोहोचलंय. खरं तर, तुमच्या घरातली तिच्या आईची जागा तिनं घेतली आहे, हे मला समजतंय. अहो, पण ती तुमची मुलगी आहे, बायको नाही. तिला असं तुमच्यापाशी जखडून ठेवू नका.''

डॉक्टरसाहेबांचा चेहरा रागानं लालबुंद झाला. ते चिडून ओरडले, ''असं बोलायची तुझी हिंमत कशी झाली?''

''कारण माझं झिलावर अगदी मनापासून प्रेम आहे, आणि तेही अगदी पूर्वीपासून. ती गेल्यावर मलाही तिची तुमच्याएवढीच आठवण येईल. झिलाशिवाय, ब्रॅनशिवाय माझं आयुष्य अगदी नीरस आणि निरर्थक होऊन जाणार आहे. पण

म्हणून मी माझ्या स्वार्थासाठी त्या दोघांना मागे ओढणार नाही.''

डॉक्टर आणखीनच चिडले. ते संतापून म्हणाले, ''अरे, तू काय माझ्यावर स्वार्थीपणाचा आरोप करतोयस?''

''मुद्दाम, हेतुपूर्वक नाही केलं तसं, पण, खरंच... स्वार्थीपणा नक्कीच म्हणता येईल.''

''तू... तू... जर तू असा अपंग नसतास नं, तर मी... मी...'' डॉ. स्होकायनं त्याला मारण्यासाठी उगारलेला हात खाली घेतला, आणि ते मागे वळून तरातरा खोलीबाहेर निघून गेले.

मार्च महिन्यातली दुपार. बाहेर अधूनमधून पावसाच्या हलक्या सरी पडत होत्या. पावसाचं पाणी शेकोटीवरच्या धुराड्यातून खाली येऊन पेटत्या लाकडांवर पडलं, की त्याचा चरचरता आवाज येत होता. झिला मॅथ्यूसोबत खोलीत बसून कपात चहा ओतत होती. मॅथ्यू तिच्याकडे एकटक बघत म्हणाला, ''झिला, आता ती वेळ आली आहे. तू आता व्हेसप्युजियाला जायलाच हवं.''

''अरे, मलासुद्धा जावंसं वाटतंय, तुला तर माहितीये.'' त्याची हडकुळी बोटं हातात घेऊन ती म्हणाली, ''बाबा म्हणतायत, पुढच्या वर्षी, आणि तेही नक्की नाहीच.''

''नाही गं, पुढच्या वर्षी फार उशीर झालेला असेल. ब्रॅनला आत्ता तुझी गरज आहे. तुझ्या बाबांना कसं समजावणार आहेस तू? ते तर दर वेळीच पुढच्या वर्षी, पुढच्या वर्षी, असंच म्हणत राहतील. ते तुला कधीही जाऊ देणार नाहीत.''

शेकोटीतल्या आगीकडे बघत ती म्हणाली, ''खरं तर मला बाबांचे आशीर्वाद घेऊन जायला जास्त आवडेल, पण तूही बरोबर बोलतोयस. ते जाऊ देणार नाहीत. अरे पण, मला प्रवासासाठी पैसे लागतील, एखाद्या चांगल्या जहाजाचं तिकीट काढावं लागेल...या सगळ्या गोष्टी करणं, एखाद्या मुलीकरता अशक्य नसलं तरी अवघड असतं रे.''

''तू जायलाच हवंस. हे बघ, या वसंतात बर्फ वितळला, आणि जहाजांची वाहतूक सुरू झाली, की तू जा.''

''का रे मॅट? अचानक इतकी घाई का करतो आहेस?''

''काल रात्री ब्रॅननं माझ्या मनाशी संपर्क साधला होता...''

''काय झालंय? काही घडलंय का?''

''ब्रॅनला नाही गं, तो ठीक आहे. पण तो गेडर...रिच...'' त्याला खोकल्याची ढास लागली. नंतर तो जरा आडवा झाल्यावर त्याला अतिशय थकवा आला, आणि तो पुढे बोलू शकला नाही.

झिलाचं त्यांच्या घरी येणं सुरूच राहिलं. ती रोज यायची, त्याच्या खोलीत बसून चहा बनवून द्यायची, तिच्या निरागस चेहऱ्यावरचं हसू पाहून त्यालाही बरं वाटायचं. तो पुढचे काही आठवडे, तिच्या व्हेसप्युजियाला जाण्याबद्दल, काहीच बोलला नाही. पानगळीमुळे निष्पर्ण झालेल्या झाडांना आता नवे धुमारे फुटू लागले होते. एक दिवस ती येऊन खुर्चीवर बसेपर्यंत त्यानं जेमतेम धीर धरला, आणि मग अधीरपणे म्हणाला, "ए झिला, ती तिजोरी उघड ग." त्यानं तिजोरी कशी उघडायची, ते सांगितलं. तिनं त्यानुसार तिजोरी उघडली. तो म्हणाला, "हं...छान...आता त्यात जे मोठं पाकीट आहे नं, ते बाहेर काढ. ते तुझ्यासाठीच आहे."

तिनं आश्चर्यानं त्याच्याकडे बघत विचारलं, "माझ्यासाठी?"

"गेले काही आठवडे मी कामात व्यग्र झालो होतो."

"बाबाही सांगत होते, तू फार जास्त काम करतोस. पुस्तक पूर्ण झालं?"

"हो, जवळजवळ पूर्णच म्हणायचं. अगदी किरकोळ काम बाकी आहे, आणि पुन्हा एकदा वाचून काढायचं आहे. अगं, पण मी दुसऱ्याच कामाबद्दल बोलत होतो. ते पाकीट उघड."

तिनं पाकीट उघडलं. "अरे, यात तर पैसे आहेत रे, आणि ... हे काय आहे मॅट?"

ते तिकीट आहे. एक जहाज चार दिवसांनी दक्षिण अमेरिकेला जाण्यासाठी निघणार आहे. त्या जहाजातून तू जायलाच हवंस."

"पण मॅथ्यू, अरे, मी असं तुला..."

"हे बघ झिला, हे पैसे मी माझ्या लेखनाद्वारे कमावले आहेत. ते माझे आहेत, आणि त्या पैशांचं काय करायचं, ते मी ठरवीन. ब्रॅनला तुझी गरज आहे. तू जायलाच हवंस. तुझ्यामुळे सगळी परिस्थिती बदलून जाणार आहे."

"अरे, कसली परिस्थिती?"

"मॅडॉकचाच वंश पुढे चालू राहिला पाहिजे, ग्विदायरचा नाही..."

"मला काहीही समजत नाहीये. तुझा चेहरा लालबुंद झालाय. तुला बरं..."

"ताप आलेला नाहीये गं मला. पुस्तकाच्या ताणाचाच भाग आहे...तू ब्रॅनवर प्रेम करतेस ना?"

"हो रे, अगदी मनापासून."

"तुझ्या बाबांपासून लपवून, त्यांचे आशीर्वाद न घेताच, मॅड्रन सोडून निघून जायची तयारी आहे तुझी? ब्रॅनवर तेवढं प्रेम आहे?"

तिनं ते पाकीट हृदयाशी कवटाळलं.

''मग, जाशील नं तू?''

''हो. जाईन मी.'' त्याचा थंड पडलेला हात हातात घेऊन, तिनं तो गालावर टेकवला.

''सगळं ठीक होईल.'' त्यानं तिला धीर दिला. तो पुढे म्हणाला, ''तू जेव्हा समुद्रावरून जाशील, तेव्हा मी तुझ्यासोबतच असेन; अडथळ्यांची नदी पार करशील तेव्हाही असेन, त्या नदीचा पूर तुला बुडवणार नाही; तू जुलमी विरोधाच्या आगीतून चालत जाशील, तेव्हा तुला साधा चटकाही लागणार नाही; तू ज्वालेच्या भक्ष्यस्थानी पडणार नाहीस. बायबलमध्ये म्हटलंच आहे नं असं. आग म्हणजे गुलाब...गुलाब...''

त्यानंतर ती त्याला कधीही दिसली नाही. तिच्या वियोगाच्या वेदना त्याला असह्य होत होत्या.

एक दिवस डॉ. स्होकाय रागानं ताडताड चालत मेरियोनेथमध्ये आले. त्यांचं ओरडणं मॅथ्यूला ऐकू येत होतं, ''तिला पैसे कुठून मिळाले? तिकीट कसं मिळालं?''

मॅथ्यूला हसू आलं. तो अपंग असल्यामुळे, तो तिच्या जाण्याची व्यवस्था करणं शक्यच नाही, असंच डॉ. स्होकायना वाटत होतं, आणि त्याबद्दल त्याला जरा हायसंही वाटलं.

डॉक्टरसाहेब त्याच्या अभ्यासिकेत त्याला तपासायला आले, तेव्हा त्यांचा राग जरासा निवळला होता. आता निदान ते ओरडत तरी नव्हते. ते त्याला म्हणाले, ''तुला तर या सगळ्याचा आनंदच झाला असेल नं?''

शांतपणे मॅथ्यूनं उत्तर दिलं, ''अहो, झिला आणि ब्रॅन एकमेकांवर प्रेम करतात. त्यांनी एकत्र राहणं योग्यच आहे. तुम्हालासुद्धा तुमच्या वेल्श वंशाचं अप्रूप आहेच नं. ह्या वसाहतीबद्दलदेखील तुम्हाला अत्यंत उत्सुकता होतीच. तुम्ही त्यांना भेटायला जाऊ शकता की...''

''सांगणं सोपं असतं. आणि माझ्या डॉक्टरी व्यवसायाचं काय?''

''अहो, तुम्ही कित्येक वर्षं सुट्टी घेतली नाहीये. काही आठवडे तर तुम्ही नक्कीच सुट्टी घेऊ शकता.''

त्याला जुजबी तपासून डॉ. स्होकाय म्हणाले, ''उन्हाळा सुरू झाला की तुला बरं वाटेल.''

मात्र उन्हाळा सुरू व्हायला उशीर झाला.

मॅथ्यूनं त्याचं पुस्तक प्रकाशकाकडे पाठवलं. त्याच्या पाठीचं दुखणं दिवसेंदिवस

बळावत होतं, आणि हृदयाचे ठोके अनियमित होऊ लागले होते. त्याच्या स्वप्नांमध्ये तो कधी झिलाची वाट पाहणाऱ्या ब्रॅनसोबत असायचा, कधी अजूनही चिडचिड करणाऱ्या ग्वेनसोबत. ग्वेनची धुसफूस चालूच होती, पण आता मात्र रिचच्या संगतीत ती हसू लागली होती, त्याच्या मनमोकळ्या स्वभावाला, प्रगाढ आणि दृढ प्रेमाला हळूहळू प्रतिसाद देऊ लागली होती. त्याच वेळेला तिला गेडरबद्दलही कुतूहल वाटत राहायचं. त्याच्या सावळ्या रंगाचं, डोळ्यातल्या छुप्या भावांचं तिला फार कुतूहल होतं. तुलनेनं रिचचे डोळे अगदी निर्मळ वाटायचे. रिचचं तिच्यावर प्रेम आहे, हे ग्वेनला कळत होतं; पण गेडरच्या अनोखेपणाची तिच्यावर भुरळ पडली होती.

मॅथ्यूला झोपेत स्वप्न पडत होतं, आणि स्वप्नातल्या खडकावरच्या मुलानं त्याला सांगितलं. "ती रिच आणि गेडर या दोघांशी खेळ करतेय, त्यामुळे त्रास होईल."

गेडर आणि ब्रॅन. दोघं डोंगरकड्यावर उभे राहून खालच्या वसाहतीतल्या घरांकडे बघत होते. गेडर ब्रॅनला झिलीशी लग्न करण्याचा आग्रह करत होता, आणि शिवाय स्वत: ग्वेनला लग्नाची मागणीही घालत होता. त्यामुळे सगळ्यांचंच भविष्य सुरक्षित होईल, असं त्याचं म्हणणं होतं.

"कसलं भविष्य?" ब्रॅननं विचारलं.

खालच्या भरभराटीला आलेल्या वसाहतीकडे अधाशी नजरेनं बघत गेडर म्हणाला, "आपलं भविष्य."

मग तिथे झिली आली, आणि प्रेमानं ब्रॅनकडे पाहू लागली. झिली... किती झिलासारखी दिसत होती, आणि नव्हतीसुद्धा.

"ए भावा...थांब रे... झिला येतेय, तिच्यासाठी थांब जरा! त्या गेडरवर विश्वास ठेवू नको..." मॅथ्यूनं त्याला स्वप्नातच बजावलं.

मॅथ्यू खाडकन धक्का बसल्यागत झोपेतून जागा झाला. त्याचं संध्याकाळचं खाणं घेऊन कुणीसं आलं होतं. त्यानं त्यातलं अगदी थोडंसं खाल्लं, आणि तो परत स्वप्नांच्या दुनियेत जाऊन पोहोचला.

त्याला व्हेसप्युजियामधली गर्मी जाणवू लागली, हाडं गोठवणाऱ्या थंडीऐवजी ऊब मिळायला लागली.

ब्रॅन, अरे मला झिलासोबत येणं जमायला हवं होतं रे.

पुन्हा गेडर दिसला. तो त्याच्या आवडत्या ठिकाणी, म्हणजेच डोंगरकड्याच्या टोकावर उभा राहून वसाहतीकडे घारीच्या नजरेनं बघत होता. त्याला त्या वसाहतीवर अधिराज्य गाजवायचं होतं.

त्याच्याबरोबर आणखी कुणीतरी होतं...तो ब्रॅन नव्हता, तर रिच होता.

त्या कड्यावर उभं राहून दोघं भांडत होते, ग्वेनवरून, वसाहतीवरून भांडणं चालली होती.

धोका.

मॅथ्यू त्याच्या कोचात अस्वस्थपणे चुळबुळला. त्याचे डोळे घट्ट बंद झालेले होते. तो लहान मुलगाही तिथेच दिसत होता, कुठल्यातरी वेगळ्याच काळातला होता तो. तो मुलगा मॅथ्यूला विनवत होता, "मॅथ्यू, कृपा कर, पण तू रिचला मदत करायलाच हवीस रे, प्लीज..."

कोणे एके काळी, खूप खूप वर्षांपूर्वी पहाटेचे तारे मिळून गात असत, लहान मुलं आनंदानं धिंगाणा घालत असत, आणि लोक असे एकमेकांशी भांडत नसत.

पण मग त्यांच्यात विसंवाद निर्माण झाला.

मॅडॉक आणि ग्विदायर एकमेकांशी लढले.

आता गेडर आणि रिच.

ए रिच, अरे लक्ष दे! गेडरच्या हातात चाकू आहे...

रिचचं त्या चाकूकडे अगदी वेळेवर लक्ष गेलं, त्यानं गेडरचा चाकू धरलेला हात पकडून पिरगाळला. गेडरच्या हातातून चाकू गळून पडला. गेडर संतापून गुरगुरत, दातओठ चावत त्या चाकूकडे झेपावला, आणि...आणि ...त्याचा तोल जाऊन तो त्या चाकूमागोमाग उंच डोंगरकड्यावरून खाली कोसळला... कोसळतच राहिला...

झिली किंचाळली...तिचं किंचाळणं थांबेचना...

मॅथ्यू ब्रॅनच्या पुढच्या पत्राची आतुरतेनं वाट बघत होता. ते पत्र खूप दिवसांनी, म्हणजे, लायलॅकची झुडपं अगदी पूर्णपणे बहरल्यानंतर, आलं एकदाचं. मॅथ्यू ते पत्र उघडून वाचू लागला :

'माझ्या लाडक्या जुळ्या भावा,

झिला इथे येऊन पोहोचली आहे, आली एकदाची इथे! ती मात्र इथल्या वसाहतीत खूप गोंधळलेल्या मन:स्थितीत आलीय आणि तिला खूप एकटेपणाही जाणवतोय. ग्वेन नुसती रडत असते, तिचं रडणं थांबतच नाही. झिली आता आसवं ढाळत नसली, तरी तिच्या डोळ्यांत दु:ख ठळकपणे दिसत असतं. अनवधानानं का असेना, पण रिचच्या हातून गेडरचा मृत्यू झालाय. अरे, त्या गेडरनं उगाचच भांडण उकरून काढलं, भांडताभांडता त्यानं चाकू उगारला. रिचनं त्याच्या हातातला चाकू काढून घेतला. गेडरनं त्याच्यावर झडप घातली, आणि तो तोल जाऊन कड्यावरून खाली कोसळला. शेवटी मरण आलं त्याला. तो निव्वळ एक अपघात होता. कोणीही रिचला दोष देत नाहीये,

अगदी झिलीसुद्धा नाही. रिचला मात्र सतत वाटतंय, की आता तो इथे आमच्यासोबत राहू शकत नाही. त्याचे हात गेडरच्या रक्तानं माखलेले असताना तर मुळीच नाही.

हे सगळं कधीतरी थांबेल का रे? भावाभावांची अशी भांडणं, लढाया कधीतरी थांबतील का? गेडरला सत्तेची हाव सुटली होती. त्याच्या मृत्यूचा मला शोक करावासा वाटत नाहीये; पण अनिर्बंध लालसेनं, बेसुमार गर्विष्ठपणानं ओतप्रोत भरलेल्या आयुष्याबद्दल मात्र हळहळ वाटते. ही ग्वेन सारखी रडत का असते? मला तर वाटतंय, तिलाही ते नीट कळत नाहीये. रडतारडता ती सारखी म्हणत असते, ''मला घरची आठवण येतेय, मला घरी जायचंय.'' म्हणून मग आता रिच तिला घरी घेऊन जाणार आहे. मग पुढे काय होईल? कोण जाणे?'

ग्विदायरनं मॅडॉकशी लढाई केली. त्या लढाईत ग्विदायर हरला, पण ती भावाभावांची लढाई सुरूच राहिली... गेडर तीच लढाई लढला आणि हरला.

ज्या जहाजातून झिला आली होती, त्याच जहाजातून ग्वेन आणि रिच, उत्तरेकडच्या उपखंडाकडे रवाना झाले. ते जाऊन पोहोचले... दऱ्याखोऱ्यांत लिली, आणि मागच्या अंगणात लायलॅक फुलणाऱ्या त्यांच्या मेरिओनेथपाशी, दुकानापाशी. बाबांना निदान आतातरी दुकानाचा भागीदार मिळणार, आणि दुकानाचं नाव आता 'मॅडॉक्स अँड स्होकाय' असं होणार.

झिला...माझी झिला...
संगीताची अन् माधुर्याची देवता,
तेजानं धगधगत्या गुलाबांची देवता,
निळाई सुधारेल भूतकालीन चुका,
जरी मार्ग असला काळोखा, अन् दूरचा,
निळाई चमकेल, पडेल प्रकाश प्रेमाचा.

खोकल्याची जबरदस्त उबळ आली, आणि मॅथ्यू खाडकन जागा झाला, व्हेसप्युजियापासून, ब्रॅन आणि झिलापासून दूर होऊन तो वास्तवात आला.

त्याला धाप लागली होती. जोरात एक मोठा श्वास घेऊन तो कसाबसा म्हणाला, ''ग्वेन... रिच...आता मी थांबू शकत नाहीये... माफ करा हं मला...''

खोकल्याच्या प्रचंड ढासेनं त्याच्या शरीराचा ताबा घेतला, बिचारा खोकल्यामुळे अगदी गांजून गेला. खोकल्याची ढास कमी झाली आणि त्या यातनाही जराशा

कमी झाल्या. तरीदेखील अजूनही त्याला अतिशय त्रास होतच होता. त्याच्या पाठीत प्रचंड वेदना होऊ लागल्या, वेदनांचा जणू स्फोटच झाला त्याच्या पाठीत. डोळ्यांपुढे अंधारी आली, सगळी खोली काळोखात बुडाल्यागत झाली. सडक्या फुलांच्या वासासारखा अतिशय घाणेरडा वास सगळीकडे पसरला, आणि त्या वासानं मॅथ्यूचा श्वास घुसमटून गेला. शेकोटीमधल्या पेटत्या ज्वालांच्या उजेडाची, उबेची कसलीही संवेदना त्याला जाणवेनाशी झाली...

•••

"मॅथ्यू!" इकडे, मरींच्या घरी, कायथ करत असलेल्या मेगनं जोरात मोठ्यानं ओरडून डोळे उघडले. मांजराचं पिल्लू पलंगावरून उडी मारून पळून गेलं. आनंदी मात्र जराही हलली नाही.

'काय झालं? ... मॅथ्यूला काय झालं? आणि मग चार्ल्सचं काय? चार्ल्स वॉलेस ठीक आहे नं?' तिच्या मनात विचार येऊ लागले.

'...विचित्रच आहे ... मॅथ्यूबरोबरचं ते कायथ आत्तापर्यंतच्या सगळ्या कायथपेक्षा जास्त स्पष्ट होतं. हार्सेल्ससोबतचं कायथही एवढंच स्पष्ट होतं म्हणा, पण त्यानंतर मात्र हेच कायथ सगळ्यात स्पष्ट होतं. मॅथ्यू आणि ब्रॅन या दोघांना कायथ करता येत होतं, म्हणून असेल कदाचित.' तिच्या मनात विचारचक्र सुरूच होतं.

तिनं कायथ करत चार्ल्सशी संपर्क करायचा प्रयत्न केला, पण तिला चार्ल्सची उपस्थितीदेखील जाणवली नाही. तिला त्या एकशिंगी घोड्याचं, गॉडियरचं अस्तित्वसुद्धा जाणवलं नाही. जेव्हा जेव्हा चार्ल्सला कुणाच्यातरी शरीरातून बाहेर काढलं जायचं, तेव्हा दरवेळी तिला चार्ल्स आणि गॉडियर, दोघं दिसायचे.

"मी खाली जातेय," स्वत:शीच मोठ्यानं बोलून तिनं घाईघाईनं पायांत चपला सरकवल्या.

तिच्या मागोमाग आनंदीही जिना उतरू लागली. त्या कुरकुरणाऱ्या सातव्या पायरीवर आनंदीनं पाय टाकल्यावर ती पायरी खूप जोरात वाजली, आणि त्यामुळे आनंदी दचकून मोठ्यानं भुंकली. तिच्यामागून माऊचं पिल्लू अगदी दबकत दबकत आलं, ते मात्र सातव्या पायरीवर हळूच उतरलं आणि त्यामुळे पायरीचा अगदीच किंचितसा आवाज झाला.

स्वयंपाकघरातल्या शेगडीवर, वाफेची शीळ घालत किटली उकळत होती. झुलत्या खुर्चीत बसलेल्या सौ. ओ'कीफ सोडल्या तर, बाकीचं सगळं कसं अगदी सुखद, नेहमीचं, आणि उबदार वाटत होतं. मांजराचं पिल्लू चालत त्यांच्याजवळ गेलं, उडी मारून त्यांच्या मांडीवर चढून बसलं. त्यानं आपले छोटेसे पंजे ताणले, आणि तीक्ष्ण नखं बाहेर काढून ते गुरगुर करायला लागलं.

मेगनं विचारलं, "चार्ल्स वॉलेस अजून घरी परत आला नाहीये का?"

"अजून नाही. तू ठीक आहेस ना गं मेग?" तिच्या आईनं विचारलं.

"मी ठीक आहे गं."

"पण तुझा चेहरा जरा उतरल्यासारखा दिसतोय."

"अं...मगाशी सँडी आणि डेनीस मला सूप घेशील का, असं विचारत होते, आता ते आवडेल मला, मी घेईन."

"हो, अगदी नक्की," सँडी म्हणाला, "मी बनवतो. चिकनचं की मटनचं सूप?"

"दोन्ही अर्धा अर्धा चमचा वापरून बनव सूप, आणि लिंबू पीळ त्यात." तिनं त्या जुळ्या भावांकडे नव्यानं ओळख झाल्यागत बघितलं. 'हे जुळे भाऊ असल्यानं त्या दोघांत पटकन आणि घट्ट बंध निर्माण झाले, म्हणून माझी या दोघांपेक्षा चार्ल्सशी जास्त जवळीक झाली असेल का?' तिच्या मनात आलं. तिनं आधी फोनकडे अन् मग तिच्या सासूबाईंकडे नजर टाकली. तिनं त्यांना विचारलं, "मॉम... अं... बीझी, तुम्हाला झिला आठवतेय का हो?"

त्यांनी तिच्याकडे बघून मान डोलावली, मग हलवली, आणि डोळे बंद करून घेतले.

"मॉम, झिला खरंच पोहोचली नं व्हेसप्युजियाला, हो नं?" मेग होकारार्थी उत्तराच्या आशेनं त्यांच्याकडे पाहू लागली.

सौ. ओ'कीफनं हात स्वतःभोवती घट्ट वेढून घेतले, आणि त्या खुर्ची झुलवायला लागल्या. त्या म्हणाल्या, "मी विसरले गं. विसरले मी."

सौ. मरींनी तिची काळजी वाटून तिला विचारलं, "हे सगळं काय आहे मेग?"

"अगं, ब्रॅन्झिलोचे पूर्वज कोण होते, हे कळणं फार महत्त्वाचं आहे. त्यामुळेच सगळं चित्र बदलणार आहे."

तिच्या हातात सूपचा वाफाळता कप देत सँडी म्हणाला, "हे बघ, भूतकाळातल्या गोष्टी घडून गेलेल्या आहेत. ब्रॅन्झिलोचे पूर्वज कोण होते, ते कळल्यानं काहीही फरक पडणार नाहीये."

"अरे, ती विशिष्ट गोष्ट घडण्याआधीचा काळ होताच नं अस्तित्वात." मेग समजावून सांगायचा प्रयत्न करायला लागली, पण हे सगळं किती विचित्र वाटतंय, हे तिच्या लक्षात आलं. तिनं पुन्हा प्रयत्न करून पाहिला. "चार्ल्सला ते 'बदलण्यायोग्य' शोधून ते बदलायचं होतं, आणि माझ्या मते त्यानं ते बदललेलं आहे. मॉम ओ'कीफनं त्याला तो मंत्र देताना त्याच्यावर हीच जबाबदारी सोपवली होती."

"ए, बडबड बंद कर तुझी!" सौ. ओ'कीफ झुलत्या आरामखुर्चीतून कष्टानं उठत म्हणाल्या, "मला चककडे घेऊन चला. ताबडतोब, अगदी लगेच चला, नाहीतर जास्त उशीर होईल. त्याआधी चला."

१२

माझ्या आणि दुष्ट काळोख्या शक्तींच्या मध्ये

मेग, तिचे जुळे भाऊ आणि सौ. ओ'कीफ, सगळेच घराबाहेर पडून धावत सुटले. बर्फानं गोठलेल्या जमिनीवरून धावताना, त्यांच्या पायांखालचा बर्फ चुरडला जाऊन कडकडत होता. घरासमोरची हिरवळ पार करून, जुळ्यांच्या 'ख्रिसमस ट्री' या झाडांच्या रांगा मागे टाकत ते दगडी भिंतीपाशी पोहोचले.

मेगनं सौ. ओ'कीफना हात देऊन ती बुटकीशी भिंत ओलांडायला मदत केली. मग त्यांचा हात धरून त्यांना ओढतच ती पळत सुटली. हिमनदीमुळे तयार झालेल्या दोन खडकांमागच्या तारे पाहायच्या खडकापाशी ते सगळे येऊन पोहोचले.

त्या खडकावर चार्ल्स वॉलेस आडवा पडला होता. डोळे बंद होते. अगदी पांढराफटक पडला होता तो.

मेग ओरडली, ''बीझी! तो मंत्र! म्हणा नं पटकन!''

सौ. ओ'कीफना धाप लागली होती, त्यांनी आपले हात कमरेवर घट्ट आवळून धरले होते. धापा टाकत त्या कशाबशा म्हणू लागल्या, ''माझ्यासोबत... आजी...''

डेनीस गुडघे टेकून चार्ल्सजवळ खाली बसला, आणि त्याचं मनगट पकडून नाडी तपासू लागला.

''चकसोबत या दैवाधीन संकटसमयी...'' सौ. ओ'कीफना पुन्हा धाप लागली, म्हणून मग मेग त्यांच्यासोबत खणखणीत स्पष्ट आवाजात म्हणू लागली :

''मी ठेवते, अखिल स्वर्ग, त्याच्या शक्तींसह
आणि सूर्य, त्याच्या देदीप्यमान तेजासह
आणि बर्फ, त्याच्या आरसपानी शुभ्रतेसह,
आणि अग्नी, त्याच्या सर्वंकष प्रखर ताकदीसह

आणि विजेचा लोळ, त्याच्या शीघ्र क्रोधासह
आणि वाहते, मार्गस्थ वारे, त्यांच्या झंझावाती वेगासह
आणि समुद्र, त्याच्या अथांग खोलीसह,
आणि खडक, त्यांच्या उत्तुंग चढ-उतारांसह,
आणि पृथ्वी, तिच्या परिपूर्ण कणखरतेसह,
प्रभूच्या असीम कृपेने आणि मदतीने,
हे सगळं, अगदी सगळं मी उभारते
माझ्या आणि दुष्ट काळोख्या शक्तींच्या मध्ये!''

चार्ल्सला हळूहळू प्रकाश दिसू लागला. आत्तापावेतो फक्त वेदना जाणवत होत्या. सगळीकडे फक्त अंधारच होता, आणि एकाएकी सगळ्या वेदना कमी झाल्या, प्रकाशकिरणांनी हळूच त्याच्या पापण्यांना स्पर्श केला. त्यानं हलकेच डोळे उघडले. ताऱ्यांचा प्रकाश लखलखत होता. तो तारे पाहायच्या खडकावर आडवा पडलेला होता, आणि गॉडियर चिंताग्रस्त होऊन त्याच्या अंगावर वाकून त्याच्याकडे एकटक पाहत होता. त्याच्या कुरळ्या चंदेरी केसांची दाढी चार्ल्सच्या गालाला गुदगुल्या करत होती.

''गॉडियर, काय झालं रे?'' चार्ल्सनं प्रश्न केला.

''अरे बाबा, आम्ही तुला अगदी वेळेवर कसंबसं बाहेर काढू शकलो आहोत.''

''ए गॉडियर...तो मॅथ्यू ...''

''तो मरण पावला रे. इतक्या लवकर त्याला मरण येईल, असं आम्हाला वाटलं नव्हतं. ते इक्थ्रॉय...''

''सरतेशेवटी आपण १८६५ सालात जाऊन पोहोचलो, म्हणजे तसं मला वाटतंय हं.'' आकाशातल्या ताऱ्यांकडे बघत चार्ल्स म्हणाला.

''आधी उठून उभा राहा.'' गॉडियरच्या आवाजात वैताग जाणवत होता. तो पुढे म्हणाला, ''तुला असं इथे आडवं पडलेलं बघायला मला अजिबात आवडत नाहीये. अरे, मला तर वाटलं, तू आता तुझे डोळे कधीच उघडणार नाहीस की काय.''

चार्ल्स धडपडत उठला. त्यानं आपला एक पाय उचलून पुन्हा खाली ठेवला, मग दुसराही उचलून पुन्हा खाली ठेवला. मग तो म्हणाला, ''अरे, मला माझे पाय पुन्हा वापरता येतायत... वेगळंच वाटतंय... पण किती छान वाटतंय त्याबद्दल!''

गॉडियर त्याच्याशेजारी गुडघ्यांवर बसून म्हणाला, ''चल, चढ माझ्या पाठीवर.''

चार्ल्सचे पाय वापरात नसल्यानं लटपटत होते, कसाबसा तो त्याच्या भल्यामोठ्या

पाठीवर चढला.

आता गॉडियर एखाद्या दिव्याभोवती भिरभिरणाऱ्या 'चतुर' या किड्याएवढा छोटा झाला. ते दोघे काजव्यांच्या मधून उडत गेले, त्यांच्या सुंदर नृत्याचा भाग बनले. असंख्य काजवे लुकलुकत तारे पाहायच्या खडकाभोवती, दरीवरून भराऱ्या घेत होते, त्यांचं गीत गात होते. तोदेखील त्यांच्यासोबत गाऊ लागला. आता तो निव्वळ चार्ल्सच होता, पण तरीही आत्तापर्यंत तो जे शिकला, तेदेखील सगळं त्याच्यात सामावलेलं होतं. त्याच्यातच ब्रॅन्डन आणि चक होते, आणि त्यांचं संगीतही सामावलेलं होतं. फार गौरवशाली, अलौकिक होतं ते संगीत...

मग गॉडियर एखाद्या नक्षत्राएवढा मोठा झाला, आणि ते विविध आकाशगंगांमधून उडत गेले. आताही तो स्वत: चार्ल्सच होता, आणि तरीही त्याच्यात मॅडॉक, आणि मॅथ्यूदेखील सामावलेले होते. जणू मॅथ्यू त्या असंख्य ताऱ्यांच्या वर्षावातून उडत जात होता, ग्रहगोलांच्या संगीताचा आनंद अनुभवत होता...

त्या स्वरमालेचा, त्या आनंदाचा भाग बनला होता

तारे पाहायच्या खडकाभोवती गॉडियरच्या चंदेरी खिंकाळण्याचा किणकिणता नाद गुंजला. तो आवाज मेग, तिचे जुळे भाऊ, सौ. ओ'कीफ आणि चार्ल्स या सगळ्यांवरून लहरत गेला. रात्रीचा अंधार शिंगातल्या प्रकाशझोतानं उजळून निघाला. तो प्रकाशझोत आळीपाळीनं एकेकावर रोखला गेला, त्यामुळे प्रत्येकाचे डोळे दिपले, आणि तो प्रकाशझोत सगळ्यांच्याच विस्मृतीत गेला. अगदी पूर्ण विसरून गेले सगळे.

मेगला वाटलं, चार्ल्स वॉलेस हाक मारतोय, ''गॉडियर, गुडबाय... ओह...गुडबाय गॉडियर, गुडबाय...''

हा गॉडियर कोण?

याआधी तिला, गॉडियर कोण, हे माहीत होतं. त्या प्रकाशझोतामुळे सगळ्या गोष्टींचं विस्मरण झालं होतं.

तिला पुन्हा त्याचं निरोपाचं चंदेरी खिंकाळणं ऐकू आलं.

सँडीनं विचारलं, ''ए... वीज चमकली का? तुम्ही बघितलं?''

डेनीसही बुचकळ्यात पडला होता. तो म्हणाला, ''फार थंडी आहे. आणि तारे तर बघा एकदा.''

''अरे, मग तो लखलखाट कसला होता?''

''मलाही कळत नाही. आज रात्री जे काही चाललंय तसंच हेही, काहीच कळत नाहीये. चार्ल्स, अरे, तुला काय झालं होतं रे? मला तुझ्या नाडीचे ठोके

अजिबात जाणवत नव्हते, आणि अचानकच माझ्या बोटांना ठोके जाणवायला लागले.''

चार्ल्सच्या गालांचा गुलाबी रंग हळूहळू परतू लागला होता. तो म्हणाला, ''तुम्ही अगदी वेळेवर आलात.'' त्यानं सौ. ओ'कीफकडे नजर टाकली. त्या अजूनही कमरेवर हात ठेवून धापा टाकत होत्या. त्यांना श्वास घेताना त्रास होत होता. तो त्यांना म्हणाला, ''बीझी, खूप खूप धन्यवाद.'' त्याच्या आवाजात पराकोटीचा खेद जाणवत होता.

''मेगसुद्धा त्यांना अशीच हाक मारत होती, हे सगळं काय चाललंय?'' सँडीनं विचारलं.

''मॉम, ओ'कीफनं माझ्यावर एक जबाबदारी सोपवली होती...''

डेनीस त्याचं बोलणं मध्येच तोडत म्हणाला, ''तू एकटा त्या ब्रॅन्झिलोला थोपवू शकणार नाहीस, तसा विचारही मूर्खपणाचा आहे, ही गोष्ट आम्ही तुला सांगितली होती नं. तुला काय इथेच झोपबीप लागली होती की काय? अरे, गोठून गेला असतास तू.'' डेनीस साशंक होऊन काळजीनं म्हणाला.

''बरं, पण आता घरी चला. आणि आता हा मूर्खपणा पुरे झाला हं.'' सँडीनं म्हटलं.

''राष्ट्राध्यक्षांचा फोन येऊन गेल्यावरही, तू या सगळ्याला मूर्खपणा कसं म्हणतोस रे?'' मेगनं चिडून विचारलं.

''ए मेग, तू इतक्या थंडीत बाहेर कशाला आलीस गं? तू यायला नको होतंस.'' डेनीस म्हणाला.

''मी अगदी ठीक आहे.''

चार्ल्स वॉलेसनं सौ. ओ'कीफचे हात हातात घेतले आणि तो त्यांना म्हणाला, ''धन्यवाद.''

चार्ल्सच्या खांद्यावर थोपटत त्या म्हणाल्या, ''चक मुळीच मूर्ख नाहीये.''

''चला, चला, निघा आता. चालायला लागा बरं.'' सँडी घाई करू लागला.

सौ. ओ'कीफचा हात धरून डेनीस म्हणाला, ''आम्ही दोघं तुम्हाला चालायला मदत करू हं.''

ते सगळे घराकडे चालू लागले. सौ. ओ'कीफना सँडी आणि डेनीसनं दोन्ही बाजूंनी धरलं होतं; मेगनं चार्ल्सचा हात धरला होता, लहानपणी चालायचे तसं, जणू पुन्हा एकदा लहान झाले दोघं.

आनंदीनं त्यांचं अत्यानंदानं स्वागत केलं.

सौ. मरी त्यांच्या शेंडेफळाजवळ लगबगीनं आल्या. आनंदीचं खूश होणं

बघून त्या म्हणाल्या, ''ती आपल्यात अगदी छान समरस झालीय हं. कुणाला वाटेल, ती आपल्यासोबत आधीपासूनच कायमची राहतेय.''

''तिच्या त्या जोरजोरात हलणाऱ्या शेपटीकडे मात्र लक्ष ठेवायला हवं हं.'' श्री. मरी, आनंदी आणि टेसरॅक्टच्या प्रतिकृतीच्या मधल्या जागेतून पुढे येत म्हणाले. ''हिनं उगाचच कुठेही न बघता जोरात शेपूट हलवली, तर वर्षानुवर्षांची मेहनत पाण्यात जाईल.'' ते मेगला म्हणाले, ''मेग, अगं, सर्दी झालीय नं तुला, या अशा थंडीत तू बाहेर जायला नको होतंस.''

''नाही, ठीक आहे हो बाबा. माझी सर्दी बरी आहे आता, आणि थंडीचा तितकासा त्रासदेखील झाला नाहीये. बाबा, राष्ट्राध्यक्षांचा फोन...''

''नाही. अजून तरी काहीच नाही.''

मेग आठवायचा प्रयत्न करायला लागली. काय काय आठवत होतं बरं? 'अं... अर्थातच... अगदी सुरुवातीला तो राष्ट्राध्यक्षांचा फोन. सौ. ओ'कीफचा मंत्र, आणि त्याला हवामानानं दिलेला प्रतिसाद. आनंदीचं आगमन. पोटमाळ्यावरच्या खोलीत बसून केलेलं चार्ल्ससोबतचं ते कायथिंग... युगानुयुगांच्या काल-प्रवासाचं कायथिंग... ते कायथिंग पुसट होत जाऊन स्वप्नात विरून गेलं... कारण त्या एकशिंगी घोड्यानं...'

एकशिंगी घोडा... हे तर अगदीच विचित्र.

मग सौ. ओ'कीफनं मध्यरात्री केलेला फोन. सँडी स्वत: जाऊन त्यांना घेऊन आला होता. त्यांच्याकडे ते जुनं पत्र होतं...कुणाकडून आलेलं होतं ते? आणि त्या पत्रात काय होतं बरं?

बाबांच्या बोलण्यानं तिची तंद्री मोडली.

''बरं... काय मग चार्ल्स,'' गंभीरपणे आपल्या मुलाकडे बघत श्री. मरींनी विचारलं, ''त्या जबाबदारीचं काय झालं?''

जरा वेळ चार्ल्स काहीच बोलला नाही. तो त्या टेसरॅक्टच्या प्रतिकृतीचं बारकाईनं निरीक्षण करत होता. त्यानं त्यातल्या एका ल्युसाईटच्या दांडीला काळजीपूर्वक हात लावला. सगळी प्रतिकृती कंप पावायला लागली, त्यातून गुणगुणल्यासारखा आवाज येऊ लागला आणि ते तेजानं चमकायला लागलं. चार्ल्स म्हणाला, ''आपल्याला अजूनही काळ या संकल्पनेबद्दल फारशी माहिती नाहीये, हो नं बाबा? मला वाटतंय...'' तो आश्चर्यचकित झालेला वाटत होता. तो पुढे म्हणाला, ''बाबा, मला तर वाटतंय की सगळं ठीक होणार आहेच, पण ते मी हुशार, धीट, किंवा सगळ्या गोष्टी नियंत्रणात ठेवणारा असल्यामुळे नाही हं. आज संध्याकाळी माझ्याशी बोलताना मेग अगदी बरोबर बोलत होती. अगदी सगळ्याबद्दल, सगळ्या ठिकाणी बोलत होती ती, माझ्याशी संवाद साधत होती, सतत माझ्या

संपर्कात होती ती.''

"अरे, वाटलं होतं, त्यापेक्षाही खूप वेळ बाहेर होतास तू.''

"हो. मी खूप वेळ बाहेर गेलो होतो. अगदी विश्वास बसणार नाही इतका मोठा काळ.''

"पण तू इतका वेळ केलंस तरी काय?'' सँडीनं विचारलं.

"आणि कुठे गेला होतास रे तू?'' डेनीसचा प्रश्न.

"बराचसा वेळ तर मी आपल्या तारे पाहायच्या खडकापाशीच होतो...''

"अहो बाबा!'' मेग एकदम मोठ्यानं म्हणाली, "मॉम ओ'कीफनं आणलेलं ते पत्र...ते चार्ल्सनं बघितलेलंच नाहीये.''

सौ. ओ'कीफनं ते पिवळट पडलेलं पत्र श्री. मरींच्या हातात दिलं.

दमून गेलेला चार्ल्स म्हणाला, "बाबा, प्लीज. तुम्हीच वाचून दाखवा नं.''

श्री. मरी वाचू लागले,

प्रिय ग्वेन आणि रिच,

बाबांच्या मृत्यूची बातमी मला लगेचच कळवल्याबद्दल आभार. त्यांना कसलाही त्रास न होता, झोपेतच शांतपणे मरण आलं, त्याबद्दल मला आणि झिलाला खूप बरं वाटलं. त्यांना नेहमी मृत्यूसमयी होणाऱ्या त्रासाची भीती वाटायची. तुम्ही दोघं, आणि तुमची छोटीशी मुलगी झिला तिथेच असल्यामुळे तुमचा आईला खूप मोठा आधार आहे. रिचला भागीदार करून घेतल्यामुळे बाबांनाही समाधान मिळालं. दुकानाचं 'मॅडॉक्स अँड स्होकाय' हे नावही असंच पुढे चालू राहील, याचंही समाधान बाबांना मिळालं. अरे, आमच्या लहान मुलाला, म्हणजे रिचला, तो मोठा झाल्यावर मेरियोनेथमध्ये यायचं आहे. त्याला फारच उत्सुकता आहे त्याबद्दल, अगदी उत्साहानं सतत तेच बोलत असतो तो.

आमचा छोटासा मॅथ्यू आता चांगलाच झपाट्यानं वाढीला लागलाय. मला वाटलं होतं, त्याची बाल्यावस्था संपली की तो सगळ्या लोकांत मॅथ्यू याच नावानं ओळखला जाईल. पण, त्याला इंडियन मुलांनी, माझ्या आणि झिलाच्या नावाचं एकत्रीकरण करून 'ब्रॅन्झिलो' हे टोपणनाव दिलंय, आणि ते त्याला फार आवडतंय. तो तेच नाव वापरतो. लहानगा रिच प्रत्येक बाबतीत त्याच्या दादाचं अनुकरण करायचा प्रयत्न करत असतो...'

पत्र वाचून वर बघत श्री मरी म्हणाले, "हे पत्र इथे अर्धवटच संपून गेलंय. विचित्रच आहे...हे तर वेगळंच पत्र वाटतंय... मी आधी जे वाचलं होतं, ते हेच पत्र होतं का?''

कपाळाला जराशा आठ्या घालत सौ. मरी म्हणाल्या, ''मला नक्की सांगता येत नाही, पण ते वेगळंच वाटतंय... पण आपण सगळे एवढ्या तणावामुळे थकलोय, कुणाचीही नीट झोपही झालेली नाहीये. अशा वेळी स्मरणशक्ती दगा देऊ शकते.''

सँडी ठामपणे म्हणाला, ''बाबांनी आधी जे पत्र वाचलं होतं, हे तेच पत्र असणार. खरं तर, माझ्या तर्कशुद्ध विचारसरणीला पटत नाहीये, पण ब्रॅन्झिलोचे पूर्वज मूळचे इथलेच असण्याची खरोखरच शक्यता आहे.''

डेनीस म्हणाला, ''ते पत्र सौ. ओ'कीफच्या घराच्या पोटमाळ्यावर मिळालं होतं. त्यामुळे त्याचं सौ. ओ'कीफच्या पूर्वजांशीही काहीतरी नातं असलं पाहिजे. तसं असेल, तर ती दोघं एकमेकांची लांबची भावंडं असू शकतील.''

सँडीला प्रश्न पडला. त्यानं विचारलं, ''पण काहीही असलं तरी त्याचा अणुयुद्ध सुरू होण्याशी... किंवा सुरू न होण्याशी काय संबंध?''

चार्ल्सनं या सगळ्या वादाकडे पाठ फिरवली. त्यानं टेसरॅक्टची प्रतिकृती पुन्हा एकदा न्याहाळली. सौ. ओ'कीफ पुन्हा त्याच शेकोटीसमोरच्या झुलत्या खुर्चीत बसल्या होत्या. चार्ल्स त्यांच्या जवळ गेला. मेगही त्याच्या पाठोपाठ गेली.

त्यानं हळूच, मऊ आवाजात विचारलं, ''बीझी, चकचं पुढे काय झालं?''

'...बीझी, चक...हे तर त्या विस्मृतीत गेलेल्या कायथमध्ये होतं' मेगला थोडंसं आठवलं. ती त्यांचं उत्तर ऐकायला झुलत्या खुर्चीच्या आणखी जवळ सरकली.

''तो मरण पावला.'' त्यांनी उदास होऊन सांगितलं.

''कसा?''

''त्यांनी त्याला वेड्यांच्या इस्पितळात भरती केलं. त्यानंतर सहा महिन्यांनी त्याचा मृत्यू झाला.''

चार्ल्सनं एक मोठा, उदासवाणा निःश्वास टाकला. ''ओ...बीझी...बीझी... आणि मग ते बाळ?''

''तो त्या डथबर्टसारखाच बनला. पैशांची अफरातफर केली त्यानं, मग तो तुरुंगातच मरण पावला. जाऊ दे नं. आता ते सगळं घडून गेलेलं आहे, जे मागे पडायचं, ते मागे पडलं आहे.''

आनंदी मेगला चिकटली. तिनं तिच्या डोक्यावर थोपटलं.

बीझी. चक. पॅडी ओ'कीफ. ते कायथ मेगच्या मनात अगदी काही क्षणांपुरतं

झळकून गेलं. बीझीच्या आईनं ज्या कारणांसाठी डथबर्ट मॉर्टमेनशी लग्न केलं होतं, त्याच कारणांसाठी बीझीनं पॅडीशी लग्न केलं असणार. मग तिनं स्वत:च्या मनालाच शिकवून तयार केलं, कसल्याही भावनांच्या आहारी न जाण्याचं, कुणावरही प्रेम न करण्याचं...मुलांवरही नाही...अगदी कॅल्विनवरसुद्धा नाही. दुखावलं न जाणं शिकली बिचारी. चार्ल्सला मात्र तिनं तो मंत्र दिला, आणि मॅड डॉग ब्रॅन्झिलोला थोपवण्यासाठी तो मंत्र वापरायला सांगितलं. म्हणजे ते प्राचीन संगीत अजूनही थोडंसं शिल्लक असेलच तिच्यात.

चार्ल्स वॉलेस म्हणाला, "मॅथ्यूचं पुस्तक... सगळं तसंच घडतंय, त्यानं लिहिलं होतं नं, अगदी तसंच."

फोनची घंटी वाजली.

सौ. मरींनी चमकून श्री. मरींकडे पाहिलं, पण त्या काहीही बोलल्या नाहीत.

सगळ्यांना प्रचंड ताण जाणवू लागला.

"बोला राष्ट्राध्यक्ष महोदय," श्री. मरी राष्ट्राध्यक्षांचं बोलणं ऐकू लागले. ऐकताऐकता त्यांच्या चेहऱ्यावर हसू पसरायला लागलं. "तो एल झार्को शांततेसाठी, पृथ्वीच्या नैसर्गिक संसाधनांच्या जतनासाठी आणि त्यांचं समान वाटप करण्यासाठी योजना आखणार आहे. त्यासाठी तो एक समिती नेमून चर्चासत्र आयोजित करणार आहे. काय... काय म्हणालात मि. प्रेसिडेंट? 'अंतरिक्षाचा शांतता राखण्यासाठी कसा वापर करता येईल', या विषयाचा सल्लागार म्हणून त्यानं माझी निवड केली आहे? हो हो, अर्थातच मी करीन ते काम... काही आठवडे... ही खरंच फार उत्तम बातमी आहे. मला फोन करून सांगितल्याबद्दल धन्यवाद."

"एल झार्को..." मेग पुटपुटली

"अगं, ते मॅड डॉग ब्रॅन्झिलोचं टोपणनाव आहे, तुला माहितीये की. त्याचा अर्थ, निळे डोळे असलेला." बाबा म्हणाले.

"पण त्याच्या धमक्या..."

बाबांनी आश्चर्यानं तिच्याकडे पाहिलं, "धमक्या?"

"अहो, युद्धाच्या..."

चार्ल्स आणि सौ. ओ'कीफ सोडून सगळे तिच्याकडे पाहायला लागले.

"रात्रीच्या जेवणाआधी तो फोन आला नव्हता का? आपल्या राष्ट्राध्यक्षांना, युद्ध होईल, अशी भीती वाटली होती नं?"

"त्या एल झार्कोनं त्याच्या मंत्रिमंडळातल्या उग्रवादी, लढाऊ वृत्तीच्या सभासदांना काढून टाकलं आहे. तो तर नेहमीच शांततेचा पुरस्कार करत असतो. अगदी शांतिप्रिय आहे गं तो."

फक्त मेगला ऐकू येईल, इतक्या हळू आवाजात चार्ल्स वॉलेस म्हणाला,

''त्यांनी एकशिंगी घोड्यासोबत प्रवास केला नाहीये गं मेग. त्यांच्यासाठी एल रॅबियोसो वगैरे कुणी नव्हताच मुळी. मॅथ्यूनं ब्रॅनशी लग्न करण्यासाठी झिलाला पाठवलं. गेडरचा मृत्यू झाला ... तीच 'बदलण्यायोग्य घटना' होती. अगं, एल रॅबियोसो जन्माला आलाच नाही. जो जन्माला आला, तो एल झार्को होता.'' त्यानं मेगचा हात, अगदी दुखेल इतका घट्ट दाबला.

सौ. ओ'कीफ मेगकडे बघत म्हणाल्या, ''तान्ह्या बाळाचा जन्म होईल.''

''ओह मॉम,'' मेग मोठ्यानं उद्गारली. ''तुम्ही आजी होणार आहात, बाळाला बघून तुम्हाला खूप आनंद होईल नं?''

त्या म्हणाल्या, ''खूप उशीर झालाय. मला घरी घेऊन चला. चक आणि आजी माझी वाट बघतायत.''

''आता हे काय आणखी?'' श्री. मरींनी विचारलं.

''चक आणि आजी...जाऊ द्या हो. मला घरी घेऊन चला म्हणजे झालं.''

श्री. मरी म्हणाले, ''मी गाडीनं घरी सोडतो तुम्हाला.''

निरोपादाखल मेगनं आपल्या सासूबाईच्या गालांवर ओठ टेकवले. ती पहिल्यांदाच त्यांचा प्रेमानं मुका घेत होती. ती म्हणाली, ''बाय, आपण भेटूया हं मॉम, लवकरच भेटूया''

ते दोघे गाडीतून निघून गेल्यावर डेनीस मेगकडे वळून म्हणाला, ''मेग, बाळाचा जन्म होईपर्यंत सौ. ओ'कीफ तग धरू शकतील, असं मला वाटत नाहीये. त्यांचं हृदय फार कमजोर झालंय.''

''असं का वाटलं तुला?''

''अगं, त्यांच्या पायांच्या घोट्यांवर केवढी सूज आलीय. बोटांची नखं आणि ओठ निळसर पडलेत. शिवाय धापही लागते आहेच.''

''तारे पाहायच्या खडकापाशी त्या धावत धावत आल्या होत्या, त्यामुळे असेल रे.''

''अगं, पण त्याआधीही त्यांना धाप लागलेलीच होती की. खरं तर, एवढं अंतर धावत येऊनही त्यांचा मृत्यू ओढवला नाही, हेच नवल आहे. आणि ते बाकीचं काय चालू होतं, ते तर मला कधीही कळणार नाही.''

''आजची सगळी संध्याकाळ गोंधळून टाकणारीच होती,'' सँडीनं दुजोरा दिला. तो पुढे म्हणाला, ''बरं, आता आपण हे सगळं विसरून झोपायला जाऊया. बरं का मेग, डेनीस आणि मी नसतो, तर सौ. ओ'कीफ परत घरी येऊ शकल्या नसत्या हं. आई, पण तू म्हणतेस ते अगदी खरं आहे हं. त्या खरंच अगदी दाद देण्यायोग्य आहेत.''

''हो रे, अगदी खरंय, आणि तू म्हणतोयस ते मलाही पटलंय हं सँडी.

आपण खरंच झोपायला हवं आता. मेग, तुला तर झोपेची खूप गरज आहे.'' सौ. मरी म्हणाल्या.

मेगच्या पोटातल्या बाळानं हालचाल केली. ती म्हणाली, ''आई गं, मॉम ओ'कीफबद्दलचं तुझं मत अगदी बरोबर होतं, आम्ही कुणी अशी कल्पनाही केली नसती. त्या दिसतात तशा मुळीच नाहीयेत, खरंच खूप काही दडलंय त्यांच्यात. आत्ता कुठे त्यांची खरी ओळख पटू लागलीय गं...आणि अशा वेळी त्यांना गमावण्याचा विचारही मला नकोसा वाटतोय.''

चार्ल्स वॉलेस पुन्हा एकदा त्या टेसरॅक्टच्या प्रतिकृतीत मशगुल झाला होता. त्यानं हलक्या आवाजात आपल्या बहिणीला सांगितलं, ''हे बघ मेग, मॉम ओ'कीफच्या हृदयाबद्दल डेनीस अगदी बरोबरच सांगत असला ना, तरी काहीही झालं तरी एक गोष्ट कायम लक्षात ठेव. त्यांनी स्वतःलाच ठेवलं... बाळासाठी, तुझ्यासाठी, कॅल्विनसाठी, आणि आपल्या सगळ्यांसाठीच...''

मेगनं प्रश्नार्थक चेहऱ्यानं त्याच्याकडे पाहिलं.

चार्ल्सनं तिच्या नजरेला नजर दिली. त्याच्या डोळ्यांचा निळा रंग वेगळाच भासत होता, एकशिंगी घोड्याच्या तेजाळलेल्या शिंगावरून परावर्तित व्हावा तसा, अतिशय शुद्ध, स्वच्छ आणि अथांग गहिरा. तिच्याकडे एकटक बघत तो म्हणाला, ''या दैवाधीन संकटसमयी, त्यांनी स्वतःलाच उभारलं, आपल्यात आणि दुष्ट काळोख्या शक्तींच्या मध्ये.''

❖

शब्द - सूची

१. आभार प्रदर्शनाचा दिवस (Thanksgiving Day) : अमेरिकेत नोव्हेंबर महिन्यातल्या चौथ्या आठवड्यातील गुरुवारी आभारप्रदर्शनाचा दिवस साजरा केला जातो. या दिवशी सगळे कुटुंबीय, मित्रपरिवार एकत्र जमून, प्रार्थना करून देवाचे आभार मानतात आणि सगळे मिळून पारंपरिक मेजवानीचा आनंद लुटतात. या दिवशी पूर्ण राष्ट्रात सुट्टी जाहीर केली जाते.

२. ल्युसाईट : एक प्रकारचे पारदर्शक प्लास्टिक. प्रतिकृती बनवण्यासाठी याचा प्रामुख्यानं वापर केला जातो. हे सर्वोत्तम दर्जाच्या ॲक्रिलिकसारखंच उपयोगी असतं.

३. शृंखला-अभिक्रिया (Chain Reaction) : एक प्रकारची रासायनिक अभिक्रिया. या अभिक्रियेत एका अभिक्रियेतून दुसरी अभिक्रिया निर्माण होते. एका अभिक्रियेत तयार झालेले घटक दुसरी अभिक्रिया सुरू करतात, आणि असे सुरू राहते.

४. सुपरनोव्हा : स्फोट पावणारा तारा. ताऱ्याचा स्फोट झाल्यावर काही महिने तरी त्याचं अंगभूत तेज कित्येक पटीनं वाढतं.

५. वसंत-संपात : वसंत ऋतूमधील ज्या दिवशी, दिवसाचा आणि रात्रीचा कालावधी समान असतो, त्या दिवसाला 'वसंत-संपात' असं म्हणतात. उत्तर गोलार्धात साधारणपणे २० मार्च या दिवशी वसंत-संपात असतो, तर दक्षिण गोलार्धात २३ सप्टेंबर या दिवशी.

६. शरद-संपात : शरद ऋतूमधील ज्या दिवशी, दिवसाचा आणि रात्रीचा कालावधी समान असतो, त्या दिवसाला 'शरद-संपात' असं म्हणतात. उत्तर गोलार्धात साधारणपणे २३ सप्टेंबर या दिवशी शरद-संपात असतो, तर दक्षिण गोलार्धात २० मार्च या दिवशी.

७. लीफ एरिकसन : उत्तर अमेरिकेच्या भूमीवर सर्वप्रथम पाऊल ठेवणारा पहिला युरोपियन. हा मूळ आईसलँडचा होता, आणि तो ख्रिस्तोफर कोलंबसच्याही आधी अमेरिकेत आला होता.
८. सेंट पॅट्रिक : पाचव्या शतकातला ख्रिश्चन मिशनरी. आयर्लंडमधील एक महत्त्वाचा संत.
९. डॉ. लिस्टर : इंग्लिश डॉक्टर. यांनी शल्यक्रिया करताना होणाऱ्या जंतुसंसर्गास प्रतिबंध करण्यासाठी, जंतुनाशकाचा अवलंब करण्यास सुरुवात केली. जखमांवर जंतुनाशक म्हणून कारबॉलिक ॲसिडचा फवारा मारण्याची सुरुवात त्यांनीच केली.
१०. गुडमन : 'श्रीयुत' या अर्थी वापरला जाणारा शब्द.
११. गुडी : 'सौ.' या अर्थी वापरला जाणारा शब्द.
१२. नाझरेथ : आता इस्राइलमध्ये असलेलं ऐतिहासिकदृष्ट्या महत्त्वाचं शहर. येशू ख्रिस्ताच्या आई-वडिलांचं गाव. येशूचं बालपण इथेच गेलं, अशी मान्यता आहे. ख्रिश्चन लोकांचं धार्मिक स्थान.
१३. चेटकिणीचा शोध घेणं : पूर्वी वेगळी मतं असलेल्या, वेगळं वागणाऱ्या काही लोकांना शोधून, त्यांच्यावर चेटूक किंवा जादूटोणा करण्याचा ठपका ठेवून, त्यांना जाहीररीत्या मृत्युदंडाची शिक्षा दिली जात असे.
१४. सेलम ट्रायल्स : १६९२ साली मॅसॅच्युसेट्स येथील सेलममध्ये काही लोकांवर अगदी किरकोळ कारणांवरून चेटूक, किंवा जादूटोणा करण्याचा आरोप केला गेला होता. जवळपास वीस लोकांना फाशीची शिक्षा ठोठावण्यात आली होती.
१५. डँडेलायन : हे लहानसं रानटी झुडूप असून त्याला तजेलदार पिवळ्याधमक रंगाची मोठी फुलं येतात. ही फुलं साधारणपणे आपल्या शेवंतीसारखी दिसतात, पण शेवंतीपेक्षा मोठी असतात.
१६. डँडेलायन क्लॉक्स : कालांतरानं डँडेलायनच्या फुलांच्या पिवळ्याधमक पाकळ्या गळून पडतात. देठावर, फुलांच्या मध्यभागी, बियांचा पांढराशुभ्र गोल पुंजका तेवढा शिल्लक राहतो. त्या बियांना शेवरीच्या कापसासारखे तंतू असतात. बियांच्या पांढऱ्याशुभ्र मऊ गोळ्याला 'डँडेलायन क्लॉक्स' असं म्हणतात. लहान मुलं एक मजेदार खेळ खेळतात. त्या गोळ्यावर फुंकर घालत, सगळ्या बिया वाऱ्यावर उडून जाण्यासाठी किती वेळा फुंकर मारावी लागली, ते मोजतात. जितक्या वेळा फुंकर मारावी लागेल, घड्याळात तितकेच वाजले आहेत, असं मुलं समजतात. हा नुसता गमतीचा खेळ असतो.

१७. जॅक इन द पुलपिट : अमेरिकेत वसंत ऋतूत आढळणारी एक रानटी वनस्पती.

१८. बिटरस्वीट : अमेरिकेत आढळणारी एक वेल. ही वेल दिसायला सुंदर असते, पण त्रासदायक असते. या वेलीवर अगदी लहानशी फुलं येतात व पिवळट केशरी, लाल बोरांसारखी फळं येतात. ही फळं मानवासाठी विषारी असतात. ही वेल ज्या झाडावर चढते, ते झाड हळूहळू मरून जातं. आसपास उगवलेल्या रोपांनाही ही वेल मारू शकते.

१९. अंतर्गत नागरी युद्ध : अमेरिकेत १८६१ ते १८६५ या कालखंडात अंतर्गत लढाई झाली होती. हा लढा गुलामगिरीविरुद्ध होता. दक्षिण अमेरिकेतील साधारण अकरा राज्यं एकत्र झाली आणि त्यांनी स्वतंत्र राष्ट्राची घोषणा केली. ही दक्षिणेकडील राज्यं, कृष्णवर्णीय लोकांना गुलाम म्हणून वागवण्यास अनुकूल होती, म्हणजेच गुलामगिरीच्या प्रथेचा पुरस्कार करणारी होती. त्यांना गुलामगिरीची प्रथा हवी होती. अब्राहम लिंकन यांची राष्ट्राध्यक्ष म्हणून निवड झाल्यावर दक्षिणेकडील त्या बंडखोर अकरा राज्यांनी स्वतंत्र संघराज्य स्थापन केलं. त्या संघराज्याला 'कॉन्फेडरेट स्टेट्स' असं म्हटलं जातं. त्यांच्यात आणि अमेरिकन सरकारी सैन्यात युद्ध झालं होतं.

२०. गॅलॅहॅड : ऑर्थर या राजाचा अत्यंत सद्गुणी, कनवाळू सरदार. दीनदुबळ्याच्या मदतीला सदैव धावून जाणारा.

२१. केन आणि एबल : बायबलमध्ये लिहिल्यानुसार, आदिमानव ॲडम आणि ईव्ह यांची पहिली दोन मुलं म्हणजे केन आणि एबल. केन हा एबलपेक्षा मोठा होता. ही मुलं मोठी झाल्यानंतर केन शेतकरी बनला, आणि एबल मेंढपाळ बनला. एकदा त्या दोघांनी आपापल्या कमाईचा हिस्सा देवाला अर्पण केला. थोडक्यात त्या हिश्श्याचा त्या दोघांनी त्याग केला. देवानं खूश होऊन फक्त एबलच्याच हिश्श्याचा स्वीकार केला. हे कळल्यावर केनचा मत्सरानं जळफळाट झाला. त्याचा मत्सर इतका पराकोटीला पोचला, की त्यानं त्या भरात एबलचा खून केला. या गुन्ह्याबद्दल देवानं केनला अत्यंत दूरच्या ठिकाणी जाऊन भटक्याचं जीवन जगण्याची शिक्षा फर्मावली. हा मानवाच्या इतिहासातला पहिला खून मानला जातो.

❖

लेन्गल यांच्या व्यक्तिरेखा

मरी कुटुंब आणि ओ'कीफ कुटुंब यांचा समावेश असलेली पुस्तकं

कालपटलावरील सुरकुती (WT)
ए विंड इन द डोअर (WD)
ए स्विफ्टली टिल्टिंग प्लॅनेट (STP)
मेनी वॉटर्स (MW)
द आर्म ऑफ द स्टारफिश (AS)
ड्रॅगन्स इन द वॉटर्स (DW)
ए हाउस लाइक ए लोटस (HL)
ॲन ॲक्सेप्टेबल टाइम (AT)

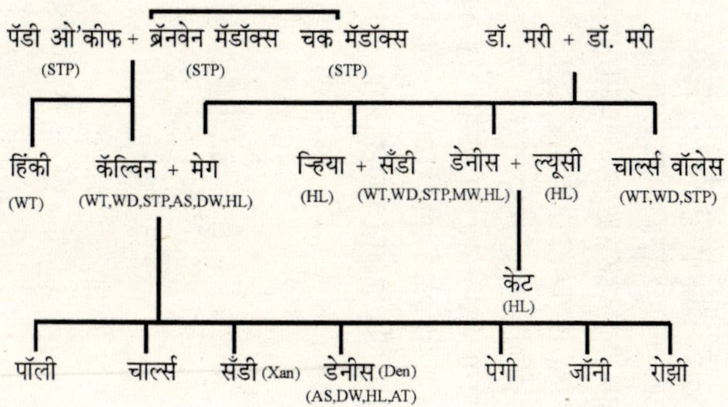

ऑस्टिन कुटुंबाचा समावेश असलेली पुस्तके आणि व्यक्तिरेखा पुस्तके

मीट द ऑस्टिन्स (MA)
द मून बाय नाइट (MN)
द ट्वेंटीफोर डेज बिफोर ख्रिसमस (TDC)
द यंग युनिकॉर्न्स (YU)
ए रिंग ऑफ एंडलेस लाइट (REL)
ट्रबलिंग ए स्टार (TS)

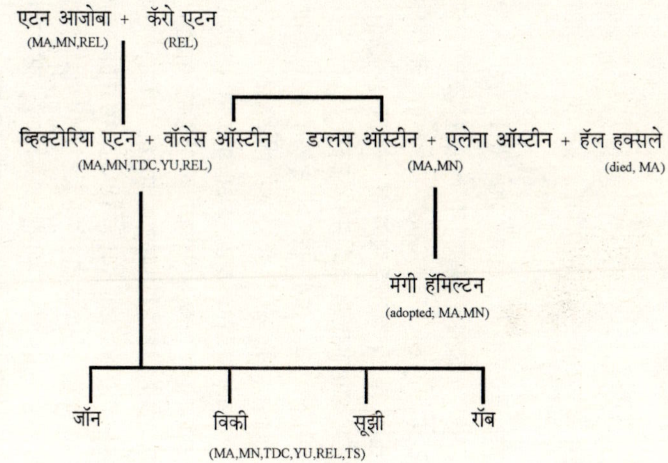

दोन्ही कुटुंबांसंबंधीच्या पुस्तकांमधील व्यक्तिरेखा

कॅनन टॅलीस
(AS,YU,DW)

ॲडम एडिंगटन
(AS,REL,TS)

झॅकरी ग्रे
(HL,MN,REL,AT)

मि. थिओटोकॉपॉलस

'कालपटलावरील सुरकुती (A Wrinkle in Time)' या पुस्तकातील चार्ल्स वॉलेस आता पंधरा वर्षांचा झाला आहे. या पुस्तकाचे कथानक पुन्हा एकदा मेग आणि मरी कुटुंबाविषयी आहे. या गुंतागुंतीच्या अद्‌भुत रम्य कथानकात चार्ल्स वॉलेस इतिहासाच्या जंजालातून वेगवेगळ्या काळात प्रवास करतो. त्याला भूतकाळातील एक तुटलेला दुवा शोधायचा असतो. ह्या दुव्यामुळे वर्तमानकाळातील सुसंवादित्व धोक्यात आलेले असते. तो दुवा शोधून, त्याची दुरुस्ती व योग्य प्रकारे पुनर्जोडणी करून, वर्तमानकाळातील सुसूत्रता चार्ल्सला पुन्हा प्रस्थापित करायची असते.

–'बुकलिस्ट (Booklist)' मधील तारांकित परीक्षण

'THE TIME QUINTET' या पंचकडीतील इतर पुस्तके

A Wrinkle in Time : मराठी अनुवाद - कालपटलावरील सुरकुती
A Wind in the Door : मराठी अनुवाद - दारातील वादळ
Many Waters : मराठी अनुवाद - अमाप पाणी
An Acceptable Time : मराठी अनुवाद - अनुकूल काळ